सावित्रीबाई फुले पुणे विद्यापीठाच्या ऑगस्ट २०२३ पासून सुरू झालेल्या एम. ए.
इतिहास (मराठाकालीन सामाजिक-आर्थिक इतिहास) (HIS - 552 MJ) या विषयाच्या
अभ्यासक्रमासाठी व इतर विद्यापीठांच्या संबंधित अभ्यासक्रमासाठी उपयुक्त पुस्तक

इतिहास
(मराठाकालीन सामाजिक-आर्थिक इतिहास)

(HIS - 552 MJ)

M. A. - I (Sem. - II)

As per New Education Policy (2020)

Dr. Pragati Balajirao Marakwar
(M.A., Ph.D.)
L.V.H. College, Panchavati, Nashik.

Dr. Dilip Bagul
(M.A., NET., Ph.D.
K. J. Somaiya College, Kopargaon, Ahmednagar.

२०२४

SUCCESS PUBLICATIONS

प्रकाशक :
डॉ. राजेश पाटणे
सक्सेस पब्लिकेशन्स
राधाकृष्ण अपार्टमेंट, ५३५ शनिवार पेठ,
आप्पा बळवंत चौक, प्रभात टॉकिज समोर, पुणे ४११ ०३०
फोन नं : ०२०-२४४३४६६२
मोबा. - ९३२५३१५४६४

आवृत्ती
२०२४

संपादक
श्री. वाल्मिक गायकवाड

अक्षरजुळणी :
कु. वर्षा लोखंडे

मुखपृष्ठ :
कु. वर्षा लोखंडे

ISBN NO. **- 978-81-19939-29-9**

प्रस्तावना

सावित्रीबाई फुले पुणे विद्यापीठाच्या एम.ए. या शैक्षणिक वर्षासाठीच्या अभ्यासक्रमात या वर्षापासून सुधारणा करण्यात आली आहे. नवीन शैक्षणिक धोरण २०२० ची अंमलबजावणी करण्यात आली आहे. इतिहास (मराठाकालीन सामाजिक-आर्थिक इतिहास) (HIS - 552 MJ) या पेपरच्या अभ्यासक्रमात करण्यात आलेल्या सुधारणांची ऑगस्ट २०२३ पासून अंमलबजावणी होत आहे. या सुधारित अभ्यासक्रमासाठी उपयुक्त असलेले पुस्तक आपल्या हाती देताना विशेष आनंद होत आहे. प्रस्तुत पुस्तकात मराठाकालीन सामाजिक-आर्थिक इतिहास याबाबत महत्त्वपूर्ण विवचेन करण्यात आले आहे. त्यामुळे या पुस्तकाचे स्वागत विद्यार्थी व प्राध्यापक करतील हा विश्वास आहे.

पुस्तकाच्या सुरूवातीस सामाजिक इतिहास आणि आर्थिक इतिहास या संकल्पनांचा सविस्तरपणे आढावा घेण्यात आला आहे. मराठाकालीन इतिहासाची माहिती जाणून घेत असताना त्यासंबंधीच्या विविध स्त्रोत साधनांचे अध्ययन करणे आवश्यक आहे. त्यामुळे मराठाकालीन इतिहास लेखन साधनांची माहिती जाणून घेण्यात आली आहे. मराठाकालीन सामाजिक जीवनाची जडण-घडण योग्य प्रकारे घडून आलेली दिसते. त्यामुळे याकाळातील विविध समुदाय, सामाजिक गतिशीलता व स्तरीकरण, विविध सामाजिक संस्था, सण-समारंभ आणि शिक्षणसंस्था याबाबत स्पष्टीकरण देण्यात आले आहे. मराठाकालीन कृषी व्यवस्थेचा आकृतीबंध जाणून घेण्यात आला आहे. तसेच तत्कालीन उद्योग आणि व्यापराबाबत विवेचन करण्यात आले आहे. मराठाकालीन नाण्यांचे प्रकार आणि अधिकोष पद्धती याबाबत माहिती देण्यात आली आहे. एकूणच मराठाकालीन सामाजिक-आर्थिक इतिहासाची मिमांसा करणारे हे एक उपयुक्त पुस्तक आहे.

पुस्तक लेखनासाठी अनेक संदर्भ ग्रंथांची मदत झाली. पुस्तक लेखनाच्या बाबतीत महाविद्यालयाचे प्राचार्य, व्यवस्थापन सदस्य, सहकारी प्राध्यापक व प्राध्यापकेतर कर्मचारी, अभ्यासमंडळ सदस्य, विविध ग्रंथालयाचे ग्रंथपाल, विविध महाविद्यालयातील प्राध्यापक मित्र यांचे सहकार्य व प्रोत्साहन मिळाले. संदर्भ ग्रंथांच्या लेखकांसहीत इतर सर्वांविषयी आम्ही कृतज्ञता व्यक्त करतो. तसेच पुस्तकाचे प्रकाशक डॉ. राजेश पाटणे व सौ. विद्या पाटणे आणि सक्सेस पब्लिकेशन मधील कर्मचारी वर्ग यांच्याविषयी देखील आम्ही कृतज्ञता व्यक्त करतो.

With best wishes.

By Author

Syllabus

M. A. – I (Sem. - II) History

Socio-Economic History of the Marathas (HIS 552 MJ)

Unit	Contents	Lecture
1.	**Socio-Economic History and Sources** **a)** Defining Socio-Economic History **b)** **Sources :** **i)** Literary- Indian and Foreign languages **ii)** Numismatic **iii)** Archival **iv)** Miscellaneous	15
2.	**Social institutions** **a)** Village community Gaongada **b)** Balutedari system **c)** Position of women **d)** Varna and caste **e)** Fairs and festivals **f)** Education	15
3.	**Agrarian System** **a)** Types of land **b)** Assessment of land **c)** Methods of land revenue collection **d)** Sources of Expenditure and Income **e)** Roll of Kamavisdari	15
4.	**Trade, Industries and handicraft** **a)** Centres of trade- Kasba, Bazar **b)** Trade routes **c)** Major and minor industries **d)** Mints and coinsBanking houses	15

❖ अनुक्रमणिका ❖

प्रकरण १

सामाजिक-आर्थिक इतिहास आणि साधने

प्रस्तावना :

मराठ्यांच्या इतिहासाचा अभ्यास करताना तात्कालीन परिस्थितीची व त्यातील महत्त्वपूर्ण घटनांची माहिती पुरविणाऱ्या साधनांचा संदर्भ विचारात घ्यावा लागतो. मराठ्यांच्या इतिहासाचा शास्त्रशुद्ध व वस्तुनिष्ठ स्वरूपात अभ्यास करण्याच्या दृष्टीने ही साधने महत्त्वाची ठरतात. या ऐतिहासिक साधनांमध्ये लिखित आणि अलिखित अशा दोन्ही प्रकारच्या साधनांचा सामावेश होतो. मराठ्यांच्या दरबारात जे विविध लेखक व साहित्यिक होते. त्यांनी तात्कालीन घटनांची नोंद करून ठेवताना मोठ्या प्रमाणावर साहित्याची निर्मिती केली आहे. बखर या साहित्य प्रकाराचा उल्लेख करणे, या दृष्टीने महत्त्वाचे ठरेल. बखरींद्वारे तात्कालीन राज्यकर्त्यांचा इतिहास जिवंत स्वरूपात अधोरेखित झालेला आढळतो. शिवकाळात व पेशवेकाळात निर्माण झालेल्या बखरी आज इतिहास लेखनाचा महत्त्वाचा आधार मानल्या जातात. तसेच मराठ्यांनी त्याकाळात जतन करून ठेवलेले 'दप्तर' देखील तात्कालीन इतिहासाचा महत्त्वाचा स्त्रोत आहे. देशी भाषेप्रमाणेच फारसी, हिंदी, कानडी, राजस्थानी इत्यादी भाषेत उपलब्ध असलेली वाङ्मयीन साधने देखील मराठेकालीन घडामोडींची माहिती पुरवितात. परकीय इतिहासकार व प्रवासी यांनी देखील मराठेकालीन महत्त्वपूर्ण घटनांबाबत लेखन केले आहे. त्यामुळे ही परकीय साधने देखील मराठ्यांच्या इतिहासाचा अभ्यास करण्यासाठी उपयुक्त ठरतात. मराठ्यांच्या कालखंडात आढळून येणारे शिलालेख नाणी, स्थापत्य, वास्तू, मंदिरे, किल्ले, हत्यारे वस्त्रे ही पुरातत्वीय साधने म्हणून इतिहास लेखनासाठी वापरली जातात. ही अलिखित स्वरूपातील साधने तात्कालीन समाज जीवनातील महत्त्वपूर्ण घटनांवर प्रकाश टाकतात. त्यामुळे मराठ्यांच्या इतिहासाची साधने अभ्यासणे आवश्यक आहे.

१.१ सामाजिक इतिहास :

सामाजिक इतिहास ही ऐतिहासिक अभ्यासाची एक शाखा आहे जी वेगवेगळ्या कालखंडातील विशिष्ट समाजांमधील सामान्य लोकांचे जीवन अनुभव, वर्तन, चालीरीती आणि परस्परसंवाद समजून घेण्यावर लक्ष केंद्रित करते. हे शेतकरी, कामगार, महिला, अल्पसंख्याक आणि उपेक्षित समुदायांसह परंतु मर्यादित नसलेल्या विविध सामाजिक गटांच्या सामाजिक संरचना, संस्था, ओळख आणि दैनंदिन जीवनाचा अभ्यास करते. कौटुंबिक जीवन, वर्ग संबंध, श्रम, लिंगभाव भूमिका, सांस्कृतिक पद्धती आणि सामाजिक नियम यासारख्या पैलूंचे परीक्षण करून, सामाजिक इतिहासाचा हेतू सामाजिक बदलाची गतिशीलता, सत्ता संबंध आणि वैयक्तिक जीवनावर व्यापक ऐतिहासिक शक्तींचा प्रभाव उघड करणे, अंतर्दृष्टी प्रदान करणे आहे.

१.१.१ अर्थ :

सामाजिक इतिहास लेखनाचा प्रवाह हा १९ व्या शतकामध्ये सुरु झाला. इतिहास म्हणजे 'गतकालीन मानवी जीवनातील नोंद' ही व्याख्या मान्य केली तर सामाजिक इतिहास हा इतिहासाच्या विविध शाखांपैकी महत्त्वाची शाखा आहे असे म्हणता येते. कारण सामाजिक इतिहासात सामाजिक जीवनाच्या विविध अंगांचा विचार केला जातो. त्यात समाज रचना, सामाजिक संस्था, समाजाचे प्रशासन, समाजाचे विविध घटक विचारात घेतले जातात. थोडक्यात असे म्हणता येते की, ज्या–ज्या मानवी व्यवहारांचा सामाजिक अंगाशी संबंध येतो, त्या–त्या सर्वच व्यवहारांचा समावेश सामाजिक इतिहासात होत असतो. अर्थातच या सामाजिक इतिहासात ''समाज'' हाच केंद्रबिंदू व सर्वात मोठा अभ्यास विषय असतो.

१.१.२ व्याख्या :

सामाजिक इतिहासाच्या व्याख्या पुढील प्रमाणे सांगता येतील :

१) जी. एम. ट्रॅव्हेलियन :

''राजकीय अंगाचा विचार न करता लिहिलेला समाजाचा इतिहास म्हणजे सामाजिक इतिहास होय.''

२) प्रा. रेडफोर्ड :

''सामाजिक दृष्टिकोनातून लिहिलेला इतिहास म्हणजे सामाजिक इतिहास होय.''

३) प्रा. नेमियर :

''सामाजिक अंगाशी संबंध असलेल्या सर्व मानवी व्यवहारांचा समावेश सामाजिक इतिहासात होतो.''

१.१.३ सामाजिक इतिहासाची वैशिष्ट्ये :

खालील वैशिष्ट्ये एकत्रितपणे सामाजिक इतिहासाची व्यापकता आणि खोली अधोरेखित करतात, मानवी समाजाच्या काळातील गुंतागुंत समजून घेण्यासाठी बहुआयामी दृष्टिकोनाचे प्रदर्शन करतात.

१) दैनंदिन जीवनावर भर :

सामाजिक इतिहासाचे वैशिष्ट्य म्हणजे ऐतिहासिक कालखंडातील सामान्य लोकांचे दैनंदिन अनुभव, चालीरीती आणि वर्तन शोधणे. हे विविध सामाजिक गटांच्या जीवनाला आकार देणाऱ्या दिनचर्या, सवयी आणि सामाजिक नियमांचा अभ्यास करते. अस्तित्वाच्या सांसारिक पैलूंवर लक्ष केंद्रित करून, सामाजिक इतिहास विविध वर्ग, लिंगभाव, वंश आणि समुदायांची वास्तविकता व बारकावे उलगडून दाखवतो, लोक त्यांचे जीवन कसे जगले याचे स्पष्ट चित्रण प्रदान करतो.

२) सर्वसमावेशकता आणि विविधता :

सामाजिक इतिहासाचा हा पैलू ऐतिहासिक कथनांमध्ये विविध आणि अनेकदा उपेक्षित गटांच्या अनुभवांचे प्रतिनिधित्व करण्याचे महत्त्व अधोरेखित करतो. हे महिला, अल्पसंख्याक, मजूर, शेतकरी आणि इतर कमी प्रतिनिधित्व केलेल्या लोकसंख्येचा आवाज आणि योगदान शोधण्याचा प्रयत्न करते. या सर्वसमावेशक दृष्टीकोनातून, ऐतिहासिक घटनांचे बहुआयामी स्वरूप आणि सामाजिक गतिशीलता मान्य करून समाजाचा अधिक समग्र आणि संतुलित दृष्टिकोन सादर करण्याचा सामाजिक इतिहासाचा उद्देश आहे.

३) संरचनात्मक विश्लेषण आणि दीर्घकालीन दृष्टीकोन :

सामाजिक इतिहासकार एक संरचनात्मक विश्लेषण वापरतात जे विस्तारित कालावधीत समाजांना आकार देणाऱ्या व्यापक सामाजिक–आर्थिक, सांस्कृतिक आणि राजकीय संरचनांचे परीक्षण करतात. हा दीर्घकालीन दृष्टीकोन

ऐतिहासिक बदलांचे सखोल आकलन करण्यास चालना देतो तसेच सामाजिक संस्था, आर्थिक प्रणाली, सत्तेची गतिशीलता आणि सांस्कृतिक मानदंडांची हळूहळू उत्क्रांती स्पष्ट करतो. या संरचनेचा अभ्यास करून सामाजिक इतिहासकार युगानुयुगे सामाजिक परिवर्तन घडवून आणणाऱ्या अंतर्निहित शक्तींचा पर्दाफाश करतात.

४) आंतरविद्याशाखीय दृष्टीकोन :

सामाजिक इतिहास समाजशास्त्र, मानववंशशास्त्र, अर्थशास्त्र, मानसशास्त्र आणि सांस्कृतिक अभ्यास यासारख्या क्षेत्रांमधून माहिती प्राप्त करत आंतरविद्याशाखीय दृष्टिकोन स्वीकारतो. ही वैविध्यपूर्ण पद्धतशीर साधने इतिहासकारांना समाजाच्या बहुआयामी पैलूंचा शोध घेण्यास सक्षम करतात, सामाजिक घटनांचे सर्वसमावेशक विश्लेषण करण्यासाठी विविध सिद्धांत आणि पद्धती एकत्रित करतात. वैविध्यपूर्ण दृष्टीकोन एकत्र करून, सामाजिक इतिहास त्याचे विश्लेषण समृद्ध करतो, ऐतिहासिक घटना आणि सामाजिक बदलांची अधिक सूक्ष्म समज प्रदान करतो.

५) अभिकरण आणि प्रतिकार :

सामाजिक इतिहासाचा केंद्रबिंदू म्हणजे अभिकरणाची पावती-व्यक्ती आणि गट सक्रियपणे ऐतिहासिक घडामोडींना आकार देतात ही मान्यता. सामाजिक इतिहासकार केवळ संरचनांद्वारे लादलेल्या मर्यादांचेच परीक्षण करत नाहीत तर अभिकरण व्यक्ती या संरचनांना समायोजित करण्यात आणि आव्हान देण्यासाठी सराव करतात. प्रतिकार, निषेध, सांस्कृतिक अभिव्यक्ती आणि दैनंदिन वाटाघाटींच्या कृतींचा शोध घेऊन, ते प्रकट करतात की व्यक्ती त्यांची ओळख कशी मांडतात आणि बदलासाठी प्रयत्न करतात, सामाजिक परस्परसंवाद आणि सत्ता संबंधांचे गतिशील स्वरूप प्रकाशित करतात.

६) सांस्कृतिक आणि मानसिकता अभ्यास :

सामाजिक इतिहासामध्ये विविध ऐतिहासिक कालखंडात प्रचलित असलेल्या संस्कृती, मानसिकता आणि श्रद्धा यांचा अभ्यास समाविष्ट आहे. कल्पना, मूल्ये आणि सांस्कृतिक निकषांचा समाजावर कसा प्रभाव पडतो आणि वर्तन, वृत्ती व सामाजिक संरचनांवर कसा प्रभाव पडतो याचा अभ्यास केला जातो. सांस्कृतिक कलाकृती, भाषा, चिन्हे आणि विधी यांचे विश्लेषण करून, सामाजिक इतिहासकार हे प्रकट करतात की सामायिक श्रद्धा आणि मानसिकता सामाजिक पद्धतींना आकार देतात आणि समाजांमध्ये ओळख निर्माण करण्यासाठी कसे योगदान देतात.

७) संशोधनवादी दृष्टीकोन आणि सूक्ष्म इतिहास :

सामाजिक इतिहास अनेकदा संशोधनवादी दृष्टीकोन स्वीकारतो, प्रस्थापित कथनांना आव्हान देतो आणि ऐतिहासिक घटनांची नव्या कोनातून पुनर्व्याख्या करण्याचा प्रयत्न करतो. सूक्ष्म इतिहास ही सामाजिक इतिहासातील एक पद्धत असून विस्तृत ऐतिहासिक संदर्भ प्रदर्शित करण्यासाठी विशिष्ट व्यक्ती, घटना किंवा लहान समुदायांवर लक्ष केंद्रित करते. सूक्ष्म-स्तरीय तपशीलांवर लक्ष केंद्रित करून, सामाजिक इतिहासकार मोठ्या सामाजिक, सांस्कृतिक आणि राजकीय गतिशीलता उघड करतात, ऐतिहासिक समज समृद्ध करणारी सूक्ष्म अंतर्दृष्टी प्रदान करतात.

८) पर्यावरणीय आणि भौगोलिक प्रभाव :

सामाजिक इतिहास भूगोल आणि पर्यावरणाचा समाजावरील प्रभावाचा विचार करतो. हे भौगोलिक घटक जसे की प्रदेश, हवामान, संसाधने आणि स्थलाकृति हे मानवी क्रियाकलाप, वसाहतींचे नमुने, अर्थव्यवस्था आणि सांस्कृतिक पद्धती यांना कसे आकार देतात याचे परीक्षण करते. हे पर्यावरणीय प्रभाव समजून घेतल्याने समाज त्यांच्या सभोवतालच्या वातावरणाशी संवाद साधण्याच्या आणि त्यांच्याशी जुळवून घेण्याच्या मार्गांची अंतर्दृष्टी प्रदान करतो.

९) आंतरविभागीयता आणि एकाधिक ओळख :

लिंगभाव, वर्ग, वंश, वांशिकता, धर्म यासारख्या घटकांद्वारे लोक अनेक ओळखी धारण करतात हे ओळखून सामाजिक इतिहास व्यक्ती आणि गटांच्या एकमेकांना छेदणाऱ्या ओळखिंचा शोध घेतो. या एकमेकांना छेदणाऱ्या ओळखी समाजातील अनुभव, संधी आणि परस्परसंवादावर कसा प्रभाव टाकतात, सामाजिक संरचना आणि शक्तीच्या गतिशीलतेच्या गुंतागुंतीवर कसा प्रकाश टाकतात याचे परीक्षण करते.

१०) जागतिक आणि तुलनात्मक दृष्टीकोन :

सामाजिक इतिहासाने जागतिक आणि तुलनात्मक दृष्टीकोन समाविष्ट करण्यासाठी त्याची व्याप्ती वाढवली आहे. हे विविध समाज आणि प्रदेशांमधील संबंध, देवाणघेवाण आणि परस्परसंवादाचे परीक्षण करते तसेच जागतिक प्रक्रिया आणि हालचालींचा स्थानिक समुदायांवर कसा परिणाम झाला हे शोधून काढते. आंतर-सांस्कृतिक देवाणघेवाण आणि जागतिक नेटवर्कचे विश्लेषण करून, सामाजिक इतिहासकार भौगोलिक सीमा ओलांडून मानवी अनुभवांच्या परस्परसंबंधाबाबत अंतर्दृष्टी देतात.

१.२ आर्थिक इतिहास :

आर्थिक इतिहास ही अभ्यासाची एक शाखा आहे जी प्रामुख्याने निवडलेल्या क्षेत्रातील आणि निवडलेल्या कालावधीतील लोकांच्या आर्थिक जीवनावर लक्ष केंद्रित करते. 'इतिहास' या शब्दाचा अर्थ म्हणजे म्हणजे जाणून घेणे किंवा चौकशी करून शिकणे, किंवा चौकशीच्या प्रक्रियेतून मिळालेले ज्ञान होय. चेंबरच्या २० व्या शतकातील शब्दकोशात इतिहासाची व्याख्या 'एखाद्या घटनेचा लेखाजोखा, राष्ट्राच्या उत्पत्तीचा आणि प्रगतीचा पद्धतशीर लेखा' अशी केली आहे. ई.एच. कार या प्रसिद्ध इतिहासकाराचे मत होते की, गेल्या ४०० वर्षांतील इंग्रजी भाषिक जगाच्या इतिहासाची चिकित्सा करणे सार्वभौमिक इतिहासाचा केंद्रबिंदू म्हणून आणि इतर सर्व काही त्याच्या परिधीय म्हणून, दृष्टीकोनाची विकृती आहे कारण विविध ठिकाणच्या आर्थिक विकासामध्ये एकसमानता नसल्यामुळे आर्थिक इतिहासात कोणतेही सामान्यीकरण होऊ शकत नाही, म्हणून त्यांनी आधुनिक आर्थिक इतिहास उपलब्ध करून देण्याची सूचना केली.

१.२.१ अर्थ :

आर्थिक इतिहास म्हणजे भूतकाळातील अर्थव्यवस्था किंवा आर्थिक घटनांचा अभ्यास. आर्थिक इतिहासातील विश्लेषण हे ऐतिहासिक पद्धती, सांख्यिकीय पद्धती यांचे संयोजन वापरून आणि ऐतिहासिक परिस्थिती व संस्थांना आर्थिक सिद्धांत लागू करून केले जाते. विषयामध्ये व्यवसाय इतिहास, आर्थिक इतिहास आणि लोकसंख्याशास्त्रीय इतिहास व कामगार इतिहास यासारख्या सामाजिक इतिहासाच्या क्षेत्रांचे आच्छादन समाविष्ट आहे. अर्थशास्त्र, श्रम आणि व्यवसायाच्या संबंधात आर्थिक इतिहास हा आपल्या भूतकाळातील विकासाचा अभ्यास आहे.

१.२.२ व्याख्या :

आर्थिक इतिहासाच्या व्याख्या खालीलप्रमाणे आहेत :

१) कार्ल मार्क्स :

''आर्थिक इतिहास हा वर्ग संघर्ष आणि उत्पादनाच्या पद्धती आणि उत्पादन संबंधांमधील बदलांद्वारे समाजाच्या उत्क्रांतीचा अभ्यास आहे.''

२) फर्नांड ब्राउडेल :

''आर्थिक इतिहास दीर्घकालीन संरचनात्मक नमुने आणि विस्तारित ऐतिहासिक कालखंडातील आर्थिक क्रियाकलाप, भूगोल आणि सामाजिक शक्ती यांच्यातील परस्परसंवादाचे परीक्षण करतो.''

३) डग्लस नॉर्थ :

"आर्थिक इतिहासामध्ये संस्थांचा अभ्यास आणि त्यांचा आर्थिक विकासावर होणारा परिणाम, मालमत्ता अधिकार आणि प्रशासन संरचना यासारख्या संस्थांच्या भूमिकेवर भर दिला जातो."

१.२.३ आर्थिक इतिहासाची वैशिष्ट्ये :

आर्थिक इतिहासाची वैशिष्ट्ये एकत्रितपणे आर्थिक इतिहासाची समृद्धता आणि जटिलता स्पष्ट करतात तसेच आर्थिक शक्ती, सामाजिक गतिशीलता आणि ऐतिहासिक घडामोडी यांच्यातील परस्परसंवाद समजून घेण्यासाठी त्याच्या बहुआयामी दृष्टिकोनाचे प्रदर्शन करतात.

१) आर्थिक प्रणाली आणि संरचनांचा अभ्यास :

आर्थिक इतिहास आर्थिक प्रणाली, संरचना आणि संस्थांच्या उत्क्रांतीचे परीक्षण करतो. हे समाजांनी वस्तू आणि सेवांचे उत्पादन, वितरण आणि वापर कसे आयोजित केले याचा अभ्यास करते. कृषी अर्थव्यवस्थेपासून औद्योगिकीकरणापर्यंत आणि त्यापुढील आर्थिक प्रतिमानातील बदलांचा शोध लावला. या विश्लेषणाद्वारे ते आर्थिक विकास आणि बदलामागील प्रेरक शक्ती स्पष्ट करते.

२) आर्थिक क्रियाकलाप आणि पद्धतींवर लक्ष :

आर्थिक इतिहास हे व्यापार, कृषी, उद्योग, वित्त आणि श्रम यासारख्या विविध आर्थिक क्रियाकलापांचा शोध घेते. आर्थिक इतिहासकार उत्पादन तंत्र, बाजार, व्यापार मार्ग, चलन प्रणाली आणि कामगार संबंधांची छाननी करतात तसेच आर्थिक वृद्धी, नवकल्पना आणि सामाजिक संपत्ती वितरणाला आधार देणारी यंत्रणा प्रकाशित करतात.

३) परिमाणवाचक आणि गुणात्मक पद्धतींचे एकत्रीकरण :

आर्थिक इतिहास परिमाणात्मक विश्लेषण आणि गुणात्मक व्याख्या यांचे मिश्रण वापरतो. हे आर्थिक प्रवाहांचे मोजमाप आणि विश्लेषण करण्यासाठी सांख्यिकीय तथ्ये, आर्थिक प्रारूपे आणि अभिलेखीय नोंदी वापरते, तसेच आर्थिक वर्तनावर परिणाम करणाऱ्या सांस्कृतिक, सामाजिक आणि संस्थात्मक घटकांचे गुणात्मक मूल्यांकन देखील समाविष्ट करते.

४) तंत्रज्ञान आणि नवोपक्रमाची भूमिका :

आर्थिक इतिहासात तांत्रिक प्रगती आणि त्यांचा आर्थिक परिवर्तनांवर होणारा परिणाम अभ्यासला जातो. आर्थिक इतिहासकार उत्पादकता, औद्योगिकीकरण आणि आर्थिक वृद्धी चालविण्यामध्ये तांत्रिक नवकल्पनांच्या भूमिकेचे मूल्यांकन करतात. ही छाननी तंत्रज्ञान आणि आर्थिक बदल यांच्यातील संबंधांबद्दल माहिती प्रदान करते.

५) जागतिक आणि तुलनात्मक दृष्टीकोन :

आर्थिक इतिहास हा जागतिक आणि तुलनात्मक दृष्टीकोन स्वीकारतो तसेच क्षेत्रे, राष्ट्रे आणि सभ्यता यामधील आर्थिक घडामोडींचा शोध घेतो. विविध आर्थिक प्रणाली, व्यापार नमुने आणि विकास मार्गांची तुलना करून ते जागतिक स्तरावर नमुने, फरक आणि अर्थव्यवस्थांचे परस्परसंबंध ओळखते.

६) अर्थव्यवस्था आणि समाज यांच्यातील संबंध :

आर्थिक इतिहास आर्थिक घटक आणि व्यापक सामाजिक संदर्भांमधील गुंतागुंतीच्या संबंधांचे विश्लेषण करते. आर्थिक इतिहासकार हे तपासतात की आर्थिक बदल सामाजिक संरचना, वर्ग गतिशीलता, सांस्कृतिक पद्धती आणि राजकीय प्रणालींवर कसा प्रभाव टाकतात आणि परस्परपरित्या सामाजिक घटक आर्थिक निर्णय आणि परिणामांवर कसा परिणाम करतात.

७) धोरणे आणि संस्थांचा प्रभाव :

आर्थिक इतिहास आर्थिक परिणामांना आकार देण्यासाठी सरकारी धोरणे, संस्था आणि नियमांच्या भूमिकेचे मूल्यांकन करतो. हे वित्तीय धोरणे, चलन प्रणाली, व्यापार धोरणे, आर्थिक वृद्धी, स्थिरता आणि समाजातील संपत्तीचे वितरण यावरील कायदेशीर चौकटींच्या प्रभावाचा अभ्यास करते.

८) दीर्घकालीन दृष्टीकोन आणि ऐतिहासिक सातत्य :

आर्थिक इतिहास दीर्घकालीन दृष्टीकोन स्वीकारतो, विस्तारित कालावधीत आर्थिक घडामोडींचे परीक्षण करतो. भूतकाळातील आर्थिक संरचना आणि घटनांचा समकालीन आर्थिक परिस्थितींवर कसा प्रभाव पडतो हे समजून, आर्थिक नमुन्यांमधील सातत्य आणि व्यत्यय ओळखतो.

९) पर्यावरण आणि संसाधन दृष्टीकोन :

आधुनिक काळात आर्थिक इतिहासाने पर्यावरण आणि संसाधनांच्या विचारांवर अधिकाधिक लक्ष केंद्रित केले आहे. इतिहासकार आर्थिक क्रियाकलाप आणि पर्यावरणीय बदलांमधील संबंध शोधतात. समाज नैसर्गिक संसाधनांशी कसा संवाद साधतात आणि आर्थिक स्थिरतेवर परिणाम करतात याचे विश्लेषण करतात.

१०) समकालीन वादविवादांशी सुसंगतता :

आर्थिक इतिहास आधुनिक आर्थिक आव्हानांबाबत ऐतिहासिक अंतर्दृष्टी देऊन समकालीन वादविवादांमध्ये योगदान देतो. हे उत्पन्न असमानता, जागतिकीकरण, तांत्रिक अडथळे आणि धोरण-निर्धारण याबाबत माहिती देते, ऐतिहासिक संदर्भांमध्ये मूळ असलेले मौल्यवान दृष्टीकोन प्रदान करते.

☙१.३ मराठाकालीन सामाजिक-आर्थिक इतिहासाची साधने :

मराठाकालीन सामाजिक-आर्थिक इतिहास त्यांच्या सामाजिक आणि आर्थिक गतिशीलतेबद्दल माहिती देणाऱ्या विविध स्त्रोतांमधून आकारास आला आहे. महसूल अहवाल, प्रशासकीय दस्तऐवज आणि राज्य पत्रव्यवहार यासारख्या अधिकृत नोंदी त्यांच्या राजवटीत राजकोषीय धोरणे, जमीन महसूल प्रणाली आणि कृषी संरचनांची प्रचिती देतात. चिटणीस बखर आणि सभासद बखर सारख्या इतिहास साहित्यकृती, निवडक अभिजात दृष्टीकोनातून दरबारी जीवन, सामाजिक चालीरीती आणि राजकीय घटनांवरील कथा सादर करतात. याव्यतिरिक्त, शिलालेख, नाणी आणि पुरातत्त्वीय अवशेष व्यापार, वाणिज्य, शहरी विकास आणि सांस्कृतिक देवाणघेवाण यांचे नमुने शोधून काढतात, ज्यामुळे मराठा काळातील सामाजिक-आर्थिक परिस्थितीबाबतची आपली समज समृद्ध होते.

१.३.१ वाङ्मयीन साधने :

मराठ्यांच्या इतिहासाची माहिती पुरविणाऱ्या वाङ्मयीन साधनांमध्ये लिखित साहित्याचा समावेश होतो. ही साधने देशी भाषेत, फारसी भाषेत, संस्कृत भाषेत, हिंदी भाषेत, राजस्थानी भाषेमध्ये, कानडी भाषेमध्ये उपलब्ध आहेत, त्यापैकी देशीभाषेतील साधनांबद्दल माहिती पुढील प्रमाणे सांगता येईल :

अ) देशी भाषेतील साधने :

देशी भाषेतील साधनांबद्दल माहिती पुढील प्रमाणे सांगता येईल :

I) शिवकालीन देशीभाषेतील साधने :

शिवकालीन इतिहासाची माहिती जाणून घेण्याचा बखर हा एकमेव स्त्रोत आहे. तात्कालीन प्रमुख बखरींची माहिती पुढीलप्रमाणे सांगता येईल :

१) सभासद बखर :

कृष्णाजी अनंत सभासद हा या बखरीचा कर्ता होय. बखर वाङ्मयामध्ये सभासद बखर ही सर्वात जुनी मानली जाते. सभासदाने ही बखर इ.स. १६९७ मध्ये लिहिली. त्यावेळी तो राजाराम महाराजांच्या पदरी जिंजी येथे होता. छत्रपती शिवाजी महाराजांचा पराक्रम त्याने स्वत: पाहिला आणि ऐकला होता. छत्रपती राजाराम महाराजांच्या आज्ञेने त्याने ही बखर सभासदाने लिहिली आहे. या बखरीमध्ये छत्रपती शिवाजी महाराजांचा जन्म, त्यांचा पराक्रम, त्यांचा मृत्यू या सर्व घटना दिल्या आहेत. मात्र, यातील वर्णन फारच संक्षिप्त आहे. यामध्ये छत्रपती शिवाजी महाराजांची राज्यकारभार यंत्रणा, लष्करव्यवस्था, प्रदेश, गड, खजिना, सरदार याबाबतच्या विविध विषयांवर लिखाण केलेले आहे. ही बखर समकालीन असल्यामुळे त्यातील सत्यता अधिक आहे.

२) ९१ कलमी बखर :

'श्री शिवछत्रपतींची ९१ कलमी बखर' या नावाने ही प्रसिद्ध आहे. या बखरीमध्ये ९१ कलमे आहेत. त्यात मालोजीराजे भोसले ते शिवाजी महाराज यांच्यापर्यंतचा इतिहास सांगितला आहे. ही बखर दत्ताजी त्रिंबक वाकेनवीस याने १६८६ ते १७०७ च्या दरम्यान लिहिली असावी. वि. स. वाकसकर यांनी ती प्रकाशित केली.

३) चिटणीस बखर :

मल्हार रामराव चिटणीस याने ही सप्त प्रकरणात्मक बखर लिहिली. सात प्रकरणांची ही बखर इ. स. १८११ मध्ये लिहिली. मल्हार रामराव हा खंडो बल्लाळचा पणतू होता. मल्हार रामरावाने ही बखर आख्यायिका, ऐकीव माहिती, सातारच्या दफ्तरखान्यातील माहिती याआधारे लिहिली आहे. तसेच ही बखर लिहिताना वडिलोपार्जित कारकीर्द, दिनचर्या, शिवाजी महाराजांनी पाठविलेली कागदपत्रे यांचा उपयोग मल्हार रामरावाने केला, असे भाष्य इतिहासाचार्य राजवाडे करतात. ग्रँट डफच्या ग्रंथात न सापडणाऱ्या अनेक गोष्टी रामरावाच्या चरित्रात आहेत.

४) चित्रगुप्ताची बखर :

रघुनाथ यादव चित्रगुप्त (चित्रे) हा या बखरीचा कर्ता आहे. ही बखर सभासद बखरीवरच आधारित आहे. त्याने बखरींमध्ये अधूनमधून कविता घुसडल्या आहेत. हा देखील बाळाजी आवजी चिटणीस यांच्या घराण्यातला होता. शिवाजी महाराजांची आणि त्यांच्या काळातील कर्त्या पुरुषांची ऐकलेली बरीच माहिती त्याला होती. सभासद बखरीमध्ये नसणारी आडनावे चित्रगुप्त देतो. चित्रगुप्ताची ही बखर इ.स. १७६५ मध्ये लिहिली गेली आहे.

५) दलपतरायाची बखर :

दलपतराय हा शिवाजी महाराजांच्या विरोधी पक्षात होता. त्याने ही बखर लिहिली असल्यामुळे या बखरीला खूप महत्त्व आहे. शिवकाळाचा अभ्यास करताना विरोधी मंडळीमध्ये शिवाजी महाराजांबद्दल काय मत होते याचा अंदाज घेण्यासाठी या बखरीचा खूप उपयोग होतो. दलपतरायाच्या बखरीमधील तारखा महत्त्वाच्या आहेत.

६) शिव दिग्विजय बखर :

ही बखर इ.स. १८१८ साली लिहिली आहे. हिचा कर्ता कोण आहे हे माहीत नाही. दांडेकर आणि नंदुरबारकर या इतिहास संशोधकांनी तिचे संपादन करून इ.स. १८९५ साली ती प्रसिद्ध केली. या बखरींमध्ये शिवाजी महाराजांच्या कारकिर्दीतील अनेक घटना, शिवाजी महाराजांचे पराक्रम याबद्दल वर्णन आहे. ही बखर लिहिताना आपण दाखले, पत्रे, बारनिशी, जुने ग्रंथ यांचा आधार घेतला आहे असे बखरकार नमूद करतो. या बखरीमध्ये राजाराम महाराजांना राजपद मिळावे यासाठी राणी सोयराबाईने काय-काय केले याचे सविस्तर वर्णन आहे.

७) मराठी साम्राज्याची छोटी बखर :

इ.स. १८१७ च्या दरम्यान ही बखर लिहिली गेली असावी व ही बखर 'काव्येतिहाससंग्रह' या मासिकात इतिहासकार बाळाजी जनार्दन मोडक यांनी छापली. या बखरीमध्ये ठिकाणे, वेळ, व्यक्ती याबाबतची बरीच

चुकीची माहिती आहे. मात्र, या बखरींमध्ये शिवचरित्रामधील काही नव्या बाबी समोर येत असल्याने ही बखर महत्त्वाची आहे.

८) चिटणीसकृत संभाजी महाराजांची बखर व राजाराम महाराजांची बखर :

मल्हार रामराव चिटणीस यानेच या दोन बखरी लिहिलेल्या आहेत. छत्रपती संभाजी आणि छत्रपती राजाराम यांच्या चरित्राचा अभ्यास करण्यासाठी या बखरी फारच उपयुक्त आहेत कारण बखरकार संभाजी महाराजांबद्दल विरोधी वक्तव्य करतो, तर छत्रपती राजारामाविषयी प्रशंसोद्‌गार काढतो. त्याच्या बखरीमधून शिवशाहीतील अनेक सरदार घराणी, त्यांचे पराक्रमी पुरुष व घटना याबाबत माहिती मिळते. मराठ्यांच्या स्वातंत्र्य युद्धाचा आढावाही या बखरीत आहे. तसेच छत्रपती संभाजी महाराजांच्या जीवनातील अनेक विवादास्पद घटना यात आहेत. शिवशाहीवर प्रकाश टाकणाऱ्या या काही महत्त्वाच्या बखरी आहेत. त्यात अनेक ठिकाणी दोष आहेत. जोपर्यंत अस्सल कागदपत्रे मिळत नाहीत तोपर्यंत आपणास या बखरींवरच अवलंबून राहावे लागते. शिवकाळामधील इतिहासातील त्रुटी, मोकळ्या जागा याबाबतची माहिती बखरींमुळे आपणास मिळू शकते.

II) पेशवेकालीन देशी भाषेतील साधने :

पेशवाईच्या इतिहासासाठी लागणारी अनेक लिखित साधने, अस्सल कागदपत्रे आज उपलब्ध आहेत.

१) पेशवे दफ्तर :

पेशवाईचा इतिहास सांगणारी असंख्य कागदपत्रे पेशवे दफ्तरामध्ये उपलब्ध आहेत. त्यामध्ये आपणास उत्तर पेशवाईचा समग्र इतिहास पाहावयास मिळतो. रियासतकार सरदेसाई यांनी ४५ खंडामधून, पेशवे दफ्तरामधून महत्त्वपूर्ण कागदपत्रे प्रसिद्ध केली आहेत. मराठीतील कागदपत्रे मोडी लिपीत आहेत. मराठीचे २९,५०० रुमाल आहेत. पेशवे दफ्तरात रोजकीर्द यासाठी प्रसिद्ध आहे. प्रांत व प्रशासकीय विभागांच्या महसुलांचे अंदाज त्यात आहेत.

२) राजवाडे संकलीत २२ खंड :

इतिहासाचार्य वि. का. राजवाडे यांनी पेशवेकालीन कागदपत्रे संकलीत करून २२ खंड प्रकाशित केले.

३) पेशव्यांच्या रोजनिशा :

पेशवेकाळात दैनंदिन घटना लिहून ठेवण्याची पद्धत होती. रावबहादूर गणेश, चिमणाजी वाड यांनी पेशवे रोजनिशीमधील महत्त्वपूर्ण माहिती जमा केली आहे. ही पेशवे कालखंडातील माहिती बरीचशी उपयुक्त आहे.

४) शाहूची रोजनिशी :

रावबहादूर गणेश, चिमणाजी वाड यांनीच शाहूची रोजनिशी संपादित करून प्रकाशित केली. त्यातून शाहूच्या कारकिर्दीबद्दल बरीचशी माहिती मिळते.

शाहू दफ्तर, पेशवे दफ्तर, आंग्रे दफ्तर, सातार महाराजांचे जमाव दफ्तर, कर्नाटक दफ्तर, सोलापूर दफ्तर अशी कागदपत्रे पुण्याच्या शासकीय अभिलेखागारात आहेत. शाहू महाराज दफ्तरात इ. स. १७४९ पर्यंतची कागदपत्रे आहेत. इ. स. १८६५ च्या अखेर पर्यंतची मराठी कागदपत्रे सातारा महाराजांच्या दफ्तरात आहेत. शाहू म हाराजांच्या दफ्तरामध्ये दैनंदिन हिशोबाचे ग्रामीण भागांचे वृत्तांत, देणग्या, वतन, इनाम, दानधर्म याबाबतच्या नोंदी, सेनाधिकाऱ्यांचे अहवाल, पत्र व्यवहार, घरगुती कागदपत्रे, सनदा, पत्रांच्या नकला, इत्यादी कागदपत्रे आहेत. भारत इतिहास संशोधक मंडळाच्या दफ्तरखान्यात कागदपत्रांखेरीज पोथ्या, शिलालेख, ताम्रपट, नाणी, भुर्जपत्रे, दुर्मिळ ग्रंथ, इत्यादी साधने आहेत. तसेच येथील कागदपत्रामध्ये सामाजिक, राजकीय, आर्थिक, प्रशासकीय, धार्मिक व इतर कागदपत्रेसुद्धा आहेत.

मराठ्यांच्या इतिहासाबद्दल माहिती देण्यासाठी वरीलप्रमाणे देशी भाषेतील कागदपत्रे उपलब्ध आहेत.

ब) फारसी भाषेतील साधने :

मोगल इतिहासकारांनी फारसी साधनामध्ये लिहून ठेवलेल्या इतिहासात बादशहाची चरित्रे, मोगल सरदारांची पत्रे, दरबाराची बातमीपत्रे अशी फारसी साधने उपलब्ध आहेत. ती खालीलप्रमाणे :

१) मासिरे–आलमगिरी :

साकी मुस्तैदखान याने हा ग्रंथ लिहिला. तो औरंगजेब बादशहाच्या दरबारी अधिकारी होता. १७०९ साली म्हणजे औरंगजेबाच्या मृत्यूनंतर दोन वर्षांनी औरंगजेबाचा हा चरित्र ग्रंथ लिहिला. साकी मुस्तैदखान हा औरंगजेबाच्या खास तैनातीमधील अधिकारी असल्याने मोगल–मराठा संघर्षामधील अनेक महत्त्वपूर्ण घटना त्याने आपल्या डोळ्याने पाहिल्या होत्या. तसेच बादशहाच्या मातब्बर आणि विश्वासू अधिकाऱ्यांकडून मिळालेल्या सर्व हकीगती त्याने या ग्रंथात लिहिल्या आहेत. बादशहाचे राज्यारोहन व दरम्यानच्या काळामधील सर्व घटना आणि घडामोडी त्याने दिल्या आहेत. त्यातील तारखा अचूक आहेत. रॉयल एशियाटीक सोसायटी ऑफ बेंगॉल या संस्थेने इ. स. १८७१ मध्ये हा ग्रंथ प्रसिद्ध केला. जदुनाथ सरकार यांनी या ग्रंथाचे इंग्रजीमध्ये भाषांतर केले. सेतू माधव पगडी यांनी हा ग्रंथ मराठीत अनुवादीत केला. ग्रंथकर्त्याने औरंगजेबाचे पराक्रम विस्ताराने सांगितले आहेत. मात्र त्यांच्या नामुष्कीचे प्रसंग सांगताना त्याची तारांबळ उडते असे श्री. पगडी म्हणतात.

२) तारीखे–खाफीखान :

'मुन्तखवुललुबादए महंमदशाही' असे या ग्रंथाचे मूळ नाव आहे. 'तारीखे–खाफीखान' असेही त्याला नाव आहे. महंमद हाशिम खाफीखान याने इ.स. १७३४ मध्ये हा ग्रंथ लिहून पूर्ण केला. त्यामध्ये औरंगजेब बादशहा ते इ.स. १७३४ पर्यंतचा इतिहास आहे. औरंगजेबाच्या दक्षिण मोहिमेच्या वेळी तो हजर होता. मोगलांची दुर्दशा त्याने प्रकट केली आहे. छत्रपती शिवाजी महाराजांच्या हालचाली, संभाजी महाराजांचा स्वभाव, कर्तृत्व, धनाजी संताजीचा पराक्रम, राजाराम आणि ताराबाई यांची कामगिरी, इत्यादी गोष्टींवर या ग्रंथात प्रकाश टाकला आहे. मराठे आणि मोगल यांच्यातील अनेक लढायांचे वर्णन त्याने केलेले आहे.

३) तारीखे–दिलकुशा :

औरंगजेबाच्या पदरी असणाऱ्या भिमसेन सक्सेना यांनी हे आत्मचरित्र लिहिले आहे. दक्षिण मोहिमेच्या वेळी तोही औरंगजेबाबरोबर होता. मराठ्यांबरोबरचे अनेक समर प्रसंग त्याने पाहिले होते. पन्हाळ्याच्या वेढ्याच्या वेळी तो हजर होता. इ.स. १६५६ ते इ.स. १७०९ पर्यंतचा इतिहास या ग्रंथात आहे. या ग्रंथातून आपणास छत्रपती शिवाजी महाराज, संभाजी महाराज, राजाराम, महाराणी ताराबाई यांनी औरंगजेब बादशहाशी केलेल्या संघर्षाची प्रथम दर्जाची माहिती मिळते. संभाजीच्या वधानंतर मराठ्यांनी बादशाही फौजेची केलेली दाणादाण त्याने प्रामाणिकपणे वर्णन केली आहे.

४) फुताहाते–आलमगिरी :

औरंगजेब बादशहाच्या मुख्य न्यायाधिशाचा कारकून ईश्वरदास नागर याने हा ग्रंथ लिहिला आहे. ईश्वरदासाला इ.स. १६८० पर्यंत बादशहाच्या छावणीत वास्तव्य करावे लागले. त्याने हा ग्रंथ इ.स. १७१० ते १७२० या दरम्यान लिहिला. श्री. पगडी यांनी तो 'मोगल–मराठा संघर्ष' या नावाने मराठीत अनुवादीत केला. शाहीस्तेखानाची मोहीम (१६६०) ते सातारच्या वेढ्यापर्यंतची (१७००) हकीकत या ग्रंथात आहे. ईश्वरदासाच्या या ग्रंथातून आपणास छत्रपती संभाजी, कविकलश, दुर्गादास,अकबर, राजाराम, संताजी, बादशाही सरदार यांच्याबद्दल माहिती मिळते. संभाजीराजे औरंगजेबापुढे जराही झुकले नाहीत. उलट डोळे काढल्यानंतर त्यांनी अन्नत्याग केला. संभाजीच्या शेवटच्या दिवसांची हकीकत ईश्वरदासाने व्यवस्थित दिली आहे.

५) खुतूते–शिवाजी :

म्हणजेच, शिवाजी महाराजांची पत्रे. शिवाजी महाराजांबरोबरच औरंगजेब, अकबर, जुल्फीकारखान, जयसिंह, शाहू यांचीही पत्रे यात आहेत. शिवाजी महाराजांनी जिजीयाच्या निषेधार्थ लिहिलेल्या पत्रांचाही त्यात समावेश आहे.

६) हफ्त अंजुमन :

हा मिर्झाराजे जयसिंग याच्या पत्रांचा संग्रह आहे. शिवाजी महाराजांचा पाडाव करण्यासाठी दक्षिणेत आलेल्या जयसिंगने वेळोवेळी बादशहाला पत्रे पाठविली आहेत. ती या संग्रहामध्ये आहेत. त्याचा चिटणीस उदयराज याने या पत्रांचा संग्रह करून ठेवला. जयसिंगच्या दक्षिणेतील मोहिमा, त्याचे डावपेच यावर या पत्रातून प्रकाश पडतो.

७) लुत्फुल्लाखानाची पत्रे :

लुत्फुल्लाखान हाही मोगली सरदार होता. संताजी आणि धनाजी यांच्याशी त्याच्या अनेक लढाया झाल्या. त्याच्या पत्रातून आपणास या लढायांचा वृत्तांत समजतो. लुत्फुल्लाखानाची ४० पत्रे श्री. पगडी यांनी अनुवादीत करून मोगल–मराठा संघर्ष या पुस्तकात दिली आहे.

८) मातब्बरखानाची पत्रे :

मातब्बरखान हा मोगली सेनानी नाशिकचा ठाणेदार होता. मोगल सेनाधिकारी आणि बादशहा यांना त्याने लिहिलेली काही पत्रे यात उपलब्ध आहेत. जेठमल याने ही पत्रे एकत्रित करून 'कारनामा' ग्रंथ लिहिला. या पत्रामधून संभाजी आणि राजाराम महाराज यांच्या काळातील मोगल–मराठा संघर्षाची माहिती मिळते.

९) बुसातीन–उस–सलातीन :

मुहंमद इब्राहीम अझ्झुबैरी याने १८२४ च्या सुमारास हा ग्रंथ लिहिला. त्यात विजापूरच्या आदिलशाहीचा इतिहास आहे. शिवाजी महाराजांच्या हालचाली, पराक्रम, राजकारण, आदिलशाहीशी त्यांचे संबंध यांचा अभ्यास करण्यासाठी हा ग्रंथ उपयुक्त आहे.

१०) अखबारात :

मोगली बादशहाच्या दरबारात सरकारी अधिकाऱ्यांनी ज्या–ज्या घडामोडी घडत, त्या लिहून ठेवत. त्याबरोबरच मोठ्या सरदारांच्या हस्तकाकडून दरबारातील वार्ता, तारीखवार धन्याला कळविल्या जात. अशा वार्तापत्रांनाच अखबारात असे म्हणतात. मोगलाचे दक्षिणेतील संघर्ष, राजकीय–लष्करी हालचाली, मुलकी व्यवस्था, मोगलांचे जय–पराजय, ठाणेदार, किल्लेदार यांच्या हालचाली, त्यांची नावे अशा नोंदी त्यात आहेत. मराठ्यांचा तारीखवार इतिहास लिहिण्यासाठी अखबारात फारच उपयुक्त आहे.

११) तारीखे–इरादतखान :

हा ग्रंथ मीर मुबारक उल्ला इरादतखान याने लिहिला. बादशहा शहाआलम ते बादशहा फरूखसियरपर्यंतची माहिती या ग्रंथात आहे.

१२) मिराते–अहमदी :

हा ग्रंथ अली मुहंमदखान याने लिहिला. त्याने इ. स. १७४८ मध्ये हा ग्रंथ लिहून पूर्ण केला. मुहंमदखान हा गुजरात प्रांताचा दिवाण होता. गुजरात मध्ये मराठ्यांनी केलेल्या स्वाऱ्यांचा सर्व वृत्तांत त्याने आपल्या ग्रंथात लिहून ठेवला आहे.

१३) सियार–उल्–मुतख्खरीन :

सय्यद गुलाम हुसेन याने इ.स. १७८२ च्या सुमारास हा ग्रंथ लिहिला. मराठा राज्यात ताराबाई आणि छत्रपती शाहू यांच्यामधील संघर्ष त्याने वर्णन केला आहे. तसेच निजाम–मराठा संबंधावरही प्रकाश टाकला आहे.

अशा प्रकारे शिवशाही आणि शिवकाळानंतरचा इतिहास याबाबतची अनेक साधने वेगवेगळ्या भाषांमध्ये आहेत. शिवकाळाच्या संदर्भात जेवढी फारशी साधने आहेत त्यापेक्षा तुलनेने कमी साधने पेशवेकाळाची आहेत. या काळात शास्त्रशुद्ध इतिहास लिहिण्याची कला मोठ्या प्रमाणावर अवगत नव्हती. अपूर्व पराक्रम गाजवणाऱ्या मराठ्यांना तारीखवार इतिहास लिहावा, तो जतन करावा हे जमले नाही. त्यामुळे त्यांचा फार मोठा पराक्रम अजुनही अज्ञातच असण्याची शक्यता आहे.

क) संस्कृत भाषेतील साधने :

संस्कृत भाषेमध्ये त्या काळात वाङ्मयीन लेखन झाले. त्यातून देखील मराठ्यांच्या इतिहासाची माहिती प्राप्त होते. पुढील मुद्यांच्या आधारे त्याचा आढावा घेता येईल :

१) राधामाधवविलास चंपू :

जयराम पंडित (पिंड्ये) याने इ.स. १६५३-५४ च्या सुमारास शहाजीराजांच्या दरबारी बंगळूर मुक्कामी 'राधाम ाधवविलास चंपू' हा काव्यग्रंथ लिहिला. हा ग्रंथ संस्कृत भाषेमध्ये आहे. या ग्रंथात शहाजीराजे हा प्रमुख विषय आहे. त्यात शहाजीराजाचे चरित्र आणि पराक्रम यांचे वर्णन केलेले आहे. दक्षिणेतील शाह्या आणि त्यांच्या हालचाली व राजकारण यावर हा ग्रंथ प्रकाश टाकतो. इतिहासाचार्य वि. का. राजवाडे यांनी या ग्रंथाची पोथी शोधून काढून इ.स. १९२२ मध्ये तिला विद्ववत्तापूर्ण प्रस्तावना देऊन प्रसिद्ध केली.

२) कवि परमानंदाचे शिवभारत :

कवि परमानंद याने 'शिवभारत' हा ग्रंथ संस्कृत भाषेत लिहिला. या ग्रंथाचे एकूण ३२ अध्याय आहेत. ग्रंथाची सुरुवात मालोजी, शहाजीराजे ते शिवाजी महाराजांच्या दक्षिण कोकण विजयापर्यंत आहे. हा सर्व इतिहास काव्यरुपात आहे. शिवाजी महाराजांनी शृंगारपूरचे राज्य घेईपर्यंतचा इतिहास त्यात आहे. त्यानंतरचा शिवशाहीचा इतिहास अपूर्ण आहे. हा ग्रंथ १९२७ साली स.म. दिवेकर यांनी संपादित केला.

३) अनुपुराण :

कवि परमानंद यानेच 'अनुपुराण' हा काव्यग्रंथ लिहिला. हा ग्रंथ १९५२ साली बडोदा ओरिएन्ट्ल इन्स्टिट्यूटने प्रसिद्ध केला. शेजवलकराच्या मते, शिवभारत व अनुपुराण यांची भाषाशैली भिन्न असल्यामुळे अनुपुराण हे काव्य परमानंदाने लिहिले नसून त्याचा मुलगा देवदत्त आणि त्याच्यानंतर गोविंद या नातवाने रचले आहे. शहाजीराजांपासून संभाजी महाराजांपर्यंतचा भोसले कुळाचा काव्यमय इतिहास या ग्रंथामध्ये आहे. हा ग्रंथ संभाजी महाराज व शिवाजी महाराज यांच्यातील संबंध अभ्यासण्यासाठी उपयुक्त आहे.

४) पर्णालपर्वत ग्रहणाख्यान :

'पर्णालपर्वत' म्हणजे 'पन्हाळगड'. जयराम पंडित याने हा काव्यग्रंथ लिहिला. छत्रपती शिवाजी महाराजांनी मार्च १६७३ मध्ये पन्हाळगड दुसऱ्यांदा काबीज केला हाच या काव्यग्रंथाचा विषय आहे. प्रतापराव गुजर याने उम्रानीजवळ बहलोलखानाशी केलेल्या लढाईपर्यंतची माहिती जयरामाने यात दिली आहे. स. म. दिवेकर यांच्या मते, हा ग्रंथ १६७४ च्या आसपास लिहिला असावा. शिवचरित्राचा अभ्यास करण्यासाठी हा ग्रंथ अत्यंत उपयुक्त आहे.

५) शिवराज्याभिषेक कल्पतरू :

हा संस्कृत काव्यग्रंथ आहे. त्यात २३४ श्लोक आहेत. अनिरूद्ध सरस्वती याने हा ग्रंथ लिहिला. निश्चलपुरी आणि गोविंद यांच्यातील संवाद त्यात आहेत. शिवाजी महाराजांचा दुसरा राज्याभिषेक हा या ग्रंथाचा मुख्य विषय आहे. या ग्रंथात गागाभट्टाने केलेला पहिला वेदोक्त राज्याभिषेक कसा चुकीचा होता आणि निश्चलपुरीने केलेला राज्याभिषेक कसा योग्य होता हे सांगितले आहे.

६) राज्य व्यवहारकोश :

धुंडीराज लक्ष्मण व्यास या पंडिताने रघुनाथ हणमंते याच्या देखरेखीखाली हा ग्रंथ लिहिला. शिवाजी महाराजांच्या आज्ञेने त्यांनी फारसी भाषेचे मराठीवर झालेले आक्रमण दूर करण्यासाठी या कोशाची निर्मिती केली.

७) राजारामचरितम् :

केशव पंडिताने इ.स. १६९० च्या सुमारास या काव्यग्रंथाची रचना केली. वा. सी. बेंद्रे यांनी तंजावरच्या ग्रंथालयात हा ग्रंथ शोधून काढला. छत्रपती संभाजी महाराजांच्या वधानंतर उद्‌भवलेली परिस्थिती, त्याबरोबरच राजाराम महाराजाचा जिंजीचा प्रवास या ग्रंथामध्ये वर्णन केला आहे. कदाचित केशव पंडित स्वत: राजाराम महाराजांबरोबर जिंजीच्या प्रवासात असावा. ऐतिहासिकदृष्ट्या महत्त्वपूर्ण साधन म्हणून 'राजाराम चरितम्' या ग्रंथाला महत्त्व आहे.

८) संस्कृत साधनांचे महत्त्व :

अनेक कारणांमुळे मराठ्यांचा इतिहास समजून घेण्यासाठी संस्कृत साधनांना खूप महत्त्व आहे:

i) साहित्यिक वारसा :

संस्कृत ग्रंथांमध्ये एक समृद्ध साहित्यिक वारसा समाविष्ट आहे ज्यामध्ये मौल्यवान ऐतिहासिक माहिती आहे. महाकाव्ये, इतिहास आणि कवितांमध्ये अनेकदा घटना, राज्यकर्ते आणि सामाजिक पैलूंचे संदर्भ असतात, जे मराठा इतिहास आणि संस्कृतीबद्दल माहिती देतात.

ii) राजवंशाच्या नोंदी :

संस्कृत शिलालेख आणि शाही नोंदी मराठा शासक, त्यांची राजवट, प्रशासकीय धोरणे आणि वंशावळी याबद्दल तपशील देतात. हे शिलालेख अनेकदा राजकीय घडामोडी आणि राज्यकर्त्यांच्या कामगिरीबद्दल अचूक माहिती देतात.

iii) न्यायालयीन इतिहास आणि ग्रंथ :

न्यायालयीन इतिहास, चरित्रे आणि संस्कृतमधील ऐतिहासिक ग्रंथ हे मराठा शासक किंवा न्यायालयांशी संबंधित विद्वानांनी कार्यान्वित केले होते. हे मजकूर राजकीय घटना, न्यायालयीन कारस्थान, लढाया आणि प्रशासकीय पद्धतींचा लेखाजोखा देतात.

iv) धार्मिक आणि तात्विक ग्रंथ :

संस्कृत स्त्रोत मराठा समाजाच्या सामाजिक–सांस्कृतिक आणि धार्मिक वातावरणावर प्रकाश टाकून धार्मिक व तात्विक पैलूंचा शोध घेतात. धार्मिक प्रथा आणि तत्त्वज्ञान समजून घेतल्याने व्यापक सामाजिक गतिशीलता समजण्यास मदत होते.

v) कायदेशीर आणि प्रशासकीय कागदपत्रे :

जमीन अनुदान आणि कायदेशीर करारांसारख्या कायदेशीर आणि प्रशासकीय दस्तऐवजांमध्ये संस्कृतचा वापर केला गेला. हे दस्तऐवज मराठ्यांच्या राजवटीत जमिनीच्या कार्यप्रणाली, प्रशासकीय संरचना आणि सामाजिक–आर्थिक परिस्थितीबाबत माहिती देतात.

vi) सांस्कृतिक पद्धती आणि परंपरा :

संस्कृत साहित्यात मराठ्यांमध्ये प्रचलित असलेल्या सांस्कृतिक प्रथा, विधी आणि परंपरा यांचे संदर्भ आहेत. हे त्या काळातील सामाजिक नियम, परंपरा आणि सांस्कृतिक देवाणघेवाण समजून घेण्यास मदत करते.

vii)बौद्धिक आणि कलात्मक योगदान :

संस्कृत स्त्रोत साहित्य, कविता, संगीत आणि कला यासारख्या क्षेत्रातील योगदानासह बौद्धिक शोधांचे दस्तऐवजीकरण करतात. हे योगदान समजून घेतल्याने राजकीय इतिहासाच्या पलीकडे मराठा समाजाचा समग्र दृष्टिकोन दिसून येतो.

viii) सर्वसमावेशक ऐतिहासिक कथा :

सांस्कृतिक, राजकीय आणि सामाजिक-आर्थिक पैलूंचा समावेश करून संस्कृत स्त्रोत इतर ऐतिहासिक स्त्रोतांना पूरक आहेत, ज्यामुळे मराठ्यांच्या अधिक व्यापक आणि सूक्ष्म ऐतिहासिक कथनाची निर्मिती करता येते.

ड) अन्य भाषेतील साधने :

मराठ्यांच्या इतिहासावर प्रकाश टाकणाऱ्या अन्य भाषेतील साधनांत पुढील घटकांचा सामावेश होतो.

१) हिंदी साधने :

'शिवराज भूषण' हा कवि भूषणचा हिंदी काव्यसंग्रह महत्त्वाचा आहे. छत्रपती शिवाजी महाराजांचा पराक्रम, औरंगजेबाचे धार्मिक अत्याचार, हिंदू धर्म आणि संस्कृती यांच्या रक्षणासाठी शिवाजी महाराजांनी केलेले प्रयत्न असे विषय त्यात आहेत. कवि भूषण उत्तर प्रदेशात राहत होता. शिवरायाच्या कीर्तीने मोहीत होऊन तो त्यांच्या दरबारी आला असे मत सरदेसाई यांनी मांडले आहे. शिवरायाच्या पराक्रमाची गाथा सांगणारे ५२ छंद या ग्रंथात आहेत.

२) राजस्थानी साधने :

अनेक रजपूत सरदार औरंगजेबाच्या दरबारी होते. त्या सरदारांचे वकिल, बातमीदार आपल्या धन्यास दरबारामध्ये घडलेली सर्व माहिती, प्रत्येक घटना लिहून कळवीत असत. मराठ्यांचा इतिहास लिहिण्यासाठी ही राजस्थानी पत्रे अतिशय उपयुक्त आहेत. राजस्थानी डिंगल भाषेमध्ये ही पत्रे आहेत.

३) कानडी साधने :

मराठा इतिहास लिहिण्याच्या दृष्टीने कानडी साधने मोलाची भर घालतात. या साधनांमध्ये गोविंद वैद्य यांचे 'कंठिरवनरसराजविजयम्', चिकदेव या राजाचे 'बिन्नपी' आणि लिंगण्णा या कविचे 'केळदिनृपविजयम्', इत्यादी यांचा समावेश होतो. संभाजीचे चरित्र अभ्यासण्यासाठी बिन्नपी या काव्यग्रंथाचा उपयोग होतो. इ.स. १७७० च्या सुमारास 'केळदिनृपविजयम्' हा ग्रंथ लिहिला. बेदनूरच्या (केळदिच्या) राजांची चरित्रे त्यात आहेत. त्याच्या अनुषंगानेच शिवाजी महाराज, संभाजी, राजाराम यांच्या चरित्रावर प्रकाश टाकणारी माहिती मिळते.

१.३.२ परकीय साधने :

मराठ्यांच्या इतिहासाची माहिती जाणून घेण्यासाठी परकीय स्त्रोत-साधनांचा देखील आधार घ्यावा लागतो. तात्कालीन भारतात जे परकीय प्रवासी व राज्यकर्ते आले होते, त्यांनी देखील मराठ्यांच्या इतिहासाबाबत भाष्य केले आहे. त्यामुळे या परकीय साधनांची माहिती जाणून घेणे आवश्यक आहे.

अ) परकीय भाषेतील साधने :

मराठ्यांचा इतिहास समजून घेण्यासाठी ज्याप्रमाणे देशी भाषेतील साधने उपलब्ध आहेत, त्याचप्रमाणे परकीय भाषेतील साधनेदेखील उपलब्ध आहेत. या परकीय भाषातील साधनांमध्ये इंग्रजी, पोर्तुगीज, फ्रेंच आणि डच भाषेतील साधनांचा अंतर्भाव होतो. यांचा थोडक्यात परामर्श पुढीलप्रमाणे घेता येईल :

१) इंग्रजी साधने :

ईस्ट इंडिया कंपनीने हिंदुस्थानात वखारी स्थापन केल्या. मुंबई, सुरत, राजापूर, धरणगाव, कलकत्ता, मद्रास, कारवार या ठिकाणी त्या वखारी होत्या. ज्या-ज्या भागात इंग्रजांच्या वखारी होत्या त्या-त्या भागात घडणाऱ्या सर्व राजकीय आणि व्यापारी घडामोडी आपल्या प्रमुख वखारीला लिहून कळविल्या जात. भारतामधील ब्रिटिशांची ही प्रमुख वखार भारतामधील सर्व वृत्तांत इंग्लंडमधल्या आपल्या डायरेक्टरांना लिहून कळवीत असे. हे वृत्तांत आजही उपलब्ध आहेत. या वृत्तांतांमधून आपणास मराठ्यांचे राजकारण, मोहीमा, हालचाली, वखारींचे वृत्तांत, मंडळांच्या बैठकीचे ठराव पहावयास मिळतात. मराठ्यांचा तारीखवार इतिहास लिहिण्यासाठी त्याचा खुपच उपयोग होतो. ईस्ट इंडिया कंपनीची हजारो कागदपत्रे लंडन, मुंबई, मद्रास, कलकत्ता येथील सरकारी दफ्तरखान्यात मिळतात. 'English Records on Shivaji' या ग्रंथात शिवाजी महाराजांच्या संबंधित इंग्लीश कागदपत्रे छापली आहेत. त्याचा उपयोग शिवचरित्राचा अभ्यास करण्यासाठी होतो. शिवकाळातील मराठ्यांच्या कर्नाटकातील हालचाली समजून घ्यायला मद्रासच्या फॅक्टरी रेकॉर्डस्‌मधील कागदपत्रांचा उपयोग होतो. श्री. वा. सी. बेंद्रे यांनी लंडनच्या इंडिया ऑफिसमधील शेकडो कागदपत्रे नक्कल करून आणली आहेत. डॉ. सुरेंद्रनाथ सेन यांनी १९२७ साली 'Foreign Biographies of Shivaji' हा ग्रंथ संपादित केला आहे. या ग्रंथात त्यांनी फ्रेंच, पोर्तुगीज, इंग्रज अशा लेखकांचे महाराजांबद्दलचे लिखाण इंग्रजीत अनुवादीत करून प्रसिद्ध केले आहे. तसेच त्यांनी डच कागदपत्रे इंग्रजीत अनुवादीत करून या ग्रंथात प्रसिद्ध केली आहेत. इंग्रज व्यापाऱ्यांनी शिवाजी महाराजांशी केलेले करारनामे आणि वकिलांचे वृत्तांतही त्यात आहेत. हेन्री ऑक्झिडेन हा इंग्रजाचा वकील शिवाजी महाराजांच्या राज्याभिषेकाच्या वेळी रायगडावर हजर होता. त्याच्या लिखाणातून बरीच माहिती मिळते.

२) पोर्तुगीज साधने :

मराठ्यांच्या स्वराज्याला लागूनच पोर्तुगीजांच्या गोवा, साष्टी, बारदेश या ठिकाणी वखारी होत्या. साहजिक मराठ्यांच्या राजकारणाचे पडसाद त्यांच्या कागदपत्रांमध्ये उमटले आहेत. मराठ्यांच्या इतिहासाला उपयुक्त अशी शेकडो कागदपत्रे लिस्बन आणि एव्होरा या ठिकाणच्या दफ्तरखान्यात आहेत. हिंदुस्थानातील पोर्तुगीज व्हॉईसरॉयने आपल्या राजाला लिहिलेली पत्रे, मराठे आणि मोगल सरदारांना लिहिलेली पत्रे, मंडळांचे ठराव अशी साधने आहेत. डॉ. पिसुर्लेकर यांचा 'पोर्तुगीज-मराठा संबंध' हा ग्रंथ महत्त्वाचा आहे. क्रोस्मि-द-ग्वार्द याने शिवाजी महाराजांचे चरित्र लिहिले आहे. महाराष्ट्र राज्य साहित्य आणि संस्कृती मंडळ यांनी पोर्तुगीज कागदपत्रांचे मराठी अनुवाद, मराठ्यांच्या इतिहासाची साधने - पोर्तुगीज दफ्तर या नावाने दोन खंडात प्रकाशित केले आहे. त्यातून पोर्तुगीज-मराठा संबंध आणि मराठा इतिहासाचा अभ्यास करण्यास मदत होते.

३) फ्रेंच आणि डच साधने :

फ्रेंच वखारवाल्यांनी मायदेशी लिहिलेली पत्रे, हिंदी राजे व सेनानींना लिहिलेली पत्रे लंडन आणि पॅरिस येथील दफ्तरखान्यात आहेत. फ्रेंच गव्हर्नर मार्टिनची रोजनिशी शिवकाळाचा अभ्यास करण्यासाठी फार उपयुक्त आहे. मार्टिनची रोजनिशी मराठ्यांच्या कर्नाटकातील हालचाली समजून घेण्यासाठी उपयुक्त आहे. मराठ्यांच्या हालचाली, महाराजांची कर्नाटक मोहीम, राजारामाच्या काळात जिंजीचा वेढा याबाबत पहिल्या दर्जाची माहिती यात आहे. डॉ. हाताळकर यांचा 'Relations between the French and Marathas (1668-1815)' हा ग्रंथ महत्त्वाचा आहे.

मराठ्यांच्या इतिहासात उपयुक्त अशी डच साधने इतर साधनांच्या मानाने कमी आहेत. मराठे इतिहासाशी संलग्न असणारी डच साधने हेग, बटाव्हिया, लंडन या ठिकाणच्या दफ्तरात आहे. डॉ. बाळकृष्ण यांनी 'Shivaji the Great' हा ग्रंथ चार खंडात पूर्ण करण्यासाठी या डच रेकॉर्डस्चा आधार घेतला आहे. ॲमस्टरडॅम येथील वेस्ट इंडियन स्कॉलर्स हाऊसमध्ये डचांचा सर्व पत्रव्यवहार संकलीत केला आहे. मराठ्यांच्या हालचाली समजण्यास त्यांचा खूप उपयोग होतो.

ब) परकीय प्रवाशांचे प्रवास वृतान्त :

मराठेशाही कालखंडातील परकीय प्रवाशांचे प्रवासवृत्तांत पुढीलप्रमाणे :

१) जॉन फ्रायर :

इ.स. १६७२ ते १६८१ या काळात ईस्ट इंडिया कंपनीत सर्जन म्हणून काम करणाऱ्या जॉन फ्रायरने रायगड, मुंबई, कारवार, जुन्नर, कोकण, गोवा या ठिकाणांना भेटी दिल्या होत्या. शिवराज्याभिषेकाच्यावेळी तो रायगडावर हजर होता. 'Travels in India in the 17th Century' या वृत्तांतात त्यांनी प्रवासादरम्यानची माहिती दिली आहे. संभाजी महाराज आणि शिवाजी महाराज यांच्या चरित्राबाबत उपयुक्त माहिती या प्रवास वर्णनात आहे. मराठ्यांच्या हैद्राबाद मोहिमेचा वृत्तांत या प्रवास वर्णनात आहे. राज्याभिषेकाचे वर्णन त्याने वास्तववादी केले आहे.

२) निकोलस मनुची :

हा इटालियन प्रवासी होता. इ.स. १६५६ मध्ये वयाच्या १७ व्या वर्षी तो भारतात आला. तो कायमचाच येथे राहिला. इ.स. १७१७ साली त्याचा भारतातच मृत्यू झाला. भारतातील वास्तव्यादरम्यान त्याने हिंदुस्थानभर प्रवास केला. दाराशुकोह, शहा आलम, औरंगजेब, पोर्तुगीज, इंग्रज यांच्याकडे त्याने काम केले. प्रवासादरम्यान त्याने जे जे पाहिले, जे जे ऐकले, जे जे अनुभवले ते सर्व त्याने 'Storia Do Mogoir' (मोगलांचा इतिहास) यात लिहून ठेवले आहे. विल्यम आयर्विन याने त्याच्या या ग्रंथाचे इंग्रजी भाषांतर चार खंडात केले. महाराष्ट्र राज्य साहित्य व संस्कृती मंडळाने या ग्रंथाचे भाषांतर करून मराठी भाषेमध्ये 'असे होते मोगल' या नावाने प्रसिद्ध केले. मनुचीच्या या ग्रंथामध्ये मराठ्यांच्या इतिहासाबद्दल बरीचशी माहिती आहे. त्यात छत्रपती शिवाजी महाराज, छत्रपती संभाजी महाराज, छत्रपती राजाराम, महाराणी ताराबाई यांच्यासंबंधी बरीच माहिती आहे. तसेच औरंगजेबाच्या दक्षिण मोहिमेचा वृत्तांत अनेक ठिकाणी आहे.

३) ॲबे कॅरे :

ॲबे कॅरे हा फ्रेंच प्रवासी होता. इ.स. १६६८ च्या दरम्यान म्हणजेच शिवाजी महाराजांच्या काळात तो भारतात येऊन गेला. त्यावेळी त्याने चौल, दमण, राजापूर, सुरत या ठिकाणांना भेटी दिल्या. त्याने आपल्या प्रवास वर्णनामध्ये छत्रपती शिवाजी महाराज आणि संभाजी राजांविषयी माहिती दिली आहे.

४) विल्यम नॉरिस :

इंग्लंडच्या सम्राटाने इ.स. १७०० साली जुनी ईस्ट इंडिया कंपनी बरखास्त करून त्या जागी नवी कंपनी स्थापन करण्याचा निर्णय घेतला होता. त्याप्रमाणे, हिंदुस्थानमध्ये नव्या व्यापारी कंपनीला सवलती मिळाव्यात यासाठी इंग्लंडच्या राजाने विल्यम नॉरिस याला मोगल बादशहाकडे पाठविले होते. त्याप्रमाणे, इ.स. १७०१ च्या जानेवारी महिन्यात तो सुरत बंदरामध्ये आला. यावेळी मोगल बादशहा पन्हाळगडाला वेढा घालून बसला होता. विल्यम नॉरिस सुरत बंदरातून औरंगाबाद-शहागड-ब्रम्हगिरी-मिरज अशी वाटचाल करीत पन्हाळगड येथे आला. दरम्यानच्या काळातील सर्व वृत्तांत त्याने लिहून ठेवला होता. पन्हाळगडास त्याने बादशहाची भेट घेतली. त्यानंतर तो इंग्लंडला गेला. भारतातील प्रवासादरम्यान आलेले सर्व अनुभव त्याने आपल्या प्रवास वृत्तांतात लिहिले आहेत. त्यात त्याने मोगल बादशहाच्या छावण्या, संरक्षणव्यवस्था, सरदारांमधील मतभेद, भ्रष्टाचार, मराठ्यांचे

पराक्रम याबाबतची माहिती लिहून ठेवली आहे. पन्हाळगडचा वेढा त्याने प्रत्यक्ष पाहिला असल्यामुळे त्याची हकीकत महत्त्वाची आहे.

क) फॅक्टरी रेकॉर्ड :

या नोंदींमध्ये प्रशासनाचे अहवाल, निर्णय, प्रस्ताव, बैठकांचे इतिवृत्त, ईस्ट इंडिया कंपनीचे मध्यस्थ आणि कारखान्यांचे कामकाज व सल्लामसलत यांचा समावेश होता. ते प्रेसिडेन्सी रेकॉर्ड म्हणूनही ओळखले जातात आणि सुरत येथील कारखान्याने त्यांची देखभाल केली होती. व्यापार-उद्योगाच्या प्रक्रियेतील हे लोक भारतीय परिस्थिती, राज्यकर्ते, स्वतःचे कारखाने आणि कारवाया यांच्या नोंदी तयार करू लागले, जे ते नियमितपणे इंग्लंडला पाठवत असत. अशा प्रकारे इंग्लंडमध्ये तैनात असलेल्या सरकारला या नोंदी आवश्यक होत्या. सुरत येथे नियुक्त केलेले कर्णधार आणि अधिकारी नियमितपणे त्यांच्या प्रांतातील घडामोडी नोंदवत असत, ज्यामध्ये काहीवेळा शिवाजी महाराजांच्या कारवायांचाही समावेश होतो. हेरांना शिवाजी महाराजांच्या अधिराज्यात प्रवेश करण्यासाठी आणि त्यांच्या कारभाराची व हालचालींची माहिती मिळविण्यासाठी पैसे दिले गेले. घटना आणि तथ्ये अचूकपणे लिहिण्यासाठी या नोंदींमध्ये योग्यता आहे. जरी हे प्रेषण नियम, अटी, स्पष्टीकरण आणि भारतातील ब्रिटीश प्रेसिडेन्सीचे पत्र होते, तरीही ते भारतातील ब्रिटीश लोकांचे, त्यांच्या संपर्कांबद्दल, त्यांचे संबंध किंवा त्यांना भारतीय राज्यकर्त्यांकडून मिळालेल्या वागणुकीबद्दल मुक्त आणि स्पष्ट मत होते. अशाप्रकारे ते विश्वासार्ह आहेत आणि मराठा इतिहासासाठी स्त्रोत म्हणून वापरले जाऊ शकतात. ते मूळ हस्तलिखितांमध्ये कोणत्याही प्रक्षेपाशिवाय जतन केले जातात. ब्रिटिश नोंदींचा अभ्यास इतिहासकार एन.सी. केळकर आणि बी.व्ही. आपटे यांनी १९३१ मध्ये केला होता. या संपादित आवृत्तीमध्ये शिवाजी महाराजांच्या जीवनातील महत्त्वाचा टप्पा आणि संभाजी महाराजांच्या राज्याभिषेकाचा समावेश आहे. हे १६५९ ते १६८२ पर्यंतचा कालावधी समाविष्ट करते. पक्षकारांमध्ये त्यांच्या नियमित कामाचा भाग म्हणून कठोर विश्वासाने पत्रांची देवाणघेवाण होते.

ड) परकीय साधनांच्या उणीवा किंवा दोष :

मराठ्यांच्या इतिहासासंबंधी परकीय स्त्रोतांच्या साधनांच्या उणीवा किंवा दोष आहेत :

१) युरोपकेंद्री पूर्वाग्रह :

समीक्षकांचा असा युक्तिवाद आहे की परकीय साधने बहुधा युरोपकेंद्रित दृष्टीकोन सादर करतात. ते मराठा समाज आणि इतिहास याकडे युरोपियन हितसंबंध, प्राधान्यक्रम आणि पूर्वाग्रह या दृष्टीकोनातून पाहतात. यामुळे मराठा संस्कृती, शासन आणि समाजाची मर्यादित किंवा विस्कळीत समज निर्माण होते.

२) निवडक निरीक्षण :

युरोपियन प्रवासी, मुत्सद्दी आणि औपनिवेशिक अधिकार्यांचे विशिष्ट अजेंडे होते, जे त्यांच्या आवडीशी संबंधित असलेल्या पैलूंवर लक्ष केंद्रित करतात. या निवडक निरीक्षणामुळे मराठा समाजाचे अपूर्ण किंवा पक्षपाती चित्रण निर्माण झाले, त्यांच्या राजकीय, सामाजिक किंवा सांस्कृतिक जीवनातील महत्त्वाचे घटक वगळले गेले.

३) भाषा आणि सांस्कृतिक अडथळे :

युरोपियन निरीक्षकांना कदाचित भाषेच्या अडथळ्यांचा सामना करावा लागला असेल आणि त्यांना मराठी भाषा, चालीरीती आणि सांस्कृतिक बारकावे यांची व्यापक समज नसेल. यामुळे मराठा परंपरा आणि शासन रचनेचा चुकीचा अर्थ लावला जाऊ शकतो.

४) मर्यादित संवाद :

परस्परसंवाद असूनही युरोपीय लोकांचा मराठा समाजाच्या अंतर्गत कार्यात मर्यादित प्रवेश होता. त्यांची निरीक्षणे ही राजकीय वर्तुळ, व्यापार संवाद किंवा लष्करी चकमकींपुरती मर्यादित असू शकतात, ज्यामुळे मराठा राजकारण आणि संस्कृतीबद्दल केवळ पृष्ठभागावरील अंतर्दृष्टी उपलब्ध होते.

५) औपनिवेशिक आणि धोरणात्मक हितसंबंध :

युरोपियन औपनिवेशिक शक्तींचे भारतामध्ये हितसंबंध होते, ज्यात व्यापार वर्चस्व आणि प्रादेशिक संपादन यांचा समावेश होता. त्यांच्या मराठ्यांच्या नोंदी आणि मूल्यांकनांवर या धोरणात्मक हितसंबंधांचा प्रभाव पडला असावा, ज्यामुळे पक्षपाती किंवा राजकीयदृष्ट्या प्रेरित चित्रण केले गेले.

६) दुय्यम स्त्रोतांवर अवलंबून राहणे :

काही युरोपियन खाती ही दुय्यम स्त्रोत किंवा कमी केलेल्या कथांवर आधारित असू शकतात, संभाव्यत: ते अचूकता आणि विश्वासार्हतेशी तडजोड करतात.

७) परस्परविरोधी खाती :

वेगवेगळ्या युरोपीय निरीक्षकांनी किंवा वसाहतवादी शक्तींनी अनेकदा मराठा समाज, राजकारण किंवा लष्करी क्षमतांबद्दल परस्परविरोधी लेख मांडले. यातून त्यांच्या निरीक्षणांच्या अचूकतेबद्दल आणि विश्वासार्हतेबद्दल प्रश्न उपस्थित केले जातात.

१.३.३ नाणकशास्त्रीय साधने :

नाणी आणि चलन यासारखे नाणकशास्त्रीय साधने ही मराठा इतिहासाच्या आर्थिक, राजकीय आणि सांस्कृतिक पैलूंबाबत मौल्यवान माहिती देतात. मराठ्यांच्या काळात जारी करण्यात आलेल्या नाण्यांमध्ये शिलालेख, चिन्हे आणि टांकणीचे तपशील आहेत जे चलन व्यवस्था, व्यापार जाळे आणि मराठ्यांचे राजकीय अधिकार समजून घेण्यास मदत करतात. मराठ्यांच्या इतिहासातील नाणकशास्त्रीय साधने पुढीलप्रमाणे आहेत :

१) शिवाजी महाराजांच्या अधिपत्याखालील नाणी :

मराठा साम्राज्याचे संस्थापक शिवाजी महाराज यांनी त्यांचे राजकीय उद्देश आणि सांस्कृतिक ओळख दर्शविणारी एक अनोखी नाणी जारी केली. त्यांच्या कारकिर्दीत तयार करण्यात आलेल्या नाण्यांमध्ये भवानी तलवार आणि सिंह चिन्ह यासारख्या मराठ्यांशी संबंधित चिन्हांद्वारे त्याचे स्वरूप अनेकदा वैशिष्ट्यीकृत होते. या नाण्यांमध्ये शिवाजी महाराजांचे राजकीय सार्वभौमत्वाचे प्रतिपादन आणि स्वतंत्र मराठा राज्य स्थापनेचे त्यांचे प्रयत्न दिसून आले.

२) पेशवेकालीन नाणी :

मराठा साम्राज्याचे प्रधान म्हणून काम करणाऱ्या पेशव्यांनी स्वतःची नाणी काढली. शिवाजी महाराजांनी प्रस्थापित केलेल्या परंपरा पेशव्यांच्या नाण्यांच्या व्यवस्थेने चालू ठेवल्या, ज्यामध्ये रचना आणि शिलालेखांबाबत फरक होता. पेशव्यांनी जारी केलेल्या नाण्यांमध्ये मराठा चिन्हे आणि पदव्यांद्वारे अनेकदा राज्यकर्ते पेशव्यांच्या चित्राचे चित्रण केले जाते. या नाण्यांमुळे पेशव्यांची राजकीय सत्ता स्पष्ट करण्यात मदत झाली आणि चलन व्यवस्थेवर त्यांचे नियंत्रण दिसून आले.

३) चलन प्रणाली आणि व्यापार नेटवर्क :

मराठ्यांची एक चांगली विकसित आर्थिक व्यवस्था होती जी त्यांच्या साम्राज्यात व्यापार आणि वाणिज्य सुलभ करते. मराठ्यांनी काढलेली नाणी देवाणघेवाणीचे माध्यम म्हणून काम करत होती आणि व्यापारी व्यवहारात मोठ्या प्रमाणावर स्वीकारली जात होती. विविध संप्रदायांची उपस्थिती आणि विविध प्रदेशात मराठा नाण्यांचे चलन त्यांच्या आर्थिक प्रभावाची व्याप्ती दर्शवते. नाणी मराठ्यांच्या व्यापार नेटवर्कची माहिती देतात. उदाहरणार्थ, मराठ्यांच्या नाण्यांच्या संग्रहात परदेशी नाण्यांची उपस्थिती किंवा विदेशी नाण्यांचे अनुकरण हे त्यांच्या लांब-अंतराच्या व्यापारात आणि इतर शक्तींशी आर्थिक परस्परसंवादात सहभाग दर्शवते.

४) शिलालेख आणि चिन्हे :

मराठा नाण्यांवरील शिलालेख आणि चिन्हे राज्यकर्त्यांच्या पदव्या, राजवट आणि वंशावळीबद्दल मौल्यवान माहिती देतात. हे शिलालेख बहुधा देवनागरी, पर्शियन किंवा दोन्हीच्या मिश्रणात लिहिलेले असतात. ते राजकीय पदानुक्रम, सत्ता रचना आणि मराठा काळातील ऐतिहासिक घटनांबद्दल माहिती देतात. मराठा नाण्यांवरील चिन्हांमध्ये सिंहाचे चिन्ह, तलवारी, छत्र्या आणि मराठा संस्कृतीशी संबंधित इतर प्रतिकात्मक प्रतिनिधित्वांचा समावेश आहे. ही चिन्हे मराठ्यांचा युद्धाचा वारसा, धार्मिक संबंध आणि वंशाचा अभिमान दर्शवितात.

५) नाण्यांचे फलक आणि पुरातत्व शोध :

नाण्यांचे स्त्रोत वैयक्तिक नाण्यांपुरते मर्यादित नसून नाण्यांचे फलक आणि पुरातत्वीय शोध यांचाही समावेश आहे. मराठ्यांशी संबंधित विविध प्रदेशात सापडलेल्या नाण्यांचे फलक त्यांच्या राजवटीत आर्थिक घडामोडी आणि नाण्यांच्या चलनाचा पुरावा देतात. मराठा किल्ले, राजवाडे आणि शहरी केंद्रे येथे पुरातत्व उत्खननातून महत्त्वपूर्ण नाणकशास्त्रीय शोध मिळाले आहेत, ज्यामुळे मराठा चलन प्रणाली आणि आर्थिक इतिहासाबद्दलची आपली समज वाढली आहे.

१.३.४ पुरातत्वीय साधने :

मराठ्यांच्या इतिहासाची माहिती प्राप्त होण्याच्या दृष्टीने लिखित साधनांप्रमाणेच पुरातत्वीय साधने देखील उपयुक्त मानली जातात. कारण मराठ्यांच्या इतिहासातील वैभवकालीन घटनांची माहिती या साधनांच्या आधारे प्राप्त होण्यास मदत होते. विविध इतिहासकारांनी मराठेकालीन वस्तूंचा अभ्यास करून आपले निष्कर्ष मांडले आहेत. त्यामुळे या पुरातत्वीय साधनांची माहिती जाणून घेणे योग्य ठरेल.

१) शिलालेख :

भिंतींवर किंवा दगडांवर कोरलेल्या लेखांना 'शिलालेख' म्हणतात. शिलालेखांना मराठेशाहीच्या साधनात अतिशय महत्त्वाचे स्थान आहे. पुण्यातील लालमहालात शिलालेख सापडतात. कोरीव शिलालेख रायगडावरील जगदीश्वराच्या मंदिरात भिंतीवर कोरून ठेवल्याचे आढळते. १८०३ साली सरफोजी राज्याच्या काळात तंजावर येथील बृहरिश्वराच्या मंदिरात कोरीव शिलालेख सापडला आहे. या शिलालेखात भोसले घराण्याचा इतिहास कोरलेला आहे. हा शिलालेख कोरताना शिवभारत या परमानंदाच्या काव्यसंग्रहाचा आधार घेतलेला आहे.

२) ताम्रपट :

मराठेशाहीच्या काळात जे विविध ताम्रपट सापडले आहेत, त्यावरून देखील तात्कालीन इतिहासाबाबत माहिती प्राप्त होते. राजाज्ञा लिहिण्यासाठी ताम्रपटाचा त्या काळात वापर केला जात. त्यामुळे या ताम्रपटांवर कोरलेला संदेश जाणून घेण्यातून महत्त्वाची माहिती प्राप्त होते. शिवकाळात प्रामुख्याने अशा प्रकारचे ताम्रपट आढळून येतात. या काळातील राजमुद्रा देखील तात्कालिन इतिहासाची माहिती प्राप्त होण्याच्या दृष्टीने महत्त्वाच्या आहेत. इतिहास लेखनासाठी इतिहासकार या पुरातत्वीय घटकांचा आधारे घेतात.

३) नाणी :

नाण्यांचा ऐतिहासिक साधन या दृष्टीने बराच उपयोग होतो. नाणी ही एक प्रकारची अनिवाशी ऐतिहासिक साधने आहेत. इतर कोणतीही प्रत्यक्ष समकालीन साधने उपलब्ध नसतात. तेव्हा नाणी महत्त्वाची ठरतात. शिवशाहीत मराठ्यांनी नाणी पाडण्यासाठी टांकसाळी उघडण्याचा फारसा प्रयत्न केलेला दिसत नाही. फक्त राज्याभिषेकाच्या वेळी रायगडावर एक टांकसाळ काढण्यात आल्याचा संदर्भ मिळतो. त्यात हीन व शिवराई ही दोन नाणी पाडण्यात आली होती. पेशवाईत मात्र, महाराष्ट्रात बऱ्याच सरकारी व खासगी टांकसाळी उघडण्यात आल्या होत्या.

त्यातील बरीच नाणी औंध, सातारा, नागपूर, अहमदनगर, कोल्हापूर, पुणे येथील वस्तूसंग्रहालयात ठेवण्यात आली आहेत. त्यावरून मराठ्यांच्या इतिहासाबाबत माहिति प्राप्त होते.

४) चित्रे व नकाशे :

मराठेकाळात चित्र काढण्याची कला अवगत होती. शिवकालीन चित्रांचा संग्रह निरनिराळ्या प्रदर्शनातूनही दिसून येतो. भारत इतिहास संशोधक मंडळ संग्रह, नाना फडणीस संग्रह, विजापुरचा बांगीसंग्रह, पारसनीस व पावजी संग्रह, औंध येथील म्युझियम संग्रह यात दख्खनमधील सरदार व राजेरजवाड्यांची चित्रे आहेत. यावरून तात्कालीन समाजाचा अभ्यास करता येतो. इतिहास संशोधनाच्या दृष्टिकोनातून नकाशे हे देखील अत्यंत महत्त्वाचे साधन आहे. नकाशाच्या अभ्यासावरून तात्कालीन लढ्यांची व भौगोलिक परिस्थितीची माहिती प्राप्त होते.

५) स्थापत्याचे अवशेष :

मराठेकाळातील स्थापत्याचे अनेक अवशेष आज सापडतात. त्यावरून ही तात्कालीन इतिहासाची माहिती प्राप्त होते. किल्ले, वाडे, इमारती या वास्तु त्या दृष्टीने महत्त्वाच्या आहेत. किल्ल्यांच्या साहाय्याने अनेक गोष्टी पडताळून बघता येतात. शिवकाळातील रायगड, पन्हाळा, प्रतापगड व शिवनेरी या किल्ल्यांवरील घरे, इमारती, बाजारपेठा, मंदिरे यांचे अवशेष आजही बघावयास मिळतात. पन्हाळगडावरील कोठी व अंबरखाना या दोन वास्तुंचा तात्कालीन बांधणीचे नमुने म्हणून उल्लेख करता येईल. पेशवेळातही सरदारांनी पुणे व सातारा येथे मोठमोठे वाडे बांधलेले आहेत. पुणे येथील शनिवारवाडा, सातारचा राजवाडा, शिवापूर येथील देशपाड्यांचा वाडा, सासवड येथील जाधवांचा वाडा इत्यादी इमारतींवरून तात्कालीन वास्तुशास्त्र व शिल्पकला याविषयी माहिती मिळते.

६) वस्त्रे, अलंकार व हत्यारे :

वस्त्रे, अलंकार व हत्यारे इत्यादी घटकांचा देखील पुरातत्वीय साधनांत सामावेश होतो. मराठेकालीन वस्त्रे व अलंकार यांचे अनेक वस्तु संग्रहलयात जतन करून ठेवण्यात आले आहे यावरून तात्कालीन राजघराण्यांच्या वैभवाची माहिती मिळते. तसेच शिवकाळात व पेशवेकाळात आढळून येणारी हत्यारे तात्कालीन युद्ध व लढाया यावर प्रकाश टाकण्याच्या दृष्टीने उपयुक्त ठरतात. मराठेकाळातील अनेक प्रकारची हत्यारे वस्तुसंग्रहलयांमध्ये जतन करून ठेवण्यात आलेली आहेत. इतिहास संशोधक त्याचा अभ्यासासाठी वापर करतात.

पुरातत्वीय साधनांचा अभ्यास करून अनेक इतिहासकारांनी ग्रंथ लिहिले आहेत. यात पुरातत्वीय साधनांचे इतिहास लेखनातील महत्त्व व उपयुक्तता अधोरेखित करण्यात आली आहे. मात्र, मराठेकालीन पुरातत्वीय साधने कमी प्रमाणात आढळतात. त्यामुळे त्यातून मराठ्यांच्या इतिहासाबाबत फारशी माहिती प्राप्त होत नाही.

१.३.५ संकीर्ण साधने :

मराठ्यांच्या इतिहासाचा अभ्यास करण्यासाठी विविध वाङ्मयीन, पुरातत्वीय व परकीय साधने उपलब्ध आहेत. मात्र, यापैकी काही साधने ही मराठ्यांच्या सार्वांगीण इतिहासावर प्रकाश टाकण्याच्या दृष्टीने अत्यंत उपयुक्त आहेत. त्यामुळे अशा संकीर्ण साधनांची माहिती जाणून घेणे योग्य ठरेल.

अ) बखर :

बखर हा एक वाङ्मयीन प्रकार आहे. म्हणून बखरींना केवळ ऐतिहासिक दृष्टिकोनातून नव्हे तर वाङ्मयीन दृष्टीनेही महत्त्व आहे. बखर वाङ्मयात करीना, हकिकती, कैफीयती, आज्ञापत्र, इतिवृत्त, आत्मवृत्त, प्रसिद्ध ऐतिहासिक स्त्री – पुरुषांची चरित्रे, त्यांच्या संबंधीच्या विविध आख्यायिका यांचा समावेश होतो. बखरींचे लेखन मुख्यरूत्वेकरून स्वराज्याच्या काळात झालेले असल्याचे आढळून येत असले किंवा अनेक इतिहासकारांनी मान्य केलेले असले तरी बखर वाङ्मयाची परंपरा अतिशय पुरातन आहे. शिवाजी महाराजांच्या स्वराज्य स्थापनेपासून

पेशवाईच्या अस्तापर्यंत सुमारे २०० ते २५० बखरींचे लेखन झालले असावे असे मत विविध इतिहासकारांनी व्यक्त केलेले आहे.

१) बखरीचा अर्थ :

'बखर' या शब्दाचा उगम कसा झाला याचा शोध लावण्याचा प्रयत्न अनेक इतिहासकारांनी केलेला आहे. 'खबर' या अरबी शब्दाचा वर्णविपर्यास झाला व 'बखर' हा शब्द रूढ झाला असे सर्वसामान्यत: मानले जाते. खबर म्हणजे वार्ता, बातमी व बखैर म्हणजे आख्यायिका या आख्यायिकांमध्ये भूतकालात घडलेल्या घटनांचा परामर्श घेतलेला असतो. म्हणजेच आख्यायिका म्हणजे ऐतिहासिक कथा किंवा बखर हा शब्द मराठीत रूढ झाला.

२) बखर लेखनाचे स्वरूप :

बखर हा एक अस्सल मराठी लेखनाचा आविष्कार आहे. या लेखनाचे वैशिष्ट्य म्हणजे बखर लिहताना ऐतिहासिक घटनेच्या संदर्भात केलेले लेखन नसून यात वाङ्मयीन सूत्रे देखील आढळून येतात. त्याचप्रमाणे बखर हा एक स्वतंत्र वाङ्मय प्रवाह मानला गेला आहे. शिवकाळ व पेशवेकाळात विपुल प्रमाणात बखर लेखन केले गेले. बऱ्याच बखरी राजाने आज्ञा दिल्या म्हणून लिहिल्या गेल्या. तसेच वंशानुरचित म्हणून विपुल बखरी लिहिल्या गेल्या. बखरीत ज्याप्रमाणे व्यक्तीदर्शन घडविलेले असते तसेच मानवी जीवनाचे दर्शन देखील बखरीत चित्रित केलेले असते.

३) शिवकाळ व पेशवेकाळासंबंधी माहिती सांगणाऱ्या विविध बखरी :

i) शिवकालीन बखरी :

सभासद बखर, चिटणीस बखर, श्री शिवछत्रपतींची ९१ कलमी बखर, चित्रगुप्ताची बखर, दलपतरायाची बखर, शिवदिग्विजय, मराठा साम्राज्याची बखर, या शिवकालीन सामाजिक, आर्थिक राजकीय परिस्थितीवर प्रकाशझोत शकणाऱ्या बखरी आहेत. शिवकालीन बखरींचा आढावा घेतला असता असे आढळते की, शिवकालीन परिस्थितीचे वर्णन करणाऱ्या बऱ्याच बखरी पेशवाईत लिहिल्या गेल्या. उदा. चिटणिसाची बखर. चिटणिसाची बखर १८११ साली लिहिली गेली व 'विविधज्ञान' या मासिकास १८७७ सालापर्यंत क्रमश: प्रसिद्ध करण्यात आली. या बखरीचे लेखन सातारच्या दफ्तरखान्यातील कागदपत्रे, ऐकीव माहिती, आख्यायिका यांच्या आधारे करण्यात आलेले आहे. या संदर्भात सर जदुनाथ सरकार यांनी असे मत व्यक्त केले आहे की ही बखर शिवाजी महाराजांच्या मृत्यूनंतर सुमारे १३० वर्षांनी लिहिलेली असल्याने यात सभासद बखरीतील अनेक संदर्भ घेतलेले आहेत. तर या बखरीसंबंधीची माहिती त्रोटक असली तरी ग्रँट डफच्या ग्रंथात जी माहिती मिळत नाही ती चिटणिसाच्या बखरीत मिळते असे मत इतिहासाचार्य वि. का. राजवाडे यांनी व्यक्त केलेले आहे. शिवकाळावर प्रकाशझोत टाकणारी आणखी एक बखर म्हणून ९१ कलमी बखरीचा उल्लेख करता येईल. ९१ कलमी बखर ही रायरी बखर, ९० किंवा ९६ कलमी बखर तसेच तारिख-ए-शिवाजी या नावाने देखील ओळखली जाते. या बखरीला सर्वात प्रथम प्रसिद्धी 'भारतवर्ष' या मासिकातून वि. स. वाकसकर यांनी केली. त्यांच्या मते, शिवाजी महाराजांच्या अष्टप्रधान मंडळातील मंत्री दत्ताजी त्रिमल वाकयेनविस यांनी या बखरीची रचना १६८८ ते १७०७ या कालावधीत केलेली असल्यास ही बखर इतर बखरींपेक्षा अधिक उच्च दर्जाची व अस्सल ठरते. या बखरीत मालोजीपासून शिवाजी महाराजांच्या मृत्यूपर्यंत माहिती दिलेली आहे. मात्र दैवी चमत्कार व काल्पनिक गोष्टींचा आधार बखर लेखनात घेतल्याने तिचे ऐतिहासिक मूल्य कमी झालेले आहे. त्याचप्रमाणे चित्रगुप्ताची बखर देखील शिवकालीन परिस्थितीवर प्रकाश टाकते. सभासद बखर हा चित्रगुप्ताच्या बखरीचा आधार असून बखरीचा कर्ता रघुनाथ यादव चित्रगुप्ताने आपल्या लेखनात विविध पद्यरचनांचा समावेश केलेला आहे. १७६५ च्या सुमारास ही

बखर लिहिलेली असल्याचे मत राजवाडे यांनी व्यक्त केले आहे. या बखरींप्रमाणेच दलपतरायाची बखरदेखील शिवकालीन परिस्थितीवर प्रकाशझोत टाकते. दलपतराय हा शिवाजी महाराजांच्या विरोधी पक्षातील होता. त्यामुळे शिवाजी महाराजांना विरोध करणाऱ्यांचा स्वराज्याप्रती कोणता दृष्टिकोन होता याची जाणीव होण्यास मदत होते. या बखरीत नमूद केलेल्या तारखा देखील शिवचरित्राच्या दृष्टिकोनातून उपयुक्त आहेत. शिवदिग्विजय ही बखर १८१८ साली लिहिलेली असून ह्या बखरीचा निर्माता कोण याबद्दल निश्चित माहिती उपलब्ध नाही. इतिहास संशोधक नांदुरबारकर आणि दांडेकर यांनी या बखरीचे संपादन केलेले असून १८९५ साली ही बखर प्रसिद्ध केली. 'शिवदिग्विजय' या बखरीच्या नावात बखरीचे स्वरूप स्पष्ट होते. शिवाजी महाराजांनी केलेल्या लढाया, पराक्रम यांचे वर्णन हा या बखरीचा गाभा आहे. शिवपराक्रमाचे वर्णन करताना बारनिशी दाखले, पत्रे व जुने ग्रंथ यांचा आधार घेतलेला आहे. शिवदिग्विजयात इतर बखरींनी दिलेली माहिती व शिवकाळातील अनेक प्रसंग विचारात घेतलेले नसून ही बखर कथामय स्वरूपाची आहे असे मत प्रसिद्ध इतिहासकार वा.सी. बेंद्रे यांनी व्यक्त केले आहे.

ii) पेशवेकालीन बखर :

शिवकाळाप्रमाणे पेशवकाळावर प्रकाश टाकणाऱ्या अनेक बखरी असून पेशवाईत घडलेल्या हकीकतींच्या संदर्भात शाहू महाराज यांची बखर, पेशव्यांची बखर, छत्रपती धाकटे रामराजे, धाकटे शाहू महाराज यांची चरित्रे, भट पेशवे घराण्याची हकीकत, नारायणराव पेशवे यांची बखर, पानिपतची बखर या बखरींना प्रमाण मानण्यात येते. पेशवाईचा आढावा घेताना असे आढळून येते की, इंग्रजांच्या आगमनामुळे सांस्कृतिक परिवर्तनाचे वारे वेगाने वाहू लागले होते. याचे प्रतिबिंब बखर लेखनावर स्पष्टपणे उमटलेले दिसते. पेशवेकाळात बखर वाङ्मयाचा मोठ्या प्रमाणावर विकास झाला. त्यात विविधता आढळून आली. पेशवेकाळासंबंधी आजही विविध कागदपत्रे उपलब्ध आहेत. या कागदपत्रांच्या आधारे ज्या बखरी लिहल्या गेल्या त्या अधिक विश्वसनीय मानल्या जातात. शिवकालीन बखरींप्रमाणे पेशवेकालीन बखरीत पुराण पद्धतीचा आधार तसेच दैवी चमत्काराचा वापर टाळल्याने या बखरी वाङ्मयीन दृष्टीकोनातून अधिक सरस वाटतात.

४) बखरीचे मूल्यमापन :

i) स्थल, काल व प्रसंग यांची सरळमिसळ :

मराठ्यांच्या ऐतिहासिक साधनात बखरीचे स्थान अत्यंत वैशिष्ट्यपूर्ण आहे. मात्र ज्यावेळी बखर वाङ्मयाचा ऐतिहासिक दृष्टिकोनातून विचार केला जातो तेव्हा यात अनेक दोष आहेत असे आढळून येते. बखरकारांनी स्थल, काल व प्रसंग यांची सरमिसळ केल्याने अनेक घोटाळे निर्माण केलेले आहेत. या कारणामुळेच सर जदुनाथ सरकार यांनी ऐतिहासिक साधन म्हणून बखर विश्वसनीय नाही असे मत व्यक्त केले आहे.

ii) शास्त्रशुद्ध लेखनाचा अभाव :

बखरकारांनी शास्त्रीय लेखन कसे करावे या बद्दलची माहिती नव्हती. पौराणिक शैलीच्या थाटाने विविध बखरींचे लेखन केले गेले. इतिहास कथन करण्याचा प्रयत्न बखरकारांनी केला. ही एकमेव बाब विचारात घेतली तर बखरकारांचे लेखन क्षम्य आहे.

iii) इतिहासाच्या अभ्यासासाठी उपयुक्तता :

सभासद बखर व चिटणीसाची बखर लिहिताना बखरकारांनी जुनी कागदपत्रे, दस्ताऐवज अभ्यासला होता. मात्र आज अशा प्रकारच्या दस्ताऐवज, कागदपत्रे उपलब्ध नाहीत. त्यामुळे बखरींवरच ऐतिहासिक घटना समजावून

घेण्याच्या उद्देशाने अवलंबून रहावे लागते. शिवशाहीच्या अभ्यासाबाबत जेथे त्रुटी आहेत, मोकळ्या जागा आहेत त्या भरून काढण्याच्या उद्देशाने बखरी उपयुक्त आहेत. यात शंका नाही. जोपर्यंत अस्सल पुरावे सापडत नाहीत. तोपर्यंत बखरींतील मजकूर असत्य आहे असे सिद्ध करता येत नाही. सारांश रूपाने असे नमूद करता येईल की, शिवकाळ व पेशवेकाळ यांचा अभ्यास करण्याच्या दृष्टिकोनातून बखर वाङ्मय उपयुक्त आहे. मात्र त्या वाङ्मयात सत्यतेचे प्रमाण किती आहे याचे अथार्थ ज्ञान होण्यासाठी अस्सल पुरावे उपलब्ध होणे अतिशय गरजेचे आहे.

आधुनिक काळात बरेच इतिहास संशोधक बखर वाङमयाचा अभ्यास करून त्यातील सत्यासत्यता पडताळण्याचा प्रयत्न करीत आहेत. थोडक्यात मराठ्यांच्या इतिहासाचे साधन म्हणून बखर वाड्मय हे उपयुक्त असले तरी संपूर्णत: विश्वासार्ह आहे असे मानता येत नाही.

ब) जेथे शकावली :

छत्रपती शिवाजी महाराजांच्या काळात काही घराण्यांना महत्त्वाच्या घटना स्मरणाच्या आधारे लिहून ठेवण्याची सवय होती. अशाच शिवकालीन घटनांच्या नोंदी इतिहास संशोधकांच्या हाती लागलेल्या आहेत. या नोंदीनाच शकावली असे म्हणतात. लोकमान्य टिळकांना करविरचे जेधे देशमुख यांच्या घराण्याच्या दफ्तरात जी शकावली सापडली त्याला टिळकांनी जेधे शकावली असे संबोधले आहे. जेधे शकावलीचे वैशिष्ट्य म्हणजे यात ज्या विविध नोंदी आहेत त्यात अचूकता आहे. जेधे शकावलीची वैशिष्ट्ये पुढील मुद्यांच्या आधारे स्पष्ट करता येतील :

१) शिवजन्माचे वर्णन :

जेधे शकावली नेमकी कोणी लिहिली याचा पुरावा उपलब्ध नसला तरी या शकावलीचा निर्माता १९३० च्या आसपासच्या कालखंडातील असावा असे मत इतिहासाचार्य वि. का. राजवाडे यांनी व्यक्त केलेले आहे. कारण या शकावलीत शिवजन्माचे वर्णन अत्यंत सुगम भाषेत केलेले आहे.

२) शिवरायांचे शिक्षण :

जेधे शकावलीचे आणखी एक वैशिष्ट्य म्हणजे यात शिवरायांचे बालपण, शिक्षण, शिवरायांच्या जडणघडणीत राजमाता जिजाबाई यांनी केलेल्या कार्याचे वर्णन शकावली कर्त्यांनी केलेले आहे. या संदर्भात रियासतकार देसाई यांनी असे मत मांडले की 'ज्याने जेधे शकावली तयार केली ती व्यक्ती भोसले घराण्याशी संबंधित असावी असा अंदाज मांडता येतो.'

३) शिवरायांच्या प्रारंभिक हालचालींचे वर्णन :

जेधे शकावलीत सापडलेल्या एका कागदपत्रात असेही नमूद करण्यात आल्याचे आढळते की शिवरायांनी स्वराज्य स्थापनेची प्रेरणा शहाजी राजांकडून घेतली होती. मुस्लिम राजवटीत हिंदू धर्मियांवर होणारे अत्याचार दूर करण्याच्या उद्देशाचे शिवाजी महाराजांनी अदिलशाही व मोगलशाहीच्या विरोधात लढा सुरु केला. हिंदवी स्वराज्याची स्थापना करण्यासाठी शिवरायांनी केलेल्या सुरूवातीच्या हालचालींचे वर्णन जेधे शकावलीत केलेले आहे.

४) अफझलखान वधाचे वर्णन :

विजापूरकरांच्या तोंडचे पाणी पळविणारी घटना म्हणजे शिवाजी महाराजांनी अफझलखानाचा केलेला वध या घटनेचे वर्णन जेधे शकावलीत केलेले आहे. अफलझलखानाचा कावा आणि त्याला शिवाजी महाराजांनी दिलेले प्रत्युत्तर याचे रसभरीत वर्णन जेधे शकावलीत केलेले आहे.

५) शिवाजी महाराजांच्या थोरवीचे वर्णन :

जेधे शकावलीत प्रमुख वैशिष्ट्य म्हणजे यात शिवाजी महाराजांच्या थोरवीचे वर्णल केलेले आहे, शिवाजी महाराजांचे धार्मिक, आर्थिक धोरण, सर्वधर्मांना समान वागणूक देण्याचे धोरण, कल्याणच्या सुभेदाराच्या सुनेचा प्रसंग, मदारी मेहतरला दिलेली सन्मानकारक वागणूक या सर्व बाबींचे वर्णन जेधे शकावलीत केलेले आहे. जेथे शकावलीत १६१८ ते १६९७ या काळापर्यंतच्या सर्व नोंदी आहेत.

शिवकालीन इतिहासाचा अभ्यास करण्यासाठी जी विविध साधने उपलब्ध आहेत त्या साधनांपैकी जेधे शकावली हे लिखित साधन अतिशय महत्त्वाचे मानले जाते. लोकमान्य टिळकांना ही शकावली करविरच्या जेधे देशमुखांकडे सापडली व त्यातील नोंदी अत्यंत बारकाईने पडताळून त्याची 'शिवचरित्र प्रदीप' या ग्रंथात छपाई केली.

क) आज्ञापत्र :

शिवशाहीतील प्रधान रामचंद्रपंत अमात्य यांनी 'आज्ञापत्र' या ग्रंथाची रचना केली. रामचंद्रपंत अमात्य हे शिवाजी महाराजांच्या सहवासात प्रदीर्घ काळ असल्यामुळे त्यांना शिवाजी महाराजांची राजनीती कशा प्रकारची होती याचे संपूर्ण आकलन झालेले होते. शिवाजी महाराजांनी अत्यंत प्रतिकूल परिस्थितीत उभारलेले स्वराज्य व त्या मागील राजनीती स्वराज्याच्या वारसदारांना समजावी या उद्देशाने रामचंद्रपंत अमात्य यांनी आज्ञापत्राची रचना केली. 'आज्ञापत्र' या ग्रंथात एकूण ९ प्रकरणे आहेत व या प्रकरणात राजा, त्याचे प्रधानमंडळ, व्यापार, सावकार, वतन व वतनदार, किल्ले व आरमार अशा विविध विषयांवर रामचंद्रपंत अमात्य यांनी आपले विचार स्पष्ट केले आहेत. रामचंद्रपंत यांचे आज्ञापत्रातील विचार म्हणजे, शिवाजी महाराजांची राजनीती आहे.

१) राजनैतिक तत्त्वांचा समावेश :

रामचंद्रपंत अमात्यांच्या आज्ञापत्रात विविध राजनैतिक तत्त्वांचा समावेश केला. ''प्रधान म्हणजे नृपसत्ता प्रसारक'', ''खजिना म्हणजे राज्याचे जीवन'' ''साहूकार म्हणजे राजाची व राज्याची शोभा'', ''गडकोट म्हणजे राज्य'', ''आरमार म्हणजे राज्याचे अविभक्त अंग'' अशा विविध राजनैतिक तत्त्वांचा समावेश आज्ञापत्रात केलेला आहे.

२) शिवकालीन राजनीतीचे प्रतिबिंब :

आज्ञापत्र या ग्रंथाच्या लेखनावर शिवकालीन राजनीतीचे स्पष्ट प्रतिबिंब आढळून येते. शिवाजी महाराज ज्या पद्धतींचा वापर करून राज्यकारभार करीत असत त्यांची तात्त्विक चर्चा आज्ञापत्रात केलेली आहे. त्याचप्रमाणे शिवाजी महाराजांनी मराठा राज्याची उभारणी करताना ज्या राजनैतिक तत्त्वांचा अवलंब केला, ज्या पद्धती उपयोगात आणल्या त्यांचे समर्पक विवेचन रामचंद्रपंत अमात्य यांनी आज्ञापत्रात केले.

सारांशरुपाने असे नमूद करता येईल की, प्रत्यक्ष शककर्त्या युगपुरुषाच्या राजकीय तत्त्वांचे व अनुभवांचे चित्रण आज्ञापत्रात प्रतिबिंबित झाल्याचे आढळते.

ड) दप्तरखाने :

मराठेकालीन कागदपत्रांचे जतन करून ठेवणारे अनेक दप्तरखाने महाराष्ट्रात आहेत. मराठ्यांच्या इतिहासाची माहिती देणारी लाखो कागदपत्रे या दप्तरखान्यांमध्ये जतन करून ठेवण्यात आली आहेत. त्यांची माहिती पुढीलप्रमाणे सांगता येईल.

१) पुणे दप्तरखाना :

पेशवे काळातील सर्वात जास्त कागदपत्रांचा संग्रह पुणे येथील शासकीय दप्तरखान्यात आहे. या संग्रहात कागदपत्रांचे ३९००० बांधलेले गठ्ठे किंवा रूमाल आहेत. या सर्व रूमालात सुमारे चार कोटी कागदपत्रे आहेत. या कागदपत्रांची विभागणी ती ज्या भाषेत लिहिली आहेत. त्यावरून मराठी विभाग, पर्शियन विभाग, गुजराती

विभाग इंग्रजी विभाग या चार विभागात करण्यात आली आहेत. वेगवेगळ्या संस्थानिकांशी संबंधीत दप्तरांचे पोटविभाग पुणे येथील दप्तरखान्यात आढळून येतात.

२) मुंबई पुराभिलेखागार :

महाराष्ट्रातील मुंबई येथील दप्तरखान्यात सर्वात जास्त इंग्रजी कागदपत्रांचा सामावेश आहे. राज्याचा प्रमुख दप्तरखाना म्हणून आज त्यास शासनाची मान्यता प्राप्त झाली आहे. वखारीचे व रेसिडेन्टचे दप्तर, सचिवालयातील विविध विभागांचे दप्तर किरकोळ स्वरूपाची कागदपत्रे, खासगी दप्तर व छापील दप्तर अशा पाच विभागात मुंबईच्या दप्तरखान्याचे विभाजन करण्यात आले आहे. मराठ्यांच्या इतिहासाची माहिती पुरविणारी महत्त्वपूर्ण कागदपत्रे या ठिकाणी संग्रहित करून ठेवलेली आहेत.

३) कोल्हापूर दप्तरखाना :

कोल्हापूर येथील दप्तरखान्यात ७५७१ रूमाल आहेत. यात राजांची खासगी कागदपत्रे, १८ कारखान्यातील हिशोबांची कागदपत्रे, राजांचे हिशोब, किल्ले, घोडदळ, आज्ञापत्रे राजा व सरदार यांच्यातील पत्रव्यवहार, कैफियती, खेड्यांच्या महसुलाचे हिशोब इत्यादी कागदपत्रांचा सामावेश होतो. कोल्हापुरचा दप्तरखाना शासकीय दप्तरखाना आहे. येथील कागदपत्रे इतिहास संशोधनाच्या दृष्टीने उपयुक्त आहेत.

४) औंध दप्तरखाना :

औंधचे राजेसाहेब बाळासाहेब पंतप्रतिनिधी यांनी संग्रहित केलेली कागदपत्रे व पुस्तके औंध संस्थान भारतात विलीन झाल्यावर भारत सरकारने आपल्या ताब्यात घेतली. ही सर्व कागदपत्रे औंधच्या दप्तरखान्यात संग्रहित करून ठेवण्यात आली आहेत. या दप्तरखान्यात जवळपास २००० हस्तलिखिते, १२००० पुस्तके व ५०० रूमाल आहेत. ही सर्व कागदपत्रे इतिहास संशोधनाच्या दृष्टीने उपयुक्त आहेत.

५) मराठवाडा दप्तरखाना :

मराठवाडा दप्तरखान्यातील कागदपत्रे सार्वजनिक कागदपत्रे व खासगी कागदपत्रे या दोन प्रमुख विभागात सामाविष्ट करण्यात आली आहेत. यात शेतीविषयक कागदपत्रे, इनाम विषयक कागदपत्रे, देशमुखी मोकासा, पाटिलकी इत्यादी विषयासंबंधीची कागदपत्रे आहेत. या कागदपत्रांद्वारे तात्कालीन घटनांची माहिती प्राप्त होते. त्यामुळे ती इतिहास लेखनासाठी उपयुक्त आहेत.

६) खासगी दप्तरखाने :

महाराष्ट्रात ज्याप्रमाणे शासकीय दप्तरखाने आहेत, त्याचप्रमाणे खासगी दप्तरखाने देखील आहेत. पुणे येथील भारत इतिहास संशोधक मंडळाचा खासगी दप्तरखाना सर्वात मोठा आहे. येथे विविध विषयांशी संबंधीत एक लाख कागदपत्रे आहेत. पुण्यातील 'डेक्कन कॉलेज दप्तरखाना' अहमदनगर येथील ऐतिहासिक संग्रहालय, नांदेड येथील गोदातीर इतिहास संशोधन मंडळ या ठिकाणी देखील ऐतिहासीक कागदपत्रांचे जतन करून ठेवण्यात आले आहे.

❋❋❋

सरावासाठी प्रश्न

प्र. १. दीर्घोत्तरी प्रश्न.

१) सामाजिक इतिहास म्हणजे काय? सामाजिक इतिहासाची वैशिष्ट्ये स्पष्ट करा.

२) आर्थिक इतिहास म्हणजे काय? आर्थिक इतिहासाची वैशिष्ट्ये लिहा.

३) मराठेकालीन सामाजिक-आर्थिक इतिहासाची वाङ्मयीन साधने स्पष्ट करा.

४) मराठेकालीन सामाजिक-आर्थिक इतिहासाची देशी भाषेतील किंवा मराठी साधने स्पष्ट करा.

५) मराठेकालीन सामाजिक-आर्थिक इतिहासाच्या अभ्यासासाठी उपयुक्त संस्कृत साहित्य साधनांचे महत्त्व स्पष्ट करा.

६) मराठेकालीन सामाजिक-आर्थिक इतिहासाच्या अभ्यासाच्या परकीय साधनांचे चिकित्सक परीक्षण करा.

७) मराठेकालीन सामाजिक-आर्थिक इतिहासाच्या नाणकशास्त्रीय साधनांचा आढावा घ्या.

८) मराठेकालीन सामाजिक-आर्थिक इतिहासाच्या पुरातत्वीय स्त्रोतांबद्दल थोडक्यात माहिती सांगा.

९) मराठेकालीन सामाजिक-आर्थिक इतिहासाच्या संकीर्ण साधनांबद्दल तपशीलवार स्पष्टीकरण द्या.

१०) मराठेकालीन सामाजिक-आर्थिक इतिहासाच्या इतिहासलेखनाचे पुनरावलोकन करा.

प्र. २. टिपा लिहा.

१) सामाजिक इतिहास.

२) आर्थिक इतिहास.

३) मराठी स्त्रोत.

४) हिंदी स्त्रोत.

५) संस्कृत स्त्रोत.

६) परकीय स्त्रोत.

७) फॅक्टरी रेकॉर्ड.

८) नाणकशास्त्रीय स्त्रोत.

९) पुरातत्वीय स्त्रोत.

१०) बखर.

११) जेधे शकावली.

१२) आज्ञापत्र.

१३) दप्तरखाने.

❋❋❋

प्रकरण २

सामाजिक संस्था

प्रस्तावना :

मानवी समाजाची निर्मिती झाल्यानंतर विविध सामाजिक संस्थांचा उदय झाला. या सामाजिक संस्थांचा हेतू समाजाच्या विभिन्न गरजांची पूर्तता करणे होता. मध्ययुगीन महाराष्ट्राचा विशेषतः मराठेकालीन इतिहासाचा अभ्यास करत असताना तत्कालीन सामाजिक जीवनावरती जातीसंस्था, धार्मिक संप्रदाय, विवाहसंस्था, कुटुंब व्यवस्था यांचे मोठ्या प्रमाणात प्राबल्य असल्याचे दिसते. या काळातील या संस्थांची व्यवस्था ही सदोषपूर्ण असलेली दिसून येते. समाजाची जातींच्या दृष्टीने असंख्य स्तरामध्ये विभागणी झालेली दिसून येते. उत्तर वैदिक काळानंतर ताठर झालेली जातीव्यवस्था ही मध्ययुगातही तशीच असल्याचे दिसून येते. जाती अंतर्गत व जातीजातींमधील संघर्ष हे या जातीसंस्थेचे वैशिष्ट्य दिसून येते. तर या काळात विविध धार्मिक संप्रदायांचा उदय झालेला दिसतो तर विवाहसंस्था आणि कुटुंबसंस्था या वरील दोन संस्थांच्या प्रभावाखाली आल्याचे दिसून येते. त्यामुळे मध्ययुगीन महाराष्ट्राचा त्यातही मराठेकालीन सामाजिक-आर्थिक जीवनाचा अभ्यास करताना या चारही संस्थांचा वेगवेगळा विचार करणे आवश्यक आहे. मराठाकालीन समाजव्यवस्था ही मोठ्या प्रमाणावर श्रेष्ठ-कनिष्ठ आधारित असल्यमुळे सामाजिक स्तरीकरण आणि गतिशीलता आढळून येते. मराठा राज्यात वेगवेगळ्या जाती धर्माचे लोक राहत असल्यामुळे त्यांच्या धार्मिक श्रद्धा आणि उपासना पद्धती देखील वेगवेगळ्या स्वरूपाच्या होत्या. यातूनच मराठा साम्राज्यात विविध सण व समारंभाचे अस्तित्व टिकून होते. तत्कालीन समाजव्यवस्थेत अज्ञान व अंधश्रद्धेचे प्रमाण आढळून येत असले तरी पारंपरिक शिक्षण विविध संस्थांच्या माध्यमातून दिले जात असे. या सर्व मुद्यांच्या आधारे मराठाकालीन सामाजिक जीवनाचा आकृतीबंध जाणून घेणे योग्य ठरेल.

२.१ ग्रामीण समुदाय-गावगाडा :

महाराष्ट्रात १७ व्या आणि १८ व्या शतकात ग्रामव्यवस्थेत वतनसंस्थेची महत्त्वपूर्ण भूमिका होती. एकूणच या वतनसंस्थेमार्फत गावाची सामाजिक, आर्थिक, राजकीय व प्रशासकीय व्यवस्था ही उभारली गेली होती. त्याचबरोबर

बलुतेदार आणि अलुतेदार हे ही ग्रामीण जीवनाचे महत्त्वपूर्ण भाग होते यातील प्रत्येक घटक हा ग्रामव्यवस्थेचा महत्त्वपूर्ण भाग होता.

२.१.१ वतनदार :

गावाकरिता किंवा देशाकरिता करीत असलेल्या कर्तव्याबद्दल त्या व्यक्तीची उपजीविकाकरिता, मानमरातब राखण्यासाठी आणि जनतेचे दिलेले हक्क वंशपंररागत चालण्यासाठी दिलेले अधिकार म्हणजे वतन, 'वतन' या मूळ अरबी शब्दाचा वापर मुस्लिम अंमल जेव्हापासून महाराष्ट्रात सुरु झाला तेव्हा पासून रुढ झाला. ज्यांना गावकीचे अधिकार वंशपरंपरागत होते व या कामासाठी सरकारकडून जमीन मिळत असे. त्यांना वतनदार असे म्हणत असत. या वतनदारांना काही विशेष अधिकार व हक्क होते. थोडक्यात वतन म्हणजे वंशपरंपरेने शाश्वत उपयोगायची सत्ता. जोपर्यंत एखादा वतनदार गावचे काम पाहात होता तोपर्यंत मिळालेली जमीन वतनदाराकडेच राहात असे. पण प्रत्यक्षात मिळालेली जमी ही त्या वतनदारापूरतीच मर्यादीत न राहता त्याच्या कुटुंबियांच्या मालकीची होत असे. वतनदाराचे पालनपोषण संपूर्ण गाव करीत असे. गावकऱ्यांकडून त्याला रोख तसेच वस्तूंच्या स्वरुपात निश्चित उत्पन्न मिळत असे. वतनदाराच्या या मोबदल्यास हकलाजिमा असे म्हणत. सारा वसुली व शेतीचा विकास, गावात शांतता व सुरक्षितता राखणे ही कामे वतनदारांना करावी लागत असत.

मराठेकालीन ग्रामरचनेत वतनदारांना अत्यंत मानाचे स्थान होते. ग्रामसंस्थेत देशमुख देशपांडे, पाटील, कुलकर्णी हे प्रमुख वतनदार होते. तसेच चौगुला, शेटे, मिरासदार, महाजन यांसारखे देखील वतनदार होते. याची माहिती पुढीप्रमाणे सांगता येईल :

I) ग्रामव्यवस्थेतील प्रमुख वतनदार :

ग्रामव्यवस्थेतील प्रमुख वतनदार पुढील प्रमाणे :

अ) देशमुख व देशपांडे :

देशमुख व देशपांडे हे वतनदार सनदेनुसार परगण्याचे अधिकारी असले तरी परगण्यातील बहुतेक गावात त्यांचीच जमीन असल्याने त्यांचा गावाशी अतिशय निकटचा संबंध होता.

१) देशमुखांचे अधिकार :

देशमुखाचा दर्जा सर्व वतनदारात श्रेष्ठ असल्याने त्याचे अधिकार व्यापक होते. परगण्यातील कोणत्याही गावातून एखाद्या कारागीराची किंवा व्यापाऱ्याची मदत घेण्याचा अधिकार होता. प्रत्येक खेडेगावातून भेटरूपाने किंवा नजराणा या नावाखाली देशमुखाला कोणत्याही वस्तू सहज मिळत असत. उदाहरणार्थ शेतकऱ्यांनी पिकवलेल्या धान्याचा काही हिस्सा, गवतफाटा, लाकूडफाटा, आंबे यासारख्या वस्तू वतनदाराला शेतकऱ्यांकडून मिळत असत. तसेच प्रत्येक बलुतेदाराकडून त्यांनी तयार केलेल्या वस्तू मिळत. उदा. कुंभाराकडून मातीची भांडी. काही बाबतीत गावकऱ्यांकडून रोख रकमेच्या स्वरूपात रक्कम मिळत असे. प्रत्येक गावाकडून किमान एक होन तसेच त्याचा दौऱ्याचा खर्च, जनावरांच्या खरेदी-विक्रीवर, सरकारने गावावर बसवलेल्या ३% करातील काही हिस्सा या रूपात रोख रक्कम मिळत असे. तसेच दरवर्षी दोन महिन्यासाठी राबता महार विनामूल्य मिळत असे.

२) देशमुखांची कामे :

देशमुख हा खेडेगावातील सर्व पाटलांचा नायक असे. तो पाटलांच्या कामावर देखरेख करीत असे. देशमुखाची प्रमुख कामे पुढीलप्रमाणे होती:

१) गावची जमीन लागवडीखाली आणणे. २) जमीनीचा सारा क्रमशः ठरविणे. ३) गावकऱ्यांच्या अडी-अडचणी सोडविणे. ४) आपल्या प्रदेशातील लोकवस्ती टिकवणे व लोकवस्तीचा गुणात्मक विकास करणे. ५) पाटलाकरवी

सारा वसुली करून तो सरकार जमा करणे. ६) दुष्काळी परिस्थितीत गावकऱ्यांना साऱ्यात सूट देणे. ७) परगण्यात शांतता व सुव्यवस्था टिकवणे. ८) महसूलाच्या कामाबरोबर लष्करी सेवेत देखील सहभाग घेणे. ९) युध्दाच्या प्रसंगावेळी आपल्या परगण्यातील लोकांना एकत्र आणून त्यांच्याकडून विविध प्रकारची कार्ये करून घेणे.

थोडक्यात, खेडेगाव व सरकार यांच्यातील महत्त्वाचा दुवा म्हणून देशमुखाला कार्य करावे लागत असे.

३) देशपांड्यांचे अधिकार :

गावातील दुसऱ्या क्रमाकांचा महत्त्वाचा अधिकारी व वतनदार म्हणजे देशपांडे होय. इतर वतनदारांप्रमाणेच देशपांडे या वतनदाराला रोकड व वस्तुरूपाने मोबदला मिळत असे. परंतु यातून जी मिळकत होत असे त्याचे प्रमाण देशमुखाला मिळणाऱ्या मिळकतीपेक्षा निश्चितच निम्म्या स्वरूपाची होती. देशपांडे या वतनदाराला देशमुखाप्रमाणेच बलुतेदारांकडून काही हक्क मिळत असत. गावात जर एखादा लग्न समारंभ असेल तर त्याला मान म्हणून साखर, पान, सुपारी व शेला, पागोटे मिळत असे. खटल्यातील हरकीपैकी काही रक्कम मिळत असे. प्रत्येक ऊसमळ्यामागे ५ शेर गुळ, ऊसाचा एक भारा, रसाची एक घागर मिळत असे. शेतकऱ्याकडून भाजीपाला, धान्य कोष्ट्याकडून पासोडी, चांभाराकडून पायपोसी व गुरवाकडून पत्रावळ्या मिळत असत.

४) देशपांड्यांची कामे :

देशपांडे या वतनदाराची कामे खालीलप्रमाणे होती.

१) परगण्यातील गावाचा हिशेब ठेवणे. २) गावोगावच्या कुलकर्ण्यांच्या कामावर देखरेख ठेवणे. ३) आपल्या भागातील कोणत्याही गावाचा हिशेब तपासणे. ४) एखाद्या गावात कुलकर्णी नसेल तर कुलकर्ण्याचे काम देशपांडे यालाच करावे लागत असे.

ब) पाटील :

पाटील हा मराठेकालीन गावरचनेतील मुख्य अधिकारी होता. त्याला गावचा राजा म्हणून ओळखले जात असे. ग्रामोपासक, ग्रामोगोपक, गावपाटील, मोकादम या ही नावाने पाटलाला ओळखले जात असे.

पाटलांचे अधिकार :

पाटीलकीच्या सनदेतच पाटलाचे अधिकार नमूद केलेले होते. पाटलाने उपभोगायच्या अधिकारांना सनदशीर मान्यता दिलेली होती.

पाटलांचे अधिकार पुढीलप्रमाणे होते.

१) मानपान :

'मानपान' म्हणजे खेड्यातील सणासुदीच्या दिवशी किंवा इतरप्रसंगी पाटलाला मिळणारे अग्रहक्क होय. गावच्या जत्रेच्यावेळी तसेच उत्सवाच्यावेळी त्याला 'नायक' समजले जात असे. सणासुदीच्या वेळी पाटलाला गावकऱ्यांकडून अनेक वस्तू मिळत असत. उदा. होळीच्यावेळी पुराणाची पोळी, मकरसंक्रातीला तिळ इत्यादी.

२) खुर्दा :

खुर्दा म्हणजे रोख रक्कम . गावापासून सरकारला उत्पन्न मिळत असे. या उत्पन्नातील पाटलाला किती हिस्सा द्यायचा त्याचे प्रमाण ठरविण्याचा अधिकार सरकारला होता. 'पाटीलकीचा हक्क २२% दिवाणाने नेमून घेतले' असा उल्लेख शिवचरित्र साहित्यात आहे.

३) गला किंवा गुमास्त :

प्रत्येक जमीनधारकाकडून पाटलाला काही धान्य किंवा इतर वस्तू मिळत असत. त्याला घुगरी व पळकी असे संबोधले जात असे. घुगरी म्हणजे पसाभर धान्य आणि पळकी म्हणजे पळीभर तेल किंवा तूप तसेच गावातील कारागीरांकडून व व्यापाऱ्यांकडून काही वस्तू भेटीदाखल मिळत असत. उदा. चांभाराकडून पायपोसी, विणकराकडून

चोखळण, कोष्ट्याकडून पासोडी, पेठेतील व्यापाऱ्याकडून नारळ, सुपारी, मांस इत्यादी वस्तू विनामूल्य मिळत असत.

४) वेठबिगार :

महार, वाजंत्रीवादक, कारागीर यांच्याकडून विनामूल्य कामे करून घेण्याचा अधिकार किंवा हकलजिमा पाटलाला होता. सदैव एक राबता महार पाटलाच्या तैनातीला असे.

५) कर :

गावावर सरकार जो कर बसवत असे त्या कराचाही काही हिस्सा पाटलाला मिळत होता. उदा. गावातील लग्नावर आकारलेला'वऱ्हाड घटका' अथवा पोटदाम तसेच गावातील आयात–निर्यातीवर जकात करातील काही वाटा पाटलाला दिला जावा असे सनदेतच नमूद केलेले होते.

क) कुलकर्णी :

कुलकर्णी हा गावातील दुसरा महत्त्वाचा अधिकारी; परंतु पाटलाचा मदतनीस म्हणून तो कार्य करीत असे. शिवचरित्र साहित्यात कुलकर्ण्याचा उल्लेख गावकुलकर्णी किंवा ग्रामलेखी असा केलेला असल्याचे आढळून येते.

१) कुलकर्ण्यांचे अधिकार :

कुलकर्ण्याच्या सनदेत त्याच्या अधिकारांची (हकलजिमांची) नोंद केलेली होती. त्याचे हक्क पाटलाच्या हक्काप्रमाणेच असले तरी त्याला मिळणाऱ्या वस्तूंचे किंवा रकमांचे प्रमाण पाटलाला मिळणाऱ्या रकमांपेक्षा कमी होते. गावातील माना–पानाच्या दृष्टीने त्याचे स्थान दुय्यम होते. गावाच्या साऱ्यापैकी काही हिस्सा त्याला मिळत असे. दफ्तर खर्चासाठी 'सा दिल वार' म्हणून काही रोख रक्कम त्याला सरकारकडून मिळत असे. तसेच गावकऱ्याकडून काही भेटवस्तू देखील मिळत असत. उदा. चांभाराकडून पायपोसी, शेतकऱ्याकडून घुगरी, हुर्डा, तूप, फळे तसेच खासगी कामे करण्यासाठी राबता विनामूल्य महार मिळत असे.

२) कुलकर्णी यांची भूमिका :

कुलकर्णी यांनी मराठा साम्राज्यात ग्राम प्रशासनात महत्त्वपूर्ण भूमिका बजावली. जमिनीच्या नोंदी ठेवणे, महसूल गोळा करणे आणि गावपातळीवरील प्रशासकीय कामकाजावर देखरेख करणे ही त्यांची जबाबदारी होती.

i) जमीन महसूल संकलन :

कुलकर्णी हे प्रामुख्याने राज्याच्या वतीने गावकऱ्यांकडून जमीन महसूल (ज्याला 'किस्ट' किंवा 'गल्ला' म्हणतात) गोळा करण्यासाठी जबाबदार होते. त्यांनी जमिनीच्या प्रत्येक भूखंडावरील जमीन, लागवड केलेली पिके आणि कर किंवा महसूलाचे मूल्यमापन याबाबत तपशीलवार नोंदी ठेवल्या.

ii) भूमी अभिलेख देखभाल :

त्यांनी गावातील जमिनीची मालकी, सीमा, जमीन हस्तांतरण आणि भाडेकरार यांच्या नोंदी काळजीपूर्वक ठेवल्या. या नोंदी, ज्यांना 'ग्राम कागदपत्रे' किंवा 'ग्राम वंशावली' म्हणून ओळखले जाते, विवादांचे निराकरण करण्यासाठी आणि अचूक महसूल संकलन सुनिश्चित करण्यासाठी महत्त्वपूर्ण होते.

iii) जमीन कराचे मूल्यांकन :

कुलकर्णी यांनी जमिनीची सुपीकता, पिकवलेल्या पिकांचा प्रकार आणि प्रत्येक धारणेची उत्पादकता यांचे मूल्यमापन करून योग्य कर किंवा महसूल जमीन मालकांकडून वसूल केला जावा याची दखल घेतली.

iv) विवादाचे निराकरण :

त्यांनी गावातील जमीन मालकी, सीमा किंवा महसूल देयके संबंधित विवाद मिटवण्यात भूमिका बजावली. त्यांच्या नोंदी आणि स्थानिक रीतिरिवाजांच्या ज्ञानामुळे अनेकदा अशा वादांचे निराकरण करण्यास मदत होते.

v) गावकरी आणि राज्य यांच्यातील मध्यस्थ :

कुलकर्णी यांनी गावकरी आणि राज्य प्रशासन यांच्यात मध्यस्थ म्हणून काम केले. त्यांनी सरकारी आदेश, धोरणे आणि निर्देश गावकऱ्यांपर्यंत पोहोचवले आणि प्रशासकीय पातळीवर गावकऱ्यांच्या हिताचे प्रतिनिधित्व केले.

vi) ग्राम प्रशासनास मदत :

महसूल संकलनाव्यतिरिक्त कुलकर्णी कधी-कधी गावातील अधिकाऱ्यांना कायदा व सुव्यवस्था राखण्यासाठी, स्थानिक कार्यक्रमांचे आयोजन किंवा गावपातळीवर सरकारी धोरणांची अंमलबजावणी सुलभ करण्यासाठी मदत करत.

vii) नोंदी ठेवणे :

त्यांनी केवळ जमीन आणि महसुलाशी संबंधितच नाही तर, लोकसंख्याशास्त्रीय तपशील, सामाजिक संरचना आणि इतर प्रशासकीय बाबींच्या नोंदी ठेवल्या, ज्यामुळे गावाच्या ऐतिहासिक दस्तऐवजीकरणात योगदान प्राप्त झाले.

ड) चौगुला :

ग्रामव्यवस्थेतील तिसरा महत्त्वाचा घटक किंवा अधिकारी चौगुला हा होता. राजव्यवहारकोषात चौगुला याचा उल्लेख 'ग्रामीणी' असा केलेला आहे. मूळ शब्द 'चौकुला' म्हणजे 'चार कुळे सांभाळणारा' असा चौगुला हा वतनदार होता. पाटलाच्या गावकीच्या कार्यातील मदतनीस म्हणून चौगुला याला ओळखले जात असे. सारा वसुलीच्या कार्यात पाटलाला याची भरपूर मदत होत असे. परागंदा झालेल्या गावकऱ्यांना गावात परत आणणे हे त्याचे मुख्य कार्य होते. पाटलाप्रमाणेच चौगुला याची 'नांगर' ही निशाणी होती.

चौगुला हा सामान्यपणे मराठा जातीतील असे. परंतु काही ठिकाणी ब्राम्हण, शिंपी, लिंगायत, जैन, माळी व मुसलमान असेही चौगुले आढळत असत.

१) चौगुलाचे अधिकार :

गावच्या गोतसभेत पाटलानंतर चौगुला याला स्थान होते. मराठेकालीन कागदपत्रात 'देशचौगुला' असा शब्दप्रयोग आहे. यावरून देशमुख, देशपांडे यांच्याप्रमाणे तो परगण्यांचा अधिकारी होता असा निष्कर्ष काढता येतो. नांगराप्रमाणेच काठीदेखील त्याची निशाणी होती. यावरून जमीन मोजणीशी चौगुला याचा संबंध होता असाही निष्कर्ष काढता येतो.

२) चौगुला याची कार्ये :

i) गावातून गोळा झालेला महसूल परगण्याच्या मुख्य कचेरीतील खजिन्यात नेवून भरणे.

ii) गावातील परागंदा झालेल्या लोकांना गावात परत आणणे.

iii) गावची कोठारे, खासगी कोठारे, धान्याचे पेठ यांची व्यवस्था ठेवणे.

अशी विविध कार्ये चौगुला करीत असे.

ई) शेटे व महाजन :

गावकीच्या कामात गुंतलेला वतनदारांचा आणखी एक वर्ग म्हणजे शेटे-महाजन होय. गावच्या पेठेचे ते परंपरागत अधिकारी होते. शिवकालीन समाजातील प्रत्येक गावात पेठ होती असे नाही. मात्र एखाद्या गावात पेठ वसवायची असेल तर पेठ वसविण्याचा अधिकार शेटे-महाजन या वतनदारांचा होता. गावाच्या पेठेचा हिशेब ठेवणे हे

शेटे–महाजनांचे काम असे. गोतसभेच्या कार्यात अधिकृत सहभाग घेण्याचा अधिकार या वतनदारांना होता. सावकारकीचे व्यवहार शेटे महाजन करीत असत. तराजू ही या वतनदारांची व्यावसायिक निशाणी होती.

१) शेटे व महाजन यांचे अधिकार :

शेटे व महाजन यांचे अधिकार पाटील व कुलकर्णी या वतनदारांसारखेच होते. बाजाराच्या दिवशी प्रत्येक दुकानदाराकडून सुपाच्या, तांबोळ्याकडून दररोज ५ विड्याची पाने, तेल्याकडून नऊ पळ्या तेल, प्रत्येक पोत्यामागे अर्धा किलो हरभरे, प्रत्येक माळ्याकडून मूठभर भाजी, विणकराकडून पासोडी, चांभाराकडून जोडा, सणाच्या दिवशी प्रत्येक दुकानदाराकडून पावशेर गहू किंवा तांदूळ हे शेटे महाजनांचे हक्क होते. घरपट्टी या वतनदारांना द्यावी लागत नसे.

२) शेटे व महाजन यांची कार्ये :

i) गावात पेठ वसविणे.

ii) एखाद्या गावात बाजार भरत नसल्यास तो सुरू करणे.

iii) पेठेत वापरली जाणारी वजने व मापे यांची तपासणी करणे.

iv) पेठेतील व्यापाऱ्यांकडून कराची वसुली करणे.

फ) मिरासदार :

वंशपरंपरागत असा खेडेगावातील दुसरा वर्ग म्हणजे मिरासदार हा होता. गावातील जमीन लागवडीखाली आणण्याचे काम या वर्गाला करावे लागत असे. मिरासदार हा वर्ग जमिनीची लागवड वंशपरंपरागत वहीवाटीने करीत असत. गावातील एकूण जमिनीपैकी ७० ते ८०% जमीन या वर्गाच्या मालकीची होती. या वर्गाला नागरिकत्वाचे सर्व हक्क उपभोगायला मिळत असत. खेडेगावात वसाहत करणे, जमिनी लागवडीखाली आणणे, बाहेरच्या लोकांना जमिनी लागवडीखाली आणण्यासाठी प्रोत्साहन देणे अशी विविध कामे मिरासदार करीत असत. गोतसभेत देखील मिरासदार हिरीरीने भाग घेत असत. या वर्गाच्या हक्कांना मिरासी हक्क असे म्हटले जाई. मिरासदार वर्ग नियमाप्रमाणे नियमित सारा भरीत असत.

ग) उपरी :

मिरासदारांना त्यांच्या शेतीच्या कामात मदत करण्यासाठी जे लोक गावात येत असत त्यांना 'उपरी' असे संबोधले जात असे. 'दुसऱ्या कोणत्याही गावातून येणारे लोक म्हणजे उपरे' असे समजले जात असे. साहजिकच या वर्गाला गावातील गोतसभेच्या कार्यात कोणत्याही प्रकारे भाग घेण्याच्या अधिकार नव्हता. उपरे यांना कायम 'परके' मानले गेले. त्यामुळे ग्रामव्यवस्थेत या वर्गाला कोणतेही स्थान नव्हते. काही वेळेला गावातील पडीक जमीन लागवडीसाठी सरकारकडून विशिष्ट मुदतीसाठी घेत असत व काही वर्षांनंतर त्यांना या जमिनीचे मालकी हक्क सरकार देत असे. मात्र नेमक्या कोणत्या कालावधीनंतर हे मालकी हक्क मिळत असत याची निश्चित माहिती आजही उपलब्ध नाही. मात्र अशा उपरी वर्गाने ग्रामव्यवस्थेला चांगला आकार दिला असे 'शिवचरित्र' साहित्यात नमूद केलेले आहे.

थोडक्यात, ग्रामव्यवस्थेत देशमुख, देशपांडे,पाटील, कुलकर्णी महाजन, शेटये, मिरासदार, उपरी व बलुतेदार, असे प्रमुख वतनदार तसाच कष्टकरी वर्ग होता.

II) वतनदारी पद्धतीचे मूल्यमापन :

मराठेकालीन ग्रामरचनेत वतनसंस्था ही अतिशय मानाची समजली जात असे. ग्रामस्थांचा कारभार नीटपणे चालावा म्हणून प्राचीन काळात वतनसंस्थेला मान्यता देण्यात आली होती. मध्ययुगीन महाराष्ट्राच्या संदर्भात पहायचे झाले तर असे दिसून येते की, यादवकाळापूर्वी महाराष्ट्रात वतनसंस्था होती का, यादवकाळात मात्र ही पद्धत पूर्णपणे

प्रस्थापित झालेली दिसून येते. पुढे यादवांच्या नंतर मुसलमानी सत्तेची जरी महाराष्ट्रात सत्ता स्थापन झाली, तरी सुद्धा वतनसंस्थेत लक्षणीय बदल झाले नाहीत मात्र राजनिष्ठेत फरक झालेला दिसून येतो. शिवाजी महाराजांच्या काळात मात्र ही वतनसंस्था मागे पडल्याचे दिसून येते. शक्यतो नवीन वतने न देण्याचे धोरण शिवाजी महाराजांनी पाळले, पण शिवोत्तर काळात विशेषत: राजाराम महाराज यांच्या काळात ही परंपरा परत सुरू झालेली दिसते. या वतनदारी पद्धतीचे मूल्यमापन पुढीलप्रमाणे करता येईल.

अ) मक्तेदारी व एकाधिकाराची निर्मिती :

प्राचीन काळापासून निर्माण झालेली ही पद्धत कालांतराने वंशपरंपरागत अधिकार व हक्क मिळवून देणारी ठरली आणि त्यामुळे गावाकडून मिळणारा मोबदला व त्याबदल्यात गावाची करावी लागणारी कामे यामध्ये प्रचंड फरक निर्माण होत गेला आणि घराणेशाही निर्माण झाल्यामुळे वतनदारांची ऐषाआरामाची वृत्ती आणि मुजारी वाढली, त्यामुळे हक्कांची व अधिकारांची मक्तेदारी आणि एकाधिकारशाही निर्माण झाली.

ब) सत्तेचा आणि अधिकारांचा दुरूपयोग :

वंशपरंपरागत पद्धतीने मिळणाऱ्या वतनाच्या मुळे सत्तेचा आणि अधिकारांचा दुरूपयोग वतनदारांकडून होण्यास सुरूवात झाली. गावाचे रक्षण करणे, गावात शांतता व सुव्यवस्था राखणे या कामाचा विसर पडून सामान्य जनतेचे शोषण कशा प्रकारे करता येईल याचा विचार वतनदार करायला लागले. सरंजामशाही वृत्तीचा विकास वतनदारांमध्ये झाल्याने केंद्र सत्तेपेक्षा ही काही प्रसंगी हे वतनदार वरचढ झालेले दिसून येतात, त्यामुळे मुसलमानी सत्तेच्या काळात स्थानिक वतनदार एकमेकांशी लढताना दिसून येतात.

क) मोबदला हा वसुली हक्क झाला :

सर्वसाधारणपणे वतनदार गावासाठी करत असलेल्या कामाबद्दल, सेवेबद्दल गावातील लोक वतनदाराला मोबदला स्वरूपात वस्तू किंवा चलनरूपात मोबदला देत असत. पण कालांतराने वतने ही वंशपरंपरागत पद्धतीने मिळू लागल्याने लोकांकडून मिळणारा मोबदला वसुली हक्क बनला. त्यामुळे लोकांनी ठरलेल्या पेक्षा जास्त मोबदला महसूल द्यावा यासाठी सर्वसामान्य लोकांचे शोषण करायला सुरूवात झाली.

ड) वतनदार राजापेक्षाही वरचढ :

बऱ्याचदा राजा अर्थात केंद्र सत्ता जर प्रभावी नसेल तर त्याचा गैरफायदा वतनदारांनी घेण्यास सुरूवात केली. शिवाजी महाराजांच्या काळात त्यांनी वतनसंस्थेवरती काही प्रमाणात नियंत्रणे आणली, पण छत्रपती राजारामाच्या काळात मात्र ही पद्धत पुन्हा सुरू झाली. शिवाजी महाराजांनंतरचे मराठ्याचे छत्रपती केंद्र सत्तेवरती आपली पकड घट्ट करण्यात असफल झाले. त्यामुळे राजारामापासूनच्या काळात अगदी पेशवाईत ही अनेकदा हे वतनदार राजापेक्षाही वरचढ ठरताना दिसले. पर्यायाने केंद्रसत्ता ही दिवसेंदिवस खिळखिळी बनत गेली, तर वतनदार मात्र सामर्थ्यवान बनत गेले. हे मराठेकालीन वतनसंस्थेचे मूल्यमापन आहे.

२.१.२ गाव : सामाजिक–आर्थिक क्रियांचे केंद्र :

मराठा साम्राज्यात सामाजिक–आर्थिक उपक्रमांची केंद्रे म्हणून गावांची भूमिका पुढील मुद्यांच्या आधारे जाणून घेता येईल :

१) कृषी पाठीचा कणा :

खेड्यांनी मराठा साम्राज्याच्या अर्थव्यवस्थेचा गाभा बनवला, जो प्रामुख्याने शेतीवर केंद्रित होता. शेतकऱ्यांनी सुपीक जमिनीवर विविध पिकांची लागवड केली, ज्यामुळे साम्राज्याच्या अन्न उत्पादनात आणि आर्थिक

स्थैर्यामध्ये भरीव योगदान प्राप्त झाले. पीक लागवड, सिंचन तंत्र आणि जमिनीची उत्पादकता हे गावाच्या आर्थिक उदरनिर्वाहाचे अविभाज्य घटक होते.

२) **महसूल संकलन आणि प्रशासन :**

गावे महसूल संकलन केंद्रे म्हणून काम करत. जमिनीच्या नोंदी ठेवण्यासाठी आणि करांचे मूल्यांकन करण्यासाठी जबाबदार असलेले कुलकर्णी आणि महसूल गोळा करणारे मिरासदार, वंशपरंपरागत जमीनधारक यांनी मराठा राज्यकर्त्यांच्या वतीने प्रभावी महसूल संकलन सुनिश्चित करण्यात महत्त्वपूर्ण भूमिका बजावली. त्यांनी सावधपणे जमिनीच्या नोंदी ठेवल्या, जमीन कर निश्चित केला आणि महसूल प्रशासन व्यवस्थापित केले, जे साम्राज्याच्या आर्थिक स्थिरतेसाठी महत्त्वपूर्ण होते.

३) **स्थानिक प्रशासन आणि प्रशासकीय पदानुक्रम :**

प्रत्येक गावाची प्रशासकीय व्यवस्था होती, ज्याचे व्यवस्थापन स्थानिक पंचायती किंवा प्रभावशाली गावकऱ्यांच्या परिषदांद्वारे केले जाते. या परिषदांनी तंटामुक्ती, कायद्याची अंमलबजावणी, कर संकलन आणि सामाजिक सुव्यवस्था राखणे, संपूर्ण साम्राज्यात विकेंद्रित शासन प्रणालीला चालना देणे यासारखे गावपातळीवरील व्यवहार हाताळले.

४) **आर्थिक देवाणघेवाण आणि व्यापार :**

गावांमध्ये गजबजलेल्या स्थानिक बाजारपेठा किंवा हाटांचे आयोजन केले जात, जेथे कृषी उत्पादन, हस्तकला आणि वस्तूंची देवाणघेवाण होत असे. या बाजारपेठा खेड्यात आणि शेजारच्या प्रदेशात व्यापार सुलभ करण्यासाठी, साम्राज्याच्या आर्थिक गतिशीलतेला हातभार लावण्यासाठी महत्त्वपूर्ण होत्या.

५) **सामाजिक–आर्थिक स्तरीकरण :**

खेड्यांमध्ये जमीनदार, शेती करणारे, कारागीर आणि मजूर यांचा समावेश असलेला वेगळा सामाजिक स्तर होता. जमीनदार किंवा मिरासदारांकडे लक्षणीय जमीन मालकी आणि आर्थिक सत्ता होती, तर कारागीरांनी कुशल कारागिरीद्वारे स्थानिक अर्थव्यवस्थेत योगदान दिले आणि गावातील संरचित सामाजिक पदानुक्रमाचे समर्थन केले.

६) **कारागीर उपक्रम आणि कुशल कामगार :**

गावे ही कलाकुसर आणि कारागीर कामाची केंद्रे होती. विणकर, कुंभार, लोहार आणि सुतार यांचा समावेश असलेले कारागीर त्यांचे व्यवसाय करत, स्थानिक वापरासाठी आणि व्यापारासाठी वस्तूंचे उत्पादन करत, ग्रामीण अर्थव्यवस्था टिकवून ठेवत आणि विशेष कौशल्ये वाढवत असे.

७) **सांस्कृतिक महत्त्व :**

गावे ही केवळ आर्थिक केंद्रे नसून सांस्कृतिक केंद्रेही होती. त्यांनी सण, धार्मिक समारंभ आणि सामाजिक मेळावे आयोजित केले, सांस्कृतिक देवाणघेवाण आणि सामुदायिक बंधन वाढवणे, पिढ्यानपिढ्या परंपरा जतन करणे आणि प्रसारित करणे याबाबत गावांची भूमिका उल्लेखनीय होती.

८) **शैक्षणिक संस्था :**

काही गावांमध्ये गुरुकुल सारख्या शैक्षणिक संस्था होत्या, जिथे मुलांना पारंपारिक शिक्षण दिले जात होते. येथे त्यांनी भाषा, धर्मग्रंथ आणि व्यावसायिक कौशल्ये शिकली, ज्यामुळे ग्रामीण समुदायांमध्ये बौद्धिक विकासात योगदान प्राप्त झाले.

९) **कृषी नवोपक्रम :**

गावे ही कृषी नवनिर्मितीची केंद्रे होती. गावकऱ्यांनी शेती तंत्र, सिंचन प्रणाली आणि पीक वैविध्यतेसह प्रयोग केले. कृषी उत्पादकता वाढविण्यासाठी, अन्न सुरक्षा सुनिश्चित करण्यासाठी आणि साम्राज्याची कृषी अर्थव्यवस्था टिकवून ठेवण्यासाठी नवकल्पनांचा परिचय करून दिला.

१०) पर्यावरणीय सहजीवन :

गावांनी पर्यावरणाशी सहजीवनाचे नाते जपले. शाश्वत शेती, पाणी व्यवस्थापन आणि पर्यावरणीय संवर्धन यासारख्या पद्धती प्रचलित होत्या, दीर्घकालीन कृषी टिकावासाठी पर्यावरणीय सुसंवादाची गवे सखोल समज दर्शवितात.

२.२ बलुतेदारी पद्धती :

बारा बलुतेदार पद्धत ही बारा व्यापारांची आनुवंशिक ग्रामसेवक पद्धती होती जी आताच्या महाराष्ट्र राज्याच्या प्रदेशात आढळते. १९५८ मध्ये कायद्याने ती औपचारिकपणे रद्द केली. या बलुतेदारांनी मराठ्यांच्या अंतर्गत असलेल्या गावातील समुदायांचा एक महत्त्वाचा भाग बनवले. गावातील अनेक अधिकारी होते, ज्यांच्याकडे गावातील काही जमीन किंवा वतन होते आणि त्यांनी गावातील समुदाय किंवा प्रशासन आणि सरकार यांच्यातील दुवा म्हणून काम केले. बलुतेदार हे गावातील कारागीर होते, जे शेतकऱ्यांना कृषी प्रक्रियेत मदत करायचे. शेतकरी या बलुतेदारांना किंवा गावातील कारागिरांना दरवर्षी पैसे देत असत, ज्यात त्यांच्या वर्षभरातील सेवांसाठी फी आणि अधिकार समाविष्ट होते.

२.२.१ अर्थ :

समाजाने राखलेली ग्राम सेवा पद्धती ही बलुता पद्धती म्हणून ओळखली जाते. बलुता या शब्दाचा अर्थ बलुतेला पात्र असलेल्या गावातील लोकसेवक असा होतो, तर बलुता म्हणजे गावातील १२ लोकसेवकांसाठी नियुक्त केलेला मका आणि बागेतील उत्पादनाचा वाटा असा शब्द बलुता मध्ये मोठ्या प्रमाणात वापरला जातो.

शेतकऱ्यांची अधिक महत्त्वाच्या गरजा भागवणारे गावातील बिगर शेतकरी लोक जे होते त्यांना बलुतेदार (कारु) असे म्हणत, डॉ. बाळकृष्ण यांनी 'शिवाजी द ग्रेट' यातील खंड '४' मधून बलुतेदारी पद्धत स्पष्ट केली आहे. या बलुतेदारांची एकूण संख्या बारा होती. त्यांमध्ये १) कुंभार, २) मुलाणी ३) गुरव ४) चांभार ५) मांग ६) जोशी ७) धोबी ८) न्हावी ९) महार १०) लोहार ११) सुतार १२) सोनार

२.२.२ बलुतेदारांचे वर्गीकरण :

बलुतेदारांचे वर्गीकरण तीन गटात केले जाते.

१) कारागीर किंवा व्यावसायिक :

या गटात सुतार, लोहार, चांभार, कुंभार, धोबी, न्हावी याचा समावेश होतो. सुतार गावकऱ्यांना लागणारी शेतीची अवजारे तयार करून देत असे. लोहार हा लोखंडी अवजारे तयार करीत असे, चांभार हा चामडी वस्तू तयार करून देत असे. कुंभार हा मातीची भांडी तयार करत असे. धोबी हा गावातील प्रमुख वतनदारांचे कपडे धुवून देत असे व न्हावी हा गावातील लोकांचे केशकर्तन करीत असे.

२) सेवक वर्ग :

महार, मांग, तराळ, रामोशी या बलुतेदारांचा सेवक वर्गात समावेश केला गेला. त्यांना त्यांच्या सेवेबद्दल जे वेतन दिले जात असे त्याला हडकी, हडोळी किंवा पाडेवारी असे म्हणत असत.

३) धार्मिक विधी करणारा सेवक वर्ग :

जोशी, गुरव, ठाकूर, जंगम व मुलाणी या बलुतेदारांचा समावेश या गटात केला गेला. गावकऱ्यांच्या धार्मिक तसेच सामाजिक गरजा पूर्ण करण्याचे काम हा सेवक वर्ग करीत असे.

२.२.३ बलुतेदार पद्धतीची वैशिष्ट्ये :

बलुतेदार पद्धती ही मराठा साम्राज्यातील एक अविभाज्य सामाजिक-आर्थिक रचना होती, ज्याची श्रेणीबद्ध संघटना आणि कामगार विभागणी वैशिष्ट्यीकृत होती.

१) व्यावसायिक पदानुक्रम :

'बलुतेदार' म्हणून ओळखल्या जाणाऱ्या विविध व्यावसायिक गट किंवा जातींचा समावेश असलेली बलुतेदार व्यवस्था पदानुक्रमानुसार आयोजित केली गेली होती. या बलुतेदारांनी कारागीर, विणकर, लोहार, सुतार, कुंभार इत्यादी सारखे विशिष्ट व्यवसाय केले. प्रत्येक गटाची समाजाच्या आर्थिक चौकटीत नियुक्त भूमिका आणि जबाबदाऱ्या होत्या.

२) आनुवंशिक व्यावसायिक भूमिका :

बलुतेदार व्यवस्थेतील व्यवसाय हे वंशपरंपरागत होते, ते एका पिढीकडून दुसऱ्या पिढीकडे कुटुंबात किंवा विशिष्ट समुदायांमध्ये जात होते. व्यावसायिक कर्तव्ये सामाजिक जडणघडणीत रुजलेली होती आणि व्यक्तींना त्यांच्या जाती किंवा कौटुंबिक वंशाच्या आधारावर त्यांचे व्यवसाय वारशाने मिळाले.

३) जमिनीच्या बदल्यात काम आणि सेवा :

बलुतेदारांनी त्यांच्या विशेष सेवा गावातील समुदायाला किंवा स्थानिक जमीनदारांना जमिनीच्या अनुदानाच्या बदल्यात किंवा कृषी उत्पादनाच्या वाट्यासाठी दिल्या. त्यांना त्यांच्या पारंपारिक करारांच्या अटींनुसार त्यांची कौशल्ये आणि श्रम प्रदान करणे बंधनकारक होते, ज्यामध्ये सहसा विशिष्ट जमिनींवरील परंपरागत हक्क समाविष्ट होते.

४) दायित्वे आणि कर्तव्ये :

बलुतेदारांची गाव किंवा स्थानिक राज्यकर्त्यांप्रती विशिष्ट दायित्वे आणि कर्तव्ये होती. ते त्यांची नियुक्त कार्ये पूर्ण करण्यासाठी जबाबदार होते, जसे की त्यांच्या कारागीर सेवा प्रदान करणे, वस्तूंचे उत्पादन करणे, साधने दुरुस्त करणे किंवा कृषी अर्थव्यवस्थेच्या सुरळीत कामकाजासाठी आवश्यक असलेली इतर आवश्यक कार्ये करणे.

५) आर्थिक परस्परावलंबन आणि विनिमय :

बलुतेदार पद्धती विविध व्यावसायिक गटांमधील परस्पर परस्परावलंबनावर भरभराटीस आली. प्रत्येक बलुतेदार व्यवस्थेमधील इतरांच्या सेवा किंवा उत्पादनांवर अवलंबून असतो. उदाहरणार्थ, लोहाराला सुताराची सेवा आवश्यक असते आणि त्यामुळे समाजामध्ये आर्थिक सहकार्य आणि देवाणघेवाण वाढते.

६) सामाजिक स्थिती आणि श्रेणीबद्ध क्रम :

बलुतेदारांनी त्यांच्या व्यवसायांच्या आधारे सामाजिक पदानुक्रमात विशिष्ट पदांवर कब्जा केला. काही व्यवसायांना इतरांपेक्षा जास्त आदर दिला जातो, ज्यामुळे समाजाचे स्तरीकरण होते. मराठा समाजातील सामाजिक रूढी आणि जाती-आधारित विभागणी कायम ठेवण्यात या व्यवस्थेने योगदान दिले.

७) राज्याद्वारे नियमन आणि नियंत्रण :

बलुतेदार पद्धतीचे नियमन करण्यात मराठा राज्यकर्त्यांद्वारे प्रशासनाची देखरेखीची भूमिका होती. त्यांनी बलुतेदारांच्या कामगिरीचे निरीक्षण केले, जबाबदाऱ्यांची पूर्तता सुनिश्चित केली आणि कधीकधी विवाद मिटवण्यासाठी किंवा कामगार आणि जमीन अनुदानाच्या अटींचे नियमन करण्यासाठी हस्तक्षेप केला.

८) कृषी अर्थव्यवस्थेतील योगदान :

बलुतेदार व्यवस्थेने मराठा साम्राज्याची कृषी अर्थव्यवस्था टिकवून ठेवण्यासाठी महत्त्वपूर्ण भूमिका बजावली. त्यांच्या विशेष कौशल्ये आणि सेवांनी कृषी उत्पादन, उत्पन्न आणि व्यापारात महत्त्वपूर्ण योगदान दिले, ज्यामुळे गाव स्थानिक अर्थव्यवस्थांचा कणा बनला.

९) आव्हाने आणि ऱ्हास :

कालांतराने आर्थिक परिदृश्यातील बदल, तांत्रिक प्रगती आणि वसाहतवादी हस्तक्षेप यामुळे बलुतेदार व्यवस्थेला आव्हानांचा सामना करावा लागला. बाजार-केंद्रित अर्थव्यवस्था आणि औद्योगिकीकरणाचा परिचय यामुळे पारंपारिक कारागीर पद्धतींचा ऱ्हास झाला, हळूहळू बलुतेदार पद्धतीचे महत्त्व कमी होत गेले.

१०) वारसा आणि सांस्कृतिक प्रभाव :

घसरण होऊनही, बलुतेदार पद्धतीचा वारसा सध्याच्या महाराष्ट्राच्या काही भागांमध्ये सामाजिक-आर्थिक संरचनांवर प्रभाव टाकत आहे. मराठा समाजातील व्यावसायिक ओळख, सामाजिक नातेसंबंध आणि ऐतिहासिक कथनांना आकार देत याने प्रदेशावर सांस्कृतिक ठसा उमटवला.

२.२.४ बलुतेदार पद्धतीचे फायदे :

मराठा साम्राज्यातील बलुतेदार पद्धतीचे अनेक फायदे होते ज्यांनी त्या काळातील सामाजिक-आर्थिक संरचनेत योगदान दिले.

१) विशेष व्यावसायिक कौशल्ये :

बलुतेदार पद्धतीचा एक प्राथमिक फायदा म्हणजे विविध व्यावसायिक गटांमधील कामगारांचे विशेषीकरण होय. बलुतेदार हे आपापल्या क्षेत्रातील कुशल कामगार, कारागीर आणि व्यावसायिक होते. या विशिष्टीकरणामुळे समाजामध्ये विविध कौशल्यांची उपलब्धता सुनिश्चित केली गेली, ज्यामुळे उच्च-गुणवत्तेच्या वस्तू आणि सेवांचे उत्पादन सुलभ झाले.

२) स्थानिक स्वयंपूर्णता आणि आर्थिक स्थिरता :

बलुतेदार पद्धतीने गावांमध्ये आणि स्थानिक समुदायांमध्ये स्वयंपूर्णतेची पातळी वाढवली. विविध बलुतेदार गटांमधील परस्परावलंबन हे सुनिश्चित करते की आवश्यक वस्तू आणि सेवांचे स्थानिक पातळीवर उत्पादन केले जाते, बाह्य स्त्रोतांवरील अवलंबित्व कमी होते. या स्थानिक आर्थिक नेटवर्कने बाह्य व्यत्ययांच्या काळात स्थिरतेसाठी योगदान दिले.

३) पारंपारिक हस्तकला आणि उद्योगांना प्रोत्साहन :

या प्रणालीने पारंपारिक हस्तकला आणि उद्योगांचे जतन आणि संवर्धन करण्यासाठी एक व्यासपीठ प्रदान केले. बलुतेदारांनी त्यांच्या वंशपरंपरागत व्यवसायांद्वारे, पिढ्यानपिढ्या जात असलेले प्राचीन तंत्र आणि ज्ञान राखले, ज्यामुळे देशी कलाकुसर आणि उद्योगांचे सातत्य सुनिश्चित झाले.

४) सामाजिक एकता आणि समुदाय समर्थन :

बलुतेदार व्यवस्थेने समुदायांमध्ये सामाजिक एकता मजबूत केली. विविध व्यावसायिक गटांमधील परस्परसंबंधांमुळे समुदाय आणि परस्पर समर्थनाची भावना निर्माण झाली. बलुतेदारांनी अनेकदा गरजेच्या वेळी सहकार्य केले, सहकारी सदस्यांना मदत आणि समर्थन दिले, सामाजिक बंधने मजबूत केली.

५) बलुतेदारांसाठी आर्थिक स्थिरता :

बलुतेदारांना त्यांच्या निश्चित भूमिका आणि व्यवस्थेतील जबाबदाऱ्यांमुळे काही प्रमाणात आर्थिक स्थिरता होती. त्यांच्या पारंपारिक व्यवसायांनी उदरनिर्वाहाचा एक स्थिर स्त्रोत प्रदान केला, बहुतेकदा प्रथागत जमीन अनुदान किंवा कृषी उत्पादनाचा हिस्सा याद्वारे पूरक होता. या स्थिरतेमुळे या व्यावसायिक गटांसाठी जीवनमानाचा मूलभूत स्तर सुनिश्चित झाला.

६) स्थानिक संसाधनांचा वापर आणि शाश्वतता :

बलुतेदार पद्धतीने स्थानिक संसाधने आणि सामग्रीचा वापर करण्यास प्रोत्साहन दिले. बलुतेदार अनेकदा स्थानिक पातळीवर कच्चा माल मिळवत, वाहतूक खर्च कमी करत आणि टिकाव धरत असे. या स्थानिक दृष्टिकोनाने संसाधनांच्या कार्यक्षम वापराला प्रोत्साहन दिले आणि लांब–अंतराच्या व्यापाराशी संबंधित पर्यावरणीय प्रभाव कमी केला.

७) सांस्कृतिक जतन आणि ओळख :

या पद्धतीने विशिष्ट व्यवसायांशी संबंधित सांस्कृतिक ओळख जपण्यात योगदान दिले. बलुतेदारांना त्यांच्या वडिलोपार्जित कलाकुसरीचा आणि व्यवसायांचा अभिमान वाटला, सांस्कृतिक परंपरा आणि त्यांच्या व्यवसायांशी जोडलेल्या ओळखी जपल्या, त्यामुळे सांस्कृतिक वारसा जपला.

८) कार्य नैतिकता आणि कौशल्ये :

बलुतेदार पद्धतीने बलुतेदारांमध्ये लहानपणापासूनच मजबूत कार्य नैतिकता आणि कौशल्य विकास घडवून आणला. मुलांनी अनेकदा त्यांचे कौटुंबिक व्यवसाय आणि कौशल्ये त्यांच्या वडीलधाऱ्यांकडून शिकून घेतली आणि कालांतराने त्यांच्या कारागिरीचा आणि कौशल्याचा सन्मान केला. या पैलूने मौल्यवान कौशल्ये पिढ्यान्‌पिढ्या प्रसारित करण्यास योगदान दिले.

२.२.५ बलुतेदार पद्धतीचे तोटे :

बलुतेदार पद्धतीचे तोटे खालीलप्रमाणे आहेत :

१) कठोर व्यावसायिक संरचना आणि मर्यादित गतिशीलता :

बलुतेदार पद्धतीने एक कठोर व्यावसायिक रचना लादली, ज्याने व्यक्तींना त्यांच्या जात किंवा वंशाच्या आधारावर विशिष्ट वंशानुगत व्यवसायांमध्ये प्रतिबंधित केले. गतिशीलतेच्या या अभावामुळे व्यक्तींना त्यांच्या आवडी आणि क्षमतांवर आधारित पर्यायी उपजीविका शोधण्यापासून किंवा व्यवसायांचा पाठपुरावा करण्यापासून रोखले गेले. परिणामी, सामाजिक गतिशीलता आणि वैयक्तिक वाढीच्या संधींवर मर्यादा आल्या.

२) सामाजिक स्तरीकरण आणि जाती–आधारित विभागणी :

बलुतेदार व्यवस्थेने समाजात सामाजिक स्तरीकरण आणि जाती–आधारित विभागणी कायम ठेवली. बलुतेदार हे वेगवेगळ्या व्यावसायिक गटांचे होते, बहुतेक वेळा विशिष्ट जातींशी संबंधित होते. या श्रेणीबद्ध रचनेने सामाजिक असमानता वाढवली, सामाजिक परस्परसंवाद मर्यादित केले आणि जात–आधारित पूर्वग्रह आणि भेदभावांना बळकटी दिली.

३) शोषणात्मक कामगार संबंध आणि दायित्वे :

बलुतेदार हे बहुधा शोषक कामगार संबंध आणि गावातील उच्चभ्रू किंवा जमीनमालकांच्या जबाबदाऱ्यांच्या अधीन होते. त्यांना जमीन अनुदान किंवा कृषी उत्पादनाच्या वाट्याच्या बदल्यात त्यांच्या सेवा किंवा वस्तू प्रदान करणे बंधनकारक होते. काहीवेळा या जबाबदाऱ्या बोजड होत्या, ज्यामुळे सत्तेत असलेल्यांकडून शोषण आणि अन्यायकारक वागणूक मिळत असे.

४) मर्यादित आर्थिक संधी आणि नवोपक्रम :

बलुतेदार व्यवस्थेअंतर्गत व्यवसायांचे आनुवंशिक स्वरूप आर्थिक संधी मर्यादित करते आणि नवकल्पना रोखते. व्यक्ती त्यांच्या वडिलोपार्जित व्यापारांपुरत्या मर्यादित होत्या, नवीन आर्थिक मार्ग किंवा तांत्रिक प्रगतीच्या शोधात अडथळा आणत होत्या. नावीन्यपूर्णतेच्या अभावामुळे आर्थिक वृद्धी रोखली गेली आणि बाजारातील बदलत्या गतिशीलतेशी जुळवून घेण्यास अडथळा निर्माण झाला.

५) पारंपारिक पद्धती आणि तंत्रज्ञानावरील अवलंबित्व :

पारंपारिक हस्तकला आणि पद्धतींवर बलुतेदार व्यवस्थेचा भर तांत्रिक प्रगती आणि नवीन पद्धतींशी जुळवून घेण्यास अडथळा आणतो. बलुतेदार बहुधा जुनी-जुनाट तंत्रे आणि तंत्रज्ञानावर विसंबून राहतात परिणामी, विकसित होत असलेल्या बाजारपेठांमध्ये उत्पादकता आणि स्पर्धात्मकता वाढविण्यास ते असमर्थ ठरतात.

६) आर्थिक असुरक्षितता :

बलुतेदारांना विशिष्ट व्यवसायांवर अवलंबून राहिल्यामुळे आर्थिक असुरक्षिततेचा सामना करावा लागला. बाजाराच्या मागणीतील बदल किंवा तांत्रिक प्रगतीमुळे त्यांची कौशल्ये अप्रचलित होतात, ज्यामुळे आर्थिक असुरक्षितता निर्माण होते. शिवाय, कृषी उत्पन्नातील चढउतार किंवा स्थानिक अर्थव्यवस्थेतील अडथळे यांचा त्यांच्या उपजीविकेवर विपरित परिणाम झाला.

७) सामाजिक-आर्थिक असमानतेमध्ये योगदान :

बलुतेदार व्यवस्थेने जात-आधारित विषमता बळकट करून सामाजिक-आर्थिक विषमतेला हातभार लावला. काही व्यावसायिक गटांना इतरांच्या तुलनेत अधिक प्रतिष्ठा आणि आर्थिक लाभ मिळाले. या असमानतेमुळे सामाजिक विभागणी कायम राहिली आणि अधिक न्याय्य समाज निर्माण करण्याच्या प्रयत्नांना अडथळा निर्माण झाला.

८) सामाजिक आणि आर्थिक बदलास प्रतिकार :

व्यवस्थेने अनेकदा सामाजिक आणि आर्थिक बदलांना विरोध केला. बलुतेदार हे परंपरा आणि परंपरागत जबाबदाऱ्यांनी बांधलेले, नवीन पद्धती स्वीकारण्यास किंवा आधुनिक पद्धती स्वीकारण्यास प्रतिरोधक होते. या प्रतिकारामुळे सामाजिक प्रगती आणि आर्थिक विकासासाठी आवश्यक अनुकूलतेमध्ये अडथळा निर्माण झाला.

९) वैयक्तिक स्वायत्तता आणि निवडीचा अभाव :

बलुतेदार प्रणालीतील व्यक्तींना त्यांचे व्यवसाय किंवा कारकीर्द मार्ग निवडण्यासाठी मर्यादित स्वायत्तता होती. व्यवसायांच्या पूर्वनिर्धारित स्वरूपामुळे व्यक्तींना त्यांच्या आकांक्षा पूर्ण करण्याच्या किंवा वारशाने मिळालेल्या व्यवसायांच्या बाहेर विविध संधी शोधण्याच्या स्वातंत्र्यापासून वंचित ठेवले होते.

१०) प्रासंगिकता आणि पतन :

कालांतराने बदलत्या सामाजिक-आर्थिक परिस्थितीच्या पार्श्वभूमीवर बलुतेदार व्यवस्था कमी प्रासंगिक बनली. तांत्रिक प्रगती, औद्योगिकीकरण आणि वासाहतिक प्रभावांमुळे पारंपारिक हस्तकला कमी स्पर्धात्मक बनल्या आणि बलुतेदार व्यवस्थेचे महत्त्व कमी झाले, ज्यामुळे त्याचे अंतिम पतन झाले.

☞२.३ स्त्रियांची स्थिती :

वैधव्य ही एक दैवी आपत्ती असून विधवा स्त्रीने व्रतस्थ राहून संन्याशासारखे जीवन जगले पाहिजे अशीच मराठाकालीन समाजाची धारणा होती. विवाह हा संस्कार स्त्रीच्या जीवनात एकदाच होतो व बालविधवेने पुनर्विवाहाचा पापमय विचार मनातही आणू नये म्हणून तत्कालीन मराठा समाजाने स्त्री पुढे एकतर सती जाणे किंवा संन्यस्त जीवन जगणे असे दोनच पर्याय ठेवलेले होते.

अ) विधवा स्त्रीला गौण स्थान :

विधवा स्त्रीला समाजात गौण स्थान दिलेले होते. तिला लग्न समारंभात मोकळेपणे वावरण्याचे स्वातंत्र्य नव्हते. तसेच तिला कोणत्याही स्वरुपाचा मानपान दिला जात नसे. विधवा स्त्रीने समाजात सदाचरणाचा भंग केला तर तिला नरक प्राप्त होतो व तिचा पती स्वर्गलोकापासून पतित होतो, तसेच आई, वडील व आप्त-संबंधितांचे

पतन होते अशा भ्रामक समजुती समाजात रुढ होत्या. विधवेने पातिव्रत्याचे संरक्षणासाठी केशवपन करावे अशी समाजधारणा होती. तसेच तिच्यावर उपासतापासाचे कडक निर्बंध होते. जेवणात देखील चमचमीत, चवदार अन्न दिले जात नसे. घरात काबाडकष्ट केले तरच अन्नाचा घास मिळत असे. केशवपन पद्धतीचा प्रसार इसवी सनाच्या दहाव्या शतकानंतर मोठ्या प्रमाणावर झाला. महाराष्ट्रात ब्राम्हण जातीमध्ये ही पद्धत अधिक कटाक्षाने पाळली गेली. या पद्धतीत पतीच्या मृतदेहाबरोबर पत्नीचे केस जाळण्याची प्रथा होती. पत्नीने केशवपन केले नाही तर ब्राम्हण प्रेतास मंत्राग्नी देण्यास नकार देत असत. त्यामुळे पती निधनानंतर लगेचच पत्नीचे मुंडन केले जात असे. क्वचित प्रसंगी बाल विधवांकडून केशवपनानंतर देखील कळत नकळत निसर्गनियमानुसार व्यभिचार घडला तर नीतिबाह्य वर्तन म्हणून त्यांना कठोर शिक्षा केली जाई.

ब) सतिप्रथा :

इ. स. दहाव्या शतकानंतर दक्षिण भारतात सती जाण्याची प्रथा रुढ झाली. ही पद्धत प्रथम क्षत्रिय स्त्रियांनी प्रचारात आणली. कालांतराने इतर जातीत देखील सतिप्रथेचा प्रसार झाला. सतिप्रथेला धार्मिक अधिष्ठान होते. सती जाणाऱ्या स्त्री समोर स्मृतीकारांनी फार मोठे पारलौकिक कल्पनांचे प्रलोभन ठेवले होते. जी स्त्री पतीच्या मृतदेहाबरोबर सहगमन करते ती आपल्या मातृ व भातृकुलाचा उद्धार करते असा विचार मांडल्याने स्त्रिया मोठ्या प्रमाणावर सती जात असत. मराठा कालखंडात ब्राम्हणापासून चांडाळापर्यंत सर्व जातीत सती गमनाची उदाहरणे आढळतात. मात्र महाराष्ट्रात या पद्धतीचा मोठ्या प्रमाणावर सतिप्रथेचा फैलाव झाल्याचे दिसून येत नाही. मात्र पतीवरील निरामय प्रेमामुळे स्त्रिया सती जात होत्या असे म्हणता येणार नाही. अस्तित्वात असलेली बहुपत्नीत्वाची पद्धत, सती जाणाऱ्या विधवा स्त्रियांचे वय, काही प्रकरणात त्यांनी आपल्या पतीबरोबर व्यतित केलेला काळ या सर्वांचा विचार करता पती–पत्नीमध्ये प्रेमाचे आपुलकीचे संबंध प्रस्थापित होण्यास फारसा वाव नव्हता. त्यामुळे केवळ पती प्रेमामुळे नव्हे तर धर्मसंस्थेचा जबरदस्त पगडा असल्याने स्त्रिया सती जात असत असेच म्हणावे लागते.

क) समाजात निकृष्ट स्थान असलेला स्त्री वर्ग :

मराठाकालीन समाजात निकृष्ट स्थान असलेला स्त्री वर्ग पुढीलप्रमाणे होता.

१) गणिकांचा वर्ग :

भारताच्या इतर भागांप्रमाणेच महाराष्ट्रात देखील गणिकांचा वर्ग अस्तित्वात होता. राज्यकर्ते व सरदार यांचा जनानखाना असे. महाराष्ट्रात रखेल्यांना 'रक्षा', 'उपस्त्री', 'नाटकशाळा', 'मर्जी' अशा अनेक संज्ञा होत्या. काही गणिका राज्यकर्ते, मंत्री व सरदार यांच्या जनानखान्यात प्रवेश मिळवित असत. काही जणी तमाशासारखे करमणुकीचे कार्यक्रम करून सामान्यजनांचे मनोरंजन करीत असत.

२) मुरळी व जोगतिणी :

मुरळी व जोगतिणी या नावाने ओळखल्या जाणाऱ्या स्त्रियांचा आणखी एक वर्ग होता. या स्त्रिया देवाला वाहिलेल्या असत. मुरळी या खंडोबा देवाच्या नावाशी संलग्न असत. ज्या स्त्रियांना मूल होत नसे किंवा ज्यांची मुले जगत नसत अशा स्त्रिया आपल्याला मुले होऊन जगली तर दुसऱ्या मुलाच्या जन्मानंतर पहिले मूल देवाला वाहण्याचा नवस करीत असत. जर हे मूल मुलगा असेल तर त्याला 'वाघ्या' व मुलगी असेल तर तिला 'मुरळी' असे म्हणत असत. देवाची सेवा करणे हे मुरळीचे काम असे. या सेवेत देवळाची स्वच्छता, देवपुजेची साधने स्वच्छ करणे, देवाच्या मनोरंजनासाठी नृत्य व गायन करणे या सारख्या कामांचा समावेश होत असे. मुरळीस विवाह करण्याची परवानगी नव्हती, त्यामुळे मुरळीकडून व्याभिचार घडत असे.

३) गुलाम स्त्रिया व वेश्या :

कुणबिणी व वेश्या हा स्त्रियांचा आणखी एक वेगळाच वर्ग समाजात अस्तित्वात होता. कुणबिणी यांना गुलाम स्त्रिया असे संबोधले जात असे. गुलाम स्त्रियांचा कुणबिणी वर्गात जास्त भरणा होता. बटकी किंवा कुणबिणी बाळगणे हे सामाजिक प्रतिष्ठेचे लक्षण मानले जात होते. समाजातील सरंजामदार तसेच सुखवस्तू लोक आपल्या पदरी अशा अनेक स्त्रिया बाळगीत असत. अशा प्रकारच्या स्त्रियांचा व्यापार करणारा एक गट अस्तित्वात होता त्याला 'हेडे' असे म्हणत. समाजात अतिनिकृष्ट स्थान असलेला सर्वात शेवटचा वर्ग म्हणजे वेश्या वर्ग. उघडपणे शरीर विक्रय करणे हा वेश्यांचा धंदा होता. मराठाकालीन समाजात या वेश्यांना वेगवेगळ्या भागात वेगवेगळ्या नावाने ओळखले जात असे. बालविवाह पद्धत अस्तित्वात असल्याने वेश्या ही समकालीन समाजातील गरज बनलेली होती. मात्र वेश्यांकडे पाहण्याचा दृष्टिकोन निकोप नव्हता. परिणामी, वेश्या अतिशय दरिद्री व घाणेरडे जीवन जगत होत्या. म्हातारपणी वेश्यांना केवळ भीक मागून जगावे लागत होते.

थोडक्यात, मराठाकालीन समाज व्यवस्थेत स्त्रियांवर अनेक प्रकारची बंधने होती व या बंधनाना धार्मिक आधार दिलेला होता. धर्मश्रेष्ठत्व हीच समाजाची धारणा असल्यामुळे या बंधनाना स्त्री वर्गाकडून विरोध झाला नाही.

एकूणातच संपूर्ण मराठा कालखंडात स्त्रीला गौण स्थान असल्याचे दिसून येते. एकत्र कुटुंबपद्धती अस्तित्वात असल्याने घरातील सर्वांची सेवा करणे आणि घरासाठी प्रचंड कष्ट असणे इतकेच स्त्रीचे अस्तित्व होते. बालविवाह, बहुपत्नीत्व व विषमविवाह, केशवपन यांमुळे कित्येक स्त्रियांना कुटुंबात उपेक्षित जीवन जगावे लागत असे.

ೞ२.४ वर्ण व्यवस्था :

भारतीय इतिहासातील सर्वात महत्त्वपूर्ण शक्तींपैकी एक म्हणजे मराठा साम्राज्य होय आणि ते १७ व्या शतकात उदयास आले आणि १९ व्या शतकाच्या मध्यापर्यंत भारतीय उपखंडाच्या मोठ्या भागावर वर्चस्व गाजवले. प्राचीन भारतीय समाजात रुजलेली वर्ण ही एक संकल्पना, मराठा साम्राज्याच्या सामाजिक-राजकीय संरचनेत एक वेगळी भूमिका बजावताना दिसते, जरी ती भारताच्या इतर भागांमध्ये पारंपारिक व्याख्यांपेक्षा काहीशी वेगळी होती.

२.४.१ अर्थ :

मराठा साम्राज्याच्या काळात वर्ण हा शब्द पारंपारिक हिंदू जातिव्यवस्थेला सूचित करतो ज्याने समाजाचे चार मुख्य गटांमध्ये वर्गीकरण केले. ब्राह्मण (पुरोहित आणि विद्वान), क्षत्रिय (योद्धे आणि राज्यकर्ते), वैश्य (व्यापारी) आणि शूद्र (मजूर आणि सेवा प्रदाते). व्यवसाय आणि जन्मावर आधारित ही श्रेणीबद्ध सामाजिक रचना भारतीय समाजात शतकानुशतके प्रचलित होती. तथापि, मराठा साम्राज्यात वर्णाची संकल्पना अस्तित्त्वात असताना, तिचा उपयोग आणि प्रभाव भारताच्या इतर भागांतील पारंपारिक व्याख्येपेक्षा काहीसा वेगळा होता. मराठ्यांनी प्रामुख्याने एक योद्धा समुदाय, वर्ण प्रणालीच्या काही पैलूंचे समर्थन केले. परंतु लवचिकता आणि अनुकूलता देखील प्रदर्शित केली, विशेषत: सामाजिक गतिशीलता आणि योग्यता यासंबंधी. शिवाजी महाराजांच्या नेतृत्वाखालील योद्धा कुळांमध्ये मूळ आणि ऐतिहासिक पाया असल्यामुळे मराठा साम्राज्यात क्षत्रियांना महत्त्व होते. नेतृत्व प्रामुख्याने या योद्धा वर्गाचे होते, जे शासक आणि संरक्षक म्हणून पारंपारिक क्षत्रिय भूमिकेस प्रतिबिंबित करते.

२.४.२ वर्णव्यवस्थेची रचना :

चातुर्वर्ण्य व्यवस्थेला दीर्घ अशी परंपरा आहे. संपूर्ण मराठा कालखंडात समाजाची उभारणी परंपरेने चालत असलेल्या चातुर्वर्ण्य व्यवस्थेवर झालेली होती. त्यात फारसा फरक पडलेला होता असे दिसून येत नाही. मराठाकालीन चातुर्वर्ण्य व्यवस्था पुढीलप्रमाणे होती :

१) ब्राम्हण :

प्रत्येक गावातून एक किंवा अनेक ब्राम्हणांची घरे असत. ब्राम्हणांना समाजात मानाचे स्थान होते. पेशवे काळात ब्राम्हण वर्ग राज्यकर्ता असल्याने ब्राम्हण समाजाचे वर्चस्व वाढले. ब्राम्हणात कायस्थ, देशस्थ, कोकणस्थ, कऱ्हाडे, प्रभू, चित्तपावन असे अनेक गट होते. या गटात हक्कांवरून तसेच उच्च-नीचतेवरून अनेक वेळेला वाद झाल्याचे आढळते. लिहिण्या-वाचण्याच्या कामात ब्राम्हणवर्ग तज्ज्ञ असल्याने राज्यकारभारात त्यांना मानाच्या जागा मिळत असत.

२) क्षत्रिय :

मराठाकालीन जीवन हे खेड्यांमध्ये केंद्रित झालेले असल्याने खेड्यातील बहुसंख्य जनता क्षत्रिय होती. यांनाच मराठे म्हणून ओळखले जात असे. तत्कालीन समाजात मराठ्यांची ९६ कुळे प्रसिद्ध होती. शेती, पशुपालन, लष्करातील नोकरी ही क्षत्रियांची कार्यक्षेत्रे होती. ब्राम्हणांप्रमाणे मराठ्यात देखील उच्च-नीच असा भेद होता.

३) वैश्य :

शिवकाळात आणि पेशवेकाळात महाराष्ट्रातील व्यापार मराठी माणसाच्या ताब्यात नव्हता. कर्नाटक व गुजरात येथील लोक महाराष्ट्रात आपले स्थान बळकट करू लागले होते. परंतु पेशवेकाळात हळूहळू महाराष्ट्रात वाण्याच्या रूपाने महाराष्ट्रीयांनीही व्यापारात शिरकाव केला. वाण्यांना सरकारकडून अनेक सवलती मिळू लागल्या.

४) शुद्र :

मराठा काळात स्वतंत्र असा शुद्र वर्ग नव्हता. एकंदर समाजधारणेच्या दृष्टीने उपयुक्त अशी बलुतेदारी पद्धती भरभराटीला आलेली होती. मात्र पेशवेकाळात जातीबंधने पूर्वीपेक्षा अधिक कडक झाली. प्रत्येक जातीने कोणता व्यवसाय करावा हे ठरविले गेले. विशिष्ट जातीनांच विशिष्ट व्यवसायाची मक्तेदारी मिळाली. त्यामुळे पेशवेकाळात जातीव्यवस्था बळकट झाल्याचे आढळते.

थोडक्यात असे म्हणता येईल की, शिवकालीन व पेशवेकालीन समाजव्यवस्थेत जातींचे अस्तित्त्व हे मोठ्या प्रमाणात होते आणि जाती व्यवस्थेचा प्रचंड पगडा या समाजावर होता. तसेच चातुर्वर्ण्य व्यवस्थाही समाजात अस्तित्त्वात होती.

२.४.३ वर्णव्यवस्थेची वैशिष्ट्ये :

मराठा साम्राज्यात वर्णाच्या संरचनेवर ऐतिहासिक, सामाजिक आणि सांस्कृतिक घटकांचा प्रभाव होता ज्याने सामाजिक-राजकीय परिदृश्याला आकार दिला. साम्राज्याने वर्ण पद्धतीला मान्यता दिली असली तरी, तिचा अर्थ भारतातील इतर प्रदेशांमध्ये आढळणाऱ्या पारंपारिक वर्णव्यवस्थेपेक्षा वेगळा होता.

१) क्षत्रिय वर्गाचे महत्त्व :

मराठा साम्राज्यात क्षत्रिय वर्ण हे योद्धा कुळांमध्ये साम्राज्याची ऐतिहासिक मुळे असल्यामुळे त्यांना महत्त्वपूर्ण स्थान मिळाले. सत्ताधारी अभिजात वर्ग प्रामुख्याने या योद्धा वर्गाचा होता; जो शौर्य, लष्करी पराक्रम आणि नेतृत्वगुणांवर भर देतो. योद्धा समुदाय म्हणून राज्यकारभार आणि लष्करी भूमिकांमध्ये क्षत्रिय वर्गाचे महत्त्व उंचावले.

२) लवचिकता आणि योग्यता :

वर्णव्यवस्था अस्तित्त्वात असताना, मराठा समाजाने सामाजिक गतिशीलता आणि गुणवत्तेवर आधारित मान्यता यासंबंधी अधिक लवचिक संरचना प्रदर्शित केली. काही प्रमाणात जन्म-आधारित जातीच्या भूमिकांचे काटेकोर पालन करून विविध पार्श्वभूमीतील व्यक्तींना त्यांची कौशल्ये, क्षमता आणि कर्तृत्वाच्या आधारे प्रभावशाली पदांवर जाण्याची संधी होती.

३) सल्लागार आणि विद्वान म्हणून ब्राह्मणांची भूमिका :

ब्राह्मणांनी मराठा साम्राज्यात पुरोहित, सल्लागार आणि विद्वान म्हणून महत्त्व टिकवून ठेवले. त्यांनी धार्मिक विधी, अध्यात्मिक मार्गदर्शन आणि सांस्कृतिक ज्ञान जपण्यात महत्त्वपूर्ण योगदान दिले. तथापि, त्यांचा प्रभाव हुकूमशाहीपेक्षा अधिक सल्लागार होता, ज्यामुळे शासनात काही प्रमाणात व्यावहारिकता होती.

४) वैश्यांचे आर्थिक महत्त्व :

वैश्य, व्यापारी आणि व्यावसायिक वर्गाने मराठा साम्राज्याच्या आर्थिक परिदृश्यात महत्त्वपूर्ण भूमिका बजावली. वाणिज्य, व्यापार, शेती आणि आर्थिक क्रियाकलापांमध्ये गुंतलेल्या या वर्गाने आर्थिक वृद्धी, व्यापार नेटवर्क आणि साम्राज्यातील आर्थिक स्थिरता यासाठी महत्त्वपूर्ण योगदान दिले.

५) सामाजिक-राजकीय श्रेणीबद्ध क्रम :

मराठा साम्राज्यातील वर्ण व्यवस्थेने एक श्रेणीबद्ध रचना कायम ठेवली, ज्यामुळे सामाजिक परस्परसंवाद, विशेषाधिकार आणि निर्बंधांवर परिणाम झाला. गुणवत्तेची आणि कर्तृत्वाची ओळख झाली असताना, पदानुक्रमाने विवाह संबंध, सामाजिक नियम आणि विशिष्ट सामाजिक परस्परसंवादांवर प्रभाव टाकला, सामाजिक स्तरीकरणाचा एक अंश राखला.

६) सांस्कृतिक समन्वय आणि प्रभाव :

वर्ण व्यवस्थेने विविध सांस्कृतिक घटकांचे मिश्रण दाखवून मराठा समाजातील विविध सांस्कृतिक नियम आणि पद्धतींवर प्रभाव टाकला. विविध वर्णांशी संबंधित पारंपारिक सांस्कृतिक प्रथा जतन केल्या जात असताना, साम्राज्याची वैविध्यपूर्ण लोकसंख्या आणि प्रभावांमुळे एक समक्रमित सांस्कृतिक वातावरण निर्माण झाले.

७) सामाजिक गतिशीलता मर्यादा :

काही लवचिकता असूनही, मराठा साम्राज्यातील वर्ण व्यवस्थेने व्यापक सामाजिक गतिशीलता प्रतिबंधित केली. अपवादात्मक कौशल्ये किंवा कृत्ये दाखवणाऱ्या व्यक्तींसाठी अपवाद वगळता, सामाजिक नियम आणि अंतर्निहित कडकपणाने वर्णाच्या दरम्यान महत्त्वपूर्ण हालचाली प्रतिबंधित केल्या, सामाजिक पदानुक्रम एका विशिष्ट मर्यादेपर्यंत कायम ठेवला.

८) नेतृत्व संरचना आणि वर्णाचा प्रभाव :

मराठा साम्राज्यातील शासन आणि नेतृत्व संरचना विशेषत: पारंपारिक वर्ण व्यवस्थेने प्रभावित होती. प्रशासकीय आणि लष्करी भूमिकांमध्ये क्षत्रिय वर्गाचा भर कायम राहिला; गुणवत्तेमुळे अधूनमधून इतर वर्णातील व्यक्तींना प्रभावशाली पदे मिळाली, मात्र हे तुलनेने दुर्मिळ होते.

०२२.५ जातीव्यवस्था :

जात ही भारतीय समाजातील स्थिर संस्था असून या संस्थेला मोठी ऐतिहासिक परंपरा आहे. मध्ययुगीन कालखंडात प्रचलित जातीसंस्थेवर फार मोठ्या प्रमाणात आघात होऊन, मोठ्या प्रमाणावर धर्मांतरे घडल्याने एतद्देशीय राज्यकर्त्यांनी परंपरागत जातीसंस्थेला पाठिंबा देण्याचे धोरण स्वीकारले. शिवाजी महाराज तसेच पेशवे हे देखील या धोरणाला अपवाद नव्हते. 'जुने मोडू नये व नवे करू नये' अशीच पेशव्यांची सामाजिक धारणा होती. पेशवाईत धर्मांतराची प्रक्रिया थंडावलेली असली तरी वर्णव्यवस्था समाजात चांगलीच रूजलेली होती. यातूनच जातीसंस्थेचा वृक्ष फोफावला. आपापसातील अन्नोदक संघर्ष, असंगसंगती, पंक्ती-पक्वान्न यामुळे निर्माण झालेल्या समस्या व त्यावरून झालेले संघर्ष ही मराठेकालीन जातीव्यवस्थेची वैशिष्ट्ये मानली जातात. मराठाकालीन समाजात अनेक जाती-जमाती अस्तित्वात होत्या. या विविध जातींची माहिती पुढीलप्रमाणे बघू.

२.५.१ मराठेकालीन प्रमुख जाती :

मराठेकालीन प्रमुख जाती पुढील प्रमाणे स्पष्ट करता येतील :

अ) ब्राम्हण :

मराठाकालीन समाजात ब्राम्हणवर्ग अस्तित्वात होता व पेशवेकाळात या वर्गाचे प्राबल्य मोठ्या प्रमाणावर वाढले. प्राचीन काळापासून ब्राम्हणांची षटकर्मे धर्मशास्त्राने नेमून दिलेली आहेत. या षटकर्मात अध्ययन, यज्ञ, यज्ञकर्म करणारा याजक, अध्यापन, दान व प्रतिग्रह यांचा समावेश होता. ब्राम्हण हा स्वतः वेदशास्त्र शिकून दुसऱ्यांना शिकवित असे. मराठाकाळात अध्ययन, अध्यापन, दान, प्रतिग्रह यांना विशेष महत्त्व प्राप्त झाले होते. लिहिण्या–वाचण्याच्या कामात ब्राम्हण वर्ग तज्ज्ञ असल्यामुळे स्वाभाविकच शिवकाळात या वर्गाला कारकुनाची कामे मिळत होती व यातूनच हळूहळू ते अधिकारपदावर गेले. पेशवे काळात ब्राम्हणांच्या हाती सत्ता असल्याने त्यांचे महत्त्व अधिकच वाढले व ब्राम्हणांच्या स्थानास बळकटी मिळाली. असे असले तरी ब्राम्हण समाज हा एकसंघ नव्हता. भिन्न–भिन्न कारणांमुळे त्यांच्यात संघर्ष दिसून आला. तसेच पेशवे हे ब्राम्हण व छत्रपती हे मराठा यामुळे समाजात ब्राम्हण – ब्राम्हणेतर वादाला सुरुवात झाली.

ब) मराठा :

ब्राम्हणांनंतर दुसरी महत्त्वाची जातीसंस्था म्हणजे मराठे होय. ब्राम्हणांनंतर समाजात मराठ्यांना स्थान होते. ९६ कुळी मराठे हे स्वतःला क्षत्रिय समजत असत. शिवाजी महाराजांनी आपले क्षत्रियत्व सिद्ध करून दाखविल्यामुळे मराठ्यांना म्हणजेच क्षत्रियांना समाजात मानाचे स्थान प्राप्त झाले होते. मराठा समाजात मराठे व कुणबी अशा दोन प्रमुख शाखा होत्या. या दोन्ही शाखांमध्ये कमालीची सामाजिक तफावत होती. या दोन्ही शाखांत क्वचित प्रसंगी रोटी–बेटी व्यवहार होत असत. कारण मराठे स्वतःला कुणब्यांपेक्षा श्रेष्ठ मानीत. मराठे हे राज्यकर्ते असल्याने वतनदार होते. त्यांनाच देशमुख, पाटील, चौगुला अशा विविध नावांनी ओळखले जात होते. कुणबी हे गरीब शेतकरी होते. त्यांच्यातही कोकणातील कुणबी व देशावरील कुणबी असे दोन गट होते. तसेच तरोळे, मन्वा असे पोटभेद होते. शेती हा कुणब्यांचा प्रमुख व्यवसाय होता. शेतीप्रमाणेच सैन्यात काम करणे, गो–पालन करणे, शेतमजुरी करणे असे विविध व्यवसाय उदरनिर्वाहासाठी करावे लागत असत.

क) इतर जाती–जमाती :

मराठाकालीन समाजात ब्राम्हण व मराठे यांच्या व्यतिरिक्त इतर जाती–जमाती होत्या. त्यात कुंभार, सोनार, सुतार, शिंपी, धनगर, न्हावी, माळी, गोंधळी व गुरव या प्रमुख जाती होत्या. या जातींपैकी काही बलुतेदार असल्यामुळे त्यांना विशेष हक्क प्राप्त झालेले होते. तसेच या मुख्य जाती–जमातींमध्ये काही उपजाती निर्माण झालेल्या होत्या.

१) कुंभार :

कुंभार या जातीमध्ये मराठे कुंभार, गुजराती कुंभार, कोकणी राजा, थोर चाके कुंभार, लहान चाके कुंभार, लिंगायत कुंभार अशा पोटजाती होत्या.

२) सुतार :

सुतार या जातीमध्ये दोन प्रमुख पोटजाती असून ग्रामव्यवस्थेत सुतारांना अधिक महत्त्व होते. त्यामुळे काही ठिकाणी त्यांना 'राजे' या नावाने संबोधण्याची प्रथा होती.

३) न्हावी :

या जातीत वाजंत्री वाजवणारे व मशालजी असे दोन गट होते. यांचे मुख्य काम लोकांच्या हजामती करणे हे होते.

४) अन्य जाती व पोटजाती :

खेड्यातील किंवा शहरातील मंदिरातील पुजाऱ्याचे काम गुरव करीत असे. गुरव या जातीत देखील पोटजाती होत्या. तेल्यामध्ये 'एक बैल तेली', 'दोन बैल तेली' अशा प्रमुख उपजाती होत्या. शिंप्यात नामदेव शिंपी, भावसार शिंपी, मराठा शिंपी, आहेर शिंपी अशा पोटजाती होत्या. सोनार स्वतःला इतर पांचाळ जमातींपेक्षा श्रेष्ठ समजत होते. सोनार या जातीचा सुताराशी अनेक वेळेला संघर्ष उडाल्याची उदाहरणे शिवचरित्र साहित्यात तसेच पेशवे दफ्तरात आढळून येतात. माळी या समाजात देखील फुलमाळी, जिरेमाळी, हळदेमाळी असे विविध पोटभेद होते. धनगरात हटकर व खुटकर असे पोटविभाग होते. अशा विविध जाती-उपजातीं-व्यतिरिक्त लोहार, कोळी, साळी, धनगर, तांबोळी, ठाकूर, गोसावी, कोष्टी, कलावंत या शुद्र जाती महाराष्ट्रात आढळून येतात.

ड) भटक्या विमुक्त जाती-जमाती :

मराठाकालिन महाराष्ट्रात अनेक भटक्या, विमुक्त जाती-जमाती होत्या. यात वडार, बेलदार, कैकाडी, बुरुड, पारधी या भटक्या विमुक्त जाती-जमाती गावाच्या वेशीबाहेर वस्ती करून राहत असत व आपल्या कुवतीप्रमाणे गावगाड्यातील वाटा उचलत असत. काही विशिष्ट कालावधीसाठी गावात राहणे, आपला उदरनिर्वाह करणे हे या जाती-जमातीचे वैशिष्ट्य होते. याशिवाय खेड्याला नियमित वेळी भेटी देणाऱ्या भटक्या जमाती देखील होत्या. भटक्या जमाती या शक्यतो सुगीच्या दिवसात शेतकरी वर्गाला लागणाऱ्या वस्तू घेऊन ठरावीक गावांना भेटी देत असत. यात घिसाडी, बेलदार, वंजारी, लमाण, वैदू, गोंड, मांग, गारुडी, वासुदेव, दरवेशी, माकडवाले, चित्रकथी, बहुरुपी, रायनंद, भोई, भगत, भुत्ये, आराध्ये, वाघ्या-मुरळी इत्यादींचा समावेश होता. यातील काही जमाती शेतकऱ्यास मदत करीत असत तर काही शेतकरी वर्गाचे मनोरंजन करीत व उदरनिर्वाहासाठी शेतकऱ्याकडून धान्य मागत असत. तत्कालिन समाजव्यवस्थेत हा सर्व व्यवहार परस्पर समजुतीने होत होता. राज्यकर्त्यांचा दृष्टिकोन देखील जातिव्यवस्थेला पोषक असाच होता.

इ) अस्पृश्य जाती :

अस्पृश्यांना अतिशूद्र असे समजले जात असे. अतिशुद्रात महार, मांग, चांभार, ढोर या प्रमुख जाती होत्या.

१) महार :

'गाव तेथे महारवाडा' असा वाक्प्रचार अस्तित्वात होता. यावरून शिवकाळात व पेशवेकाळात महार समाजाला कोणते स्थान असे हे स्पष्ट होते. गावगाड्यातील सर्वसाक्षी महत्त्वाचा बलुतेदार म्हणजे महार होय. गावकीचा शेतसारा वसूल करण्यापासून झाडलोटीपर्यंतची सर्व कार्ये करणे हे महाराचे प्रमुख कर्तव्य मानले जात होते. जमिनीच्या तंट्यात महाराच्या साक्षीला अतिशय महत्त्वाचे स्थान होते. त्याच्या कष्टाच्या मानाने त्याला मिळणारा उत्पन्नातील वाटा अतिशय अपुरा होता. महार या जातीत सोमवंशी, लाडवन, आदवन, बावने, विणकर या पोटजाती होत्या. त्यांच्यातही मानपानावरून व वतनावरून संघर्ष होत असत.

२) मांग :

गावगाड्यातील महारानंतरचे दुसरे स्थान मांग या समाजाला होते. मांगाला गावातील हीन दर्जाची कामे करावी लागत असत. कामाच्या दर्जावरून या जातीत अनेक उपजाती पडलेल्या होत्या. उदा. घोड्यांची देखभाल करणारे घोडके, डफ किंवा हलगी तयार करणारे डफके, चामडे वहाणारे होलार, सापाचे खेळ करणारे गारुडी अशा विविध उपजाती मांग जातीत होत्या.

३) चांभार :

जनावरांच्या कातडीपासून भिन्न वस्तू तयार करणे हा चांभाराचा मुख्य उद्योग होता. यांच्यापैकीच कातडी कमविणारे म्हणजे ढोर होय. विहिरीवर मोट बांधणे हे ढोराचे मुख्य कार्य होते. याशिवाय मोची व टिनगर या चांभाराच्या दोन पोटजाती होत्या. मोची जोडा, चपला तयार करीत असत तर टिनगर जोडे व खोगीर तयार करीत असत.

फ) इतर धर्म–पंथातील जाती–जमाती :

शिवकाळात व पेशवेकाळात हिंदू समाजाबरोबरच मुस्लीम, जैन, महानुभाव इत्यादी धर्म–पंथांचे लोक खेड्यापाड्यातून राहत होते.

१) मुस्लीम :

विशेषतः मुस्लीम समाज हा तत्कालीन समाजाचा अविभाज्य भाग बनलेला होता. त्यामुळेच भांड, मुलाणी, फकीर, सिद्दी, अत्तार, दरवेशी यांना अलुते व बलुतेदारात स्थान प्राप्त झालेले होते. मुस्लीम समाजाच्या सणात हिंदू व हिंदू समाजाच्या सणात मुसलमान आनंदाने सहभागी होत असत.

२) जैन :

गावातील कापड दुकानदार व किराणा भुसारवाले बहुतेक जैन असल्याचे आढळून येते. त्यामुळे जैन धर्मिय हे तत्कालीन समाजाचा एक भाग असल्याचे दिसून येते.

३) महानुभाव :

मराठाकालीन समाजव्यवस्थेत महानुभाव समाजातील लोक स्वतःला मात्र इतरांपेक्षा वेगळे समजत असल्यामुळे त्यांचे व उर्वरित समाजाचे फारसे जमले नाही. परिणामी, शिवकालीन समाजात महानुभाव समाजाला आपली पाळेमुळे घट्ट करण्यात अपयश आले. इतर धर्म व पंथ यांचा ज्या प्रमाणात प्रसार झाला त्या प्रमाणात महानुभाव पंथाचा प्रसार झाला नाही.

४) लिंगायत :

लिंगायत समाज हा हिंदू समाजाचा एक घटक होता. त्यामुळेच लिंगायत समाजातील गुरु जंगम याला बलुतेदारात महत्त्वाचे स्थान प्राप्त झालेले होते.

२.५.२ जातीव्यवस्था–सामाजिक स्तरीकरणाचे माध्यम :

मराठा साम्राज्यादरम्यान जातिव्यवस्थेने सामाजिक स्तरीकरणाचे साधन म्हणून काम केले. समाजाची विशिष्ट भूमिका, विशेषाधिकार आणि पदानुक्रमांद्वारे विशिष्ट सामाजिक गटांमध्ये रचना केली. पुढील मुद्यांच्या आधारे त्याचा आढावा घेता येईल :

१) आनुवंशिक सामाजिक पदानुक्रम :

हिंदू परंपरेत खोलवर रुजलेल्या जातिव्यवस्थेने समाजाला जन्माच्या आधारावर कठोर श्रेणीबद्ध विभागांमध्ये संघटित केले. ब्राह्मण (पुरोहित आणि विद्वान), क्षत्रिय (योद्धे आणि राज्यकर्ते), वैश्य (व्यापारी) आणि शूद्र (मजूर आणि सेवा प्रदाते) यांनी चार प्राथमिक वर्ण किंवा जाती तयार केल्या.

२) व्यावसायिक भूमिका आणि निर्बंध :

प्रत्येक जातीने एखाद्याचा व्यवसाय आणि सामाजिक स्थिती ठरवून व्यावसायिक भूमिका आणि निर्बंध निर्धारित केले होते. ब्राह्मणांनी धार्मिक कर्तव्ये पाळली, क्षत्रिय राज्यकारभारात आणि संरक्षणात गुंतले, वैश्य व्यापारात सहभागी झाले, तर शूद्रांनी अंगमेहनती किंवा सेवा देणारी कामे केली.

३) अस्पृश्यता आणि बहिष्कृत :

चार प्रमुख जातींच्या खाली दलित किंवा अस्पृश्य, उपेक्षित हे तीव्र भेदभावाच्या अधीन होते. त्यांनी क्षुल्लक किंवा सेवेची कार्ये केली आणि सामाजिक बहिष्काराचा सामना केला, अनेकदा मुख्य प्रवाहातील समाजापासून वेगळे केले गेले.

४) जाती-आधारित विशेषाधिकार आणि विषमता :

जातिव्यवस्थेने एखाद्याच्या जातीवर आधारित विशेषाधिकार बहाल केले. उच्च जातींना सामाजिक दर्जा, शिक्षणात प्रवेश, आर्थिक संधी आणि सामाजिक सन्मानाचा आनंद मिळत होता, तर खालच्या जातींना भेदभाव, मर्यादित संधी आणि सामाजिक उपेक्षिततेचा सामना करावा लागला.

५) प्रशासनाशी संवाद :

जातिव्यवस्थेचा प्रशासकीय आणि शासन संरचनांवर प्रभाव पडला. मराठा शासकांनी अनेकदा स्थानिक जाती संरचनांना त्यांच्या प्रशासकीय चौकटीत समाकलित केले, प्रभावशाली जातीस गट आणि खेडे शासन तसेच महसूल संकलनातील नेतेपद मिळाले.

६) भूधारणपद्धती आणि जात :

जमिनीची मालकी आणि महसूल वसुली हे अनेकदा जातीच्या उतरंडीशी निगडीत होते. जमीनदार हे बहुतेकदा उच्च जातींशी संबंधित, लक्षणीय वर्चस्व गाजवतात, शेतकऱ्यांकडून महसूल गोळा करतात आणि जमीन प्रशासनावर देखरेख करतात, जात-आधारित आर्थिक विषमता कायम ठेवतात.

७) सामाजिक प्रथा आणि विधी :

सामाजिक चालीरीती, परंपरा आणि कर्मकांड हे जातीय भेदांशी खोलवर गुंफलेले होते. विवाह, आहाराच्या सवयी, धार्मिक समारंभ आणि सामाजिक संवाद हे जातीच्या नियमांद्वारे शासित होते, सामाजिक सीमा आणि पदानुक्रम मजबूत करत असे.

८) शिक्षण आणि संधींवर परिणाम :

शिक्षण आणि रोजगाराच्या संधींमध्ये जातीने प्रवेश निश्चित केला. उच्च जातींना शिक्षणात उत्तम प्रवेश होता, तर खालच्या जातींना दर्जेदार शिक्षण आणि व्यावसायिक प्रगती मिळण्यात अडथळे येत होते.

९) प्रतिकार आणि सुधारणा :

महात्मा ज्योतिराव फुले आणि इतर समाजसुधारकांनी सामाजिक समता, सर्व जातींसाठी शिक्षण आणि जाती-आधारित भेदभाव निर्मूलनाचा पुरस्कार केला.

१०) वारसा आणि समकालीन प्रासंगिकता :

सामाजिक समानतेच्या दिशेने प्रयत्न आणि सकारात्मक कृती धोरणांचा उद्देश ऐतिहासिक अन्याय दूर करणे आणि सामाजिक समावेशास प्रोत्साहन देणे असला तरी जातिव्यवस्थेचा ऐतिहासिक वारसा समकालीन भारतातील सामाजिक संरचना आणि परस्परसंवादांवर प्रभाव पाडत आहे.

२.६ सण आणि समारंभ :

समाजामध्ये सण, समारंभ, उत्सव यांना अतिशय मानाचे व महत्त्वाचे स्थान असते. सण-समारंभाच्या निमित्ताने समाजातील भिन्न-भिन्न स्तरातील व्यक्ती एका पातळीवर येण्यास मदत होते. अशा प्रकारच्या मेळाव्यातून सामाजिक जाणीवांची अभिव्यक्ती होते. धार्मिक परंपरांचे जतन करण्याच्या दृष्टीने सण व उत्सव अत्यंत महत्त्वाचे ठरतात. सांस्कृतिक जीवनात चैतन्य आणण्यासाठी, समाजातील लोकांची मने सुदृढ करण्यासाठी, नवसमाजनिर्मिती करण्यासाठी सण-समारंभ आवश्यक ती भूमिका बजावतात. सण-उत्सवांमुळे सांस्कृतिक जीवनात नव चैतन्य निर्माण होते. सुदृढ समाजाच्या निर्मितीत सण-उत्सव मोलाची भर घालतात. मराठेकालीन सण व समारंभ यांची माहिती आपण घेऊ.

२.६.१ मराठाकालीन सण-समारंभ :

समाजामध्ये चैतन्य निर्माण करण्यासाठी सण-समारंभ हे अतिशय महत्त्वाचे ठरतात. मराठा काळातील सामाजिक परिस्थिती जर पाहिली तर लष्करी आणि राजकीय दृष्ट्या अतिशय गतिमान घडामोडींचा हा कालखंड होता. सततच्या

युद्धमान असणाऱ्या समाजाचे मन शांत करण्याचे काम हे या काळातील साजरे होणारे सण–समारंभ करत असत. मराठेकालीन समाजात साजरे केले जाणारे सण समारंभ पुढीलप्रमाणे सांगता येतील.

१) दसरा :

दसरा साजरा करण्याची प्रथा फार पुरातन होती. समाजातील सर्व थरातून हा सण कटाक्षाने साजरा केला जात असल्याने त्याला मराठेकाळामध्ये राष्ट्रीय सणाच्या स्वरूपात पाहिले जाई. दसरा हा ३ ।। मुहूर्तांपैकी एक असल्याने प्रत्येक जण दसऱ्याची जणू वाटच पाहात असे. कोणत्याही शुभकार्याचा आरंभ या दिवशी केला जात असे.

शिवकाळात व पेशवेकाळात दसऱ्याचे महत्त्व आगळेच असे. या दिवशी पांडवांनी शस्त्रपूजन केले होते म्हणून मराठे लोक आपली हत्यारे साफसुफ करून त्याची समारंभपूर्वक पूजा करत असत. त्या दिवशी घोडा शृंगारून त्यावरून सीमोल्लंघन करीत असत. गावोगावी सीमोल्लंघन थाटामाटाने वाजत गाजत आणि अबालवृद्धांसह उंची वस्त्रे परिधान करून साजरे करीत. गावाच्या सीमेलगत असणाऱ्या शमी वृक्षाची पूजा केली जात असे. शमीची पाने सोने म्हणून लुटून आणून परस्परांना देत असत. अशा प्रकारची खेळातील मर्दुमकी गाजवून परतल्यानंतर घरी औक्षणाचा कार्यक्रम होत असे. त्यावेळी हे लुटून आणलेले सोनेच स्त्रियांना ओवाळणी म्हणून दिले जात असे. सोने लहानांनी मोठ्यांना देण्याची पद्धत होती.

दुसरा बाजीराव हा सण कशा प्रकारे साजरा करीत असे याचे सर माल्कम याने वर्णन केलेले आहे. सीमोल्लंघनाहून परतल्यावर पेशवा दरबार भरवत असे व मानाप्रमाणे सर्वांना पोषाख वाटण्यात येत असे. यासाठी मोठ्या प्रमाणात खर्च केला जाई. इ.स. १७९४ मध्ये २,२०,१४४ रूपये पोषाखासाठी खर्च झाला होता. यानंतर मराठे मोहिमेवर निघत असत पेशवेकाळात सुरूवातीला दसरा शाहू महाराजांच्या दरबारी सातारा येथे साजरा केला जात होता. नंतर पुणे येथे साजरा केला जाऊ लागला.

२) दिवाळी :

दिवाळी हा सण शिवकाळात आणि पेशवेकाळात अत्यंत महत्त्वाचा मानला जात असे. पण या सणाला दरबारी प्रतिष्ठा मिळाली नव्हती; परंतु सामाजिक प्रतिष्ठा मात्र भरपूर होती. दिवाळी हा सण खेड्यात घरोघरी साजरा केला जात असे. या सणास देखील धार्मिक परंपरा होती. बलिप्रतिपदा, लक्ष्मीपूजन व भाऊबीज मोठ्या उत्साहाने साजरी केली जात असे. प्रसंगी घरोघरी यथाशक्ती पंचपक्वान्ने तयार होत असत आणि दिपोत्सव व आतिषबाजी करून आनंद साजरा केला जात असे. आतिषबाजीमध्ये बाण, पाणकोंबडी, हातनळे, कोठ्याचे नळे, फुलबाज्या, महताफा वगैरे दारूकामाचे अनेक प्रकार होते.

सरदार, पेशवे यांच्या घरी तावदानी रोषणाई, आकाशमंडळ, तारांगण, चादरी दारूकाम, नारळी झाडे, प्रभाचमक कैचीची झाडे, बदलगर्ज इत्यादी आतिषबाजीचे प्रकार रूढ होते.

३) मकरसंक्रांत :

दिवाळी नंतरचा महत्त्वाचा सण म्हणजे संक्रांत होय. या प्रसंगी तिळगुळ दिला जात असे. तिळगुळ मोठ्यांनी लहानास देण्याची प्रथा होती. एकमेकांच्या घरी जाऊन तिळगुळ दिला घेतला जात असे. एकमेकांतील स्नेहवृद्धिंगत व्हावा हा उद्देश तिळगुळ देण्याघेण्याचा असे छत्रपती आपल्या सरदारांना अतिशय प्रेमाने तिळगुळ पाठवित असत. परस्परांना तिळ शर्करा पाठवलेली शेकडो पत्रे उपलब्ध झाली आहेत.

४) वसंत पंचमी :

माघशुद्ध पंचमी म्हणजे वसंतपंचमी होय. ही वसंतऋतुच्या आगमनाची पूर्वसूचना होय. या दिवशी रंग खेळला जात असे. या दिवशी विद्वान ब्राह्मणाची सन्मानपूर्वक पूजा केली जात असे. वसंतपंचमीलाही रंग खेळण्यात येत असे. वसंतपंचमी साजरी करण्याच्या संदर्भात पेशवेकालीन कागदपत्रात अनेक उल्लेख येतात.

५) शिमगा–होळी :

सुगीला लागून येणारा लोकप्रिय सण म्हणजे शिमगा किंवा होळी होय. फाल्गुन पौर्णिमेस खेड्यापाड्यातून हा सण मोठ्या प्रमाणावर साजरा केला जात असे. सुगी संपल्याने समाजात एक प्रकारची सुबत्ता व शांतता नांदत असते म्हणून थोडी हौस–मौज व करमणूक व्हावी हा सर्वांचा हेतू असतो. म्हणून शिमग्याची तयारी बरीच आधीपासून सुरु असे. खेड्यापाड्यांच्या यात्रा हा शिमगा ते पाडवा या दरम्यानच भरविण्याचा प्रघात होता. शिमग्यासाठी खेड्यातून बरीच सोंगे आणली जात असत. त्या शिवाय नाच–गाणे, कुस्त्यांची दंगल, डफगाणी इत्यादी कार्यक्रम मोठ्या उत्साहाने होत असत. गावोगावी सार्वजनिक व वैयक्तिक होळी पेटविण्यात येत असे. होळी पेटविण्याचा मान पाटलाचा असे. होळीला पुरणपोळीचा नैवेद्य असे, त्यानंतर होळी भोवती फेर धरून शिवीगाळ करण्याची पद्धत रूढ होती. राज्यकर्तेही यामध्ये भाग घेत असत.

होळीचा सण पाच दिवस साजरा केला जात असे. दुसऱ्या दिवसास धुळवड असे म्हटले जाई. धुळवडीला मुले एकमेकांच्या अंगावर शेण व चिखल टाकीत असत.

६) रंगपंचमी :

धुळवडीपासून रंगपंचमी पर्यंत हा खेळ खेळला जात असे. रात्री करमणुकीचे कार्यक्रम व दिवसा रंग असा धुमधडाका होत असे. पेशवेही यामध्ये सहभागी होत असत. पेशव्यांनी रंगपंचमीमध्ये कसा भाग घेतला याची हकीकत 'मेणवली दप्तरात' एक पत्रात सांगितलेली आहे. या पत्रात सांगितल्याप्रमाणे, ''श्रीमंतांनी (पेशवे) आपले हाते चिरकांडीने (पिचकारी) कार्याकरण यांचे अंगावर रंग टाकला तद्नंतर रंगाची व गुलालाची रेलचेल झाली. अंग व पोशाख भिजून चिंब झाला. नंतर रात्री खेळ करावयास सांगितले. खेळ डफगाणे व पोरांचा नाच, गोविंदाची सोंगे सहा घटिकापर्यंत खेळ चालला. पाच दिवस खेळ झाला. रंग सोहळा दहा घटका चालला होता. सारे पुणे शहर रंगाने माखले जाऊन रंगाचे पाट नदीस मिळाले.'' असे वर्णन ''पेशवे बखरीत'' आढळते.

७) वर्षप्रतिपदा किंवा गुढीपाडवा :

चैत्र महिन्यातील पहिला दिवस नव्या वर्षाची सुरूवात या दिवसापासून होत असे. म्हणून गुढ्या, तोरणे उभारून हा सण साजरा केला जात असे. साडेतीन मुहूर्तापैकी हा एक असल्याने या दिवशी अनेक मंगलकार्यांचा आरंभ होत असे. मोहिमेवरील सरदार व सैन्य या दिवसाकरिता शक्य असल्यास घरी परतत असत. या दिवशी खेड्यापाड्यात पंचांग वर्तवण्याचा सामूहिक कार्यक्रम एखाद्या देवळात होत असे.

८) पोळा :

कृषीप्रधान समाज असल्याने शेतकऱ्यांचा हा प्रमुख सण होता. पोळ्याच्या दिवशी शेतकरी आपल्या बैलांना धुवून रंगवित असत. झुली अंगावर टाकून त्यांना सजवित असत आणि गावातून मिरवणुकीने बैलांची वाजत–गाजत फेरी काढत असत. पोळ्याच्या दिवशी पाटलाची बैले सर्वप्रथम मिरवणुकीने निघत व नंतर इतरांची.

वरील प्रमुख सणांशिवाय अक्षय्य तृतीया, नागपंचमी, नारळी पौर्णिमा, कोजागिरी, चंपाषष्टी यांसारखे सणही कमीअधिक प्रमाणात साजरे केले जात असत.

२.६.२ मराठाकालीन देवी–देवतांचे उत्सव :

महाराष्ट्र संस्कृतीचे खरे मानचित्र प्रामुख्याने यादव काळात तयार झाले. महाराष्ट्राच्या प्रमुख कुलदेवतांचा उदय यादव काळात झालेला आढळून येतो तरी या देव–देवतांना खरे महत्त्व प्राप्त झाले ते शिवकाळापासून होय. मुळातच महाराष्ट्र हा शिवोपासकांचा प्रदेश असल्याने येथे अनेक शिवमंदिरे निर्माण झाली. महादेव, दुर्गा किंवा भवानी देवी,

गणपती, खंडोबा इत्यादी देवी–देवतांचे महत्त्व दिवसेंदिवस वाढत गेले. १७ व्या शतकापासून राजाश्रय मिळाल्याने हिंदू देव–देवतांच्या मंदिरांची व उत्सव यात्रा यांची संख्या वाढत गेली. महाराष्ट्राच्या धार्मिक जीवनात ग्रामदेवता व कुलदेवतांचे महत्त्व वाढत गेले. पर्यायाने तीर्थक्षेत्रांचा विकास होत गेला व प्रत्येक तीर्थक्षेत्राचे महत्त्व व पावित्र्य जपण्याकरिता देवी–देवतांचे उत्सव आणि यात्रा सुरू झाल्या. या सर्वांमुळे भक्तिमय वातावरणाची निर्मिती तर झालीच पण त्याच्या शिवाय महाराष्ट्राचे धार्मिक व सांस्कृतिक जीवन हे चैतन्यमय व जाणीवांची अभिव्यक्ती निर्माण करणारे बनले. मराठेकालीन देव–देवतांच्या उत्सवांचे स्वरूप कसे होते हे पुढीलप्रमाणे पाहता येईल :

१) तुळजाभवानीचा उत्सव :

महाराष्ट्रातील अनेक घराण्यांची तुळजाभवानी ही कुलदेवता आहे. शिवकाळापासून तुळजाभवानीचे महात्म्य अधिक वाढले. श्री. शिवछत्रपतींची आराध्य देवता असलेली तुळजाभवानी मराठ्यांना स्फूर्ती देवता वाटू लागली. मंगळवार, पौर्णिमा, गुढीपाडवा व बलिप्रतिपदा या दिवशी भक्तगण देवीच्या दर्शनास येत असत. नवरात्रीच्या शेवटच्या दिवशी तुळजापूरला मोठा उत्सव होत असे. श्रद्धावान लोक नवस फेडण्यासाठी या दिवशी येत असत. अखंड सौभाग्य मिळविण्यासाठी सुवासिनी देवालयात हळदीकुंकवाचा सडा घालत असत.

२) महालक्ष्मीचा उत्सव :

कोल्हापूर, आंबेजोगाई, औंध इत्यादी ठिकाणी महालक्ष्मीच्या नावाने मोठेमोठे उत्सव होत असत. महाराष्ट्रातील अनेक घराण्यांचे कुलदैवत महालक्ष्मी आणि चैत्री पौर्णिमा, नवरात्र व दिवाळी या सणांच्यावेळी वरील ठिकाणी मोठे उत्सव होतात. मराठा काळात अश्विनी पौर्णिमेस मोठा उत्सव होत असे. या वेळी होणाऱ्या भंडाऱ्यात सर्व जातींचे उपासक भाग घेत.

३) शिवोपासना :

महाराष्ट्रात प्राचीन काळापासून शिवपूजा लिंग स्वरूपात मोठ्या प्रमाणावर प्रचलित असल्याचे दिसते. १२ ज्योतिर्लिंगापैकी पाच ज्योतिर्लिंगांची स्थाने महाराष्ट्रातच आहेत, भीमाशंकर, त्र्यंबकेश्वर, परळी वैजनाथ, औंढ्या नागनाथ, घृष्णेश्वर, याशिवाय कोल्हापूरचा ज्योतिबा हा ही एक शिवाचाच अवतार मानला गेला आहे. शिवाच्या रूपापैकी वीरभद्र व भैरवनाथ यांचीही अनेक स्थाने महाराष्ट्रात विखुरलेली आहेत. भैरवनाथाला प्रत्येक गावात ग्रामरक्षक मानलेले आढळून येते. त्यामुळे दरवर्षी गावोगावी भैरवनाथाच्या यात्रा भरत असत. या यात्राच्या निमित्ताने गावातील सर्वजण एकत्र येऊन ग्रामदेवीची पालखी काढतात या यात्रांच्या निमित्ताने गावोगावी कुस्त्यांचे फड भरविले जात असत.

सातवाहन काळापासून शिव आणि गौरीची उपासना चालू असल्याचे दिसून येते. श्रावणातला प्रत्येक सोमवार शिवभक्तांना पर्वणीचा दिवस असे. या दिवशी शिवमंदिरातून अलोट गर्दी उसळत असे. शिवरात्रीचा उत्सवही ठिकठिकाणी मोठ्या प्रमाणावर साजरा होत असे.

४) खंडोबाची यात्रा व उत्सव :

बहुजन समाजाचा देव म्हणून प्राचीन काळापासून खंडोबा विशेष प्रसिद्ध आहे. महाराष्ट्रात धनगर लोक खंडोबाला उपास्य दैवत मानतात. त्याचप्रमाणे रामोशी, कोळी, मांग या जातीतील लोकही खंडोबाची उपासना करतात. अनेक देशस्थ ब्राह्मणांचा खंडोबा हा कुलस्वामी असून या देवाशी संबंधित असलेले कुळधर्म व कुळाचार ते निष्ठेने करतात.

चंपाषष्ठी हा खंडोबाच्या कुळधर्माचा दिवस असतो. मार्गशीर्ष प्रतिपदेपासून खंडोबाचे नवरात्र सुरू होते. जेजुरी, पाली या ठिकाणी हा मोठा उत्सव असतो. मार्गशीर्ष प्रतिपदेला घटस्थापना करण्यात येते. शुद्ध पंचमीला रात्री तेलाने भरलेला हंडा मिरवणुकीने देवाकडे आणून तो त्यास अर्पण करतात, षष्ठीच्या दिवशी यात्रेकरू नैवेद्य

दाखवतात. येळकोट, येळकोट, चांगभले, जयमल्हार अशा प्रकारच्या जयघोष करीत भंडारा व खोबरे उधळतात. मार्गशीर्ष महिन्याप्रमाणे चैत्र, पौष आणि माघ या महिन्यातही खंडोबाची यात्रा भरत असते. लग्नमुंजीसारखे कार्य झाल्यानंतर गोंधळ घालण्याची प्रथा होती. या गोंधळाला वाघ्यामुरळीचे जागरण असे म्हटले जाते.

५) रामनवमी व हनुमान जयंती :

संत एकनाथांनी १६ व्या शतकात भावार्थ रामायण हा ग्रंथ लिहून रामाचा महिमा महाराष्ट्रात वाढविला होता. शिवकाळात रामदासांनी रामभक्तीचा पुरस्कार तर केलाच पण त्याचबरोबर बलोपासनेचे महत्त्व पटविण्यासाठी रामाचा सेवक हनुमान यालाही मानाचे स्थान दिले. शिवकाळात गावोगावी मारुतीची मंदिरे बांधली गेली व आखाडे तयार झाले. राम व मारूती यांच्या जयंत्या मोठ्या उत्साहाने गावोगावी साजऱ्या होऊ लागल्या. रामनवमीला चाफळला मोठ्या प्रमाणात उत्सव साजरा केला जात असे.

६) आषाढी-कार्तिकीच्या पंढरपूरच्या वाऱ्या :

श्री विठ्ठल हे दैवत महाराष्ट्रात अत्यंत लोकप्रिय आहे. ब्राह्मणापासून ते अत्यंजांपर्यंत सर्व भाविकांचे हे लाडके दैवत आहे. दरवर्षी आषाढी-कार्तिकीला संतांचा आणि भाविकांचा मोठा मेळावा पंढरपूरला भरत असे. ज्ञानदेव, मुक्ताबाई, सोपानदेव यांसारख्या प्रसिद्ध संतांच्या पालख्या वारीच्या निमित्ताने पंढरपूरला येत असत. या पालख्यात १८ पगड जातींतील लोक सामील होत. पंढरपूरच्या विठोबाजवळ भेदाभेद मानला जात नसे. आषाढी-कार्तिकीला लाख-दोन लाखापर्यंत यात्रा भरत असे.

७) गणेशोत्सव :

शिवाप्रमाणे गणपतीची उपासना सातवाहन काळापासूनच महाराष्ट्रात रूढ झाली होती. सातवाहन काळापासून गणेशाच्या मूर्ती तयार केल्या जात असत. अष्टविनायकांची सर्वस्थाने महाराष्ट्रात आहेत. भाद्रपद महिन्याच्या शुद्ध चतुर्थीला गणेशाच्या मातीच्या मूर्तीची स्थापना महाराष्ट्रात घरोघरी होत असे. अनंत चतुर्दशीपर्यंत गणपतीची पूजा-अर्चा आणि उत्सव मोठ्या थाटात चालू असे. पेशवेकाळात गणेशोत्सवाला सार्वजनिक स्वरूप प्राप्त होऊन श्री स्थापना व विसर्जन अत्यंत धुमधडाक्याने साजरे केले जाऊ लागले. श्रीस्थापना व विसर्जनादरम्यान १० दिवसात मनोरंजनाच्या कार्यक्रमांची रेलचेल असे.

सरकारतर्फे गणेशोत्सव मोठ्या प्रमाणात साजरा होत असे. त्यावर हजारो रूपये खर्च केले जात होते. त्यानिमित्ताने सुंदर रंग-रंगोटी केली जात असे. हंड्या, तोरणे किंवा आरसे लावून गणपती महाल सुशोभित केला जात असे. यानिमित्त मोठा दरबार भरविला जात असे, त्यावेळी कथा कीर्तन, गायन, वादन, नृत्य, ललित आणि इतर मनोरंजनाचे कार्यक्रम होत असत. यानंतर दररोज खिरापत (प्रसाद) वाटली जात असे.

८) गौरी :

गणपतीसमवेतच गौरींचे आगमन होत असे. गौरी किंवा महालक्ष्मी हा उत्सव स्त्रियांकरीताच मर्यादीत असला तरी त्यामध्ये सारा समाज गढून गेल्याचे दिसते. या समारंभाच्या निमित्ताने स्त्रिया हळदी-कुंकवासाठी एकमेकींच्या घरी जात असत.

९) गावोगावच्या यात्रा :

प्रत्येक गावात धार्मिक उत्सव व यात्रा भरत असत व त्या निमित्ताने अनेक करमणुकीचे कार्यक्रम होत असत. या यात्रांना विदूषक, नर्तकी, सापवाले, गारूडी, जादूगार असे लोक येऊन आपली कला दाखवून लोकांची करमणूक करीत असत, असा यात्रा प्रसंगी गावोगावी बैलगाड्यांच्या शर्यती, कुस्त्या आयोजित केल्या जात

असत. या यात्रांचे आणखीन एक आकर्षण म्हणजे तेथील बाजार, या बाजारात विविध प्रकारची खेळणी, कपडे, मेवा–मिठाई व इतर अनेक वस्तू विकण्यासाठी येत असत. अबाल वृद्धांपासून सर्वजण या वस्तूंची खरेदी मोठ्या हौसेने करीत असत. अशा यात्रा ग्रामदैवताच्या नावाने वर्षातील एखादे दिवशी भरीत असत. लोकांच्या झुंडीच्या झुंडी एका गावाहून दुसऱ्या गावाला यात्रेच्या निमित्ताने येत असत.

२.६.३ मराठाकालीन सण व उत्सवांचे महत्त्व :

मराठाकाळामध्ये साजरे केले जाणारे सण–उत्सव पाहिले असता असे दिसून येते की, या प्रत्येक सण उत्सवाचे समाजमनात वेगळे असे स्थान होते आणि त्यामुळेच मराठेकालीन सण व उत्सवांचे महत्त्व पुढीलप्रमाणे :

१) लोकांचे एकत्रीकरण :

सण, समारंभ उत्सव यांच्या निमित्ताने लोक एकत्र येत असत यामुळे विचारांचे, परंपरांचे आदान–प्रदान होऊन लोकांमध्ये एकात्मतेची भावना निर्माण होण्यासाठी तत्कालीन सण–उत्सव उपयोगी पडतात.

२) समाजामध्ये चैतन्य निर्मिती :

सण–उत्सव यात्रा यांसारख्या गोष्टींमुळे परस्परातील श्रेष्ठत्व–कनिष्ठत्वाच्या कल्पना विसरून लोक एकत्र येत असत त्याचप्रमाणे सण–समारंभ उत्सव साजरे करताना आपापली सुख–दुःखे विसरून लोक ते साजरे करत. पर्यायाने समाजामध्ये आनंदाचे, उत्साहाचे वातावरण निर्माण होत असे. त्यामुळे प्रत्येकात सकारात्मक दृष्टीकोनाची निर्मिती होऊन समाजामध्ये चैतन्य निर्माण होत असे.

३) युद्ध–लढ्यातून मुक्तता :

मराठेकालीन कालखंड हा प्रामुख्याने सततच्या लढायांनी भरलेला काळ दिसून येतो. सतत चालणाऱ्या लढाया, त्या लढायांनी होणारे नुकसान या सगळ्यांपासून मनाला आनंद मिळण्याचे, मनोरंजनाचे माध्यम हे समाजात साजरे केले जाणारे सण होते. सततच्या धामधुमीतून एकत्र येऊन सण–उत्सव साजरे होणे यातून सांस्कृतिक वातावरणाची निर्मिती होत असे.

४) धार्मिक परंपरांचे जतन :

पूर्वीपासून चालत आलेल्या रूढी–परंपरा यांचे पालन तसेच विविध धार्मिक परंपरांचे पालन या सणांमुळे होत असे त्यामुळे लोकांचे सामाजिक तसेच धार्मिक जीवन ही संपन्न होत असे.

५) समाजाचे प्रबोधन :

विविध सण–उत्सव, यात्रा यांसारख्या प्रसंगी विविध मनोरंजनाचे तसेच समाज प्रबोधनाचे विविध कार्यक्रम होत असत. ज्यातून लोकांपर्यंत विविध विचार पोहोचविले जात व त्यातून धार्मिक जागरणाबरोबरच समाजाचेही प्रबोधन होत असे. आषाढी–कार्तिकी या पंढरपूरच्या वारीमध्ये महाराष्ट्राच्या कानाकोपऱ्यातून लोक येत असत त्यातून संतांचे विचार–उपदेश लोकांपर्यंत पोहोचत असत यातूनच समाजाचे प्रबोधन होत असे.

६) सुदृढ समाजाची निर्मिती :

विविध सण–उत्सव, यात्रा यांसारख्या वेळी अनेक लोक एकत्र येऊन एकमेकांमध्ये विचार–आचारांची देवाणघेवाण होऊन वैचारिक व भावनिक दृष्ट्या लोक संपन्न होत त्याच बरोबर एकात्मतेच्या भावनेतून राष्ट्रीय भावनेचीही जागृती व प्रसार यातून होत असल्याने सुदृढ समाजाची निर्मिती होत असे.

एकूणच मराठेकालीन समाजात विविध सण, उत्सव, समारंभ साजरे केले जात असल्याने समाजाचे मनोरंजना बरोबरच प्रबोधनही होत होते. त्यामुळे या काळात साजरे होणारे सण व उत्सव हे समाजात महत्त्वाची भूमिका निभावताना दिसतात.

७) सांस्कृतिक अभिव्यक्ती :

जत्रा आणि उत्सव हे सांस्कृतिक अभिव्यक्तीचे दोलायमान व्यासपीठ होते. त्यांनी वैविध्यपूर्ण परंपरा, संगीत, नृत्य, कला प्रकार आणि लोक सादरीकरण याद्वारे प्रदेशाच्या समृद्ध सांस्कृतिक वारशाचे जतन आणि प्रचार केला.

८) सामाजिक सामंजस्य आणि सुसंवाद :

या घटनांनी सामाजिक ऐक्याला प्रोत्साहन दिले आणि जात, पंथ किंवा आर्थिक स्थितीची पर्वा न करता समुदायांना एकत्र आणले. विविध पार्श्वभूमीतील लोक एकत्र आले, सौहार्द, परस्पर आदर आणि सांप्रदायिक सौहार्दाची भावना वाढीस लागली.

९) धार्मिक महत्त्व :

अनेक सणांना धार्मिक महत्त्व असते; देवता, ऐतिहासिक घटना किंवा शुभ प्रसंगी ते धार्मिक विधी, प्रार्थना आणि देवी-देवतांना श्रद्धांजली अर्पण करण्यासाठी, अध्यात्मिक विश्वास आणि पद्धतींना बळकटी देणारे प्रसंग होते.

१०) आर्थिक देवाणघेवाण :

मेळ्यांनी गजबजलेली बाजारपेठ म्हणून काम केले जेथे व्यापारी, कारागीर आणि व्यावसायिक त्यांच्या मालाची विक्री करण्यासाठी एकत्र येत. या आर्थिक देवाणघेवाणीमुळे व्यापार, वाणिज्य आणि कृषी उत्पादन, हस्तकला आणि वस्तूंची विक्री सुलभ झाली आणि स्थानिक अर्थव्यवस्थेला हातभार लागला.

११) मनोरंजन आणि करमणूक :

सणांमध्ये मनोरंजन आणि करमणूक करण्याची क्षमता होती. त्यांनी उपस्थितांना आनंदाचे, करमणुकीचे आणि विश्रांतीचे क्षण प्रदान करणारे खेळ, स्पर्धा, सादरीकरण आणि सांस्कृतिक उपक्रम यासारखी विविध आकर्षणे दर्शविली.

१२) पारंपारिक ज्ञानाचा प्रसार :

पारंपारिक ज्ञान, रीतिरिवाज आणि मूल्ये पिढ्यांपिढ्या प्रसारित करण्यात मेळे आणि सण महत्त्वपूर्ण होते. त्यांनी कथाकथन, लोककथा आणि मौखिक परंपरांचे पालन करणारे व्यासपीठ म्हणून काम केले, सांस्कृतिक वारशाचे जतन सुनिश्चित केले.

१३) राजकीय मंच :

काही भव्य उत्सव हे राजकीय मेळावे किंवा राजनैतिक देवाणघेवाणीचे व्यासपीठ म्हणूनही काम करतात. अधिकाऱ्यांना भेटण्यासाठी, धोरणांवर चर्चा करण्यासाठी, युती वाढवण्यासाठी आणि राजनैतिक वाटाघाटींमध्ये सहभागी होण्यासाठी राज्यकर्ते या प्रसंगांची निवड करतात.

१४) आर्थिक चालना :

मेळ्यांनी मोठ्या, दूरच्या प्रदेशातील व्यापाऱ्यांना आकर्षित केले, व्यावसायिक क्रियाकलाप वाढवले आणि अर्थव्यवस्थेला हातभार लावला. या घटनांमुळे स्थानिक अर्थव्यवस्थेला चालना मिळून अनेकदा महसूल निर्मिती वाढली.

१५) सांस्कृतिक पर्यटन :

काही प्रमुख सणांनी शेजारील प्रदेश आणि त्यापलीकडे पर्यटक व यात्रेकरूंना आकर्षित केले. लोकांच्या या ओघामुळे केवळ सांस्कृतिक देवाणघेवाणच झाली नाही तर स्थानिक पर्यटन आणि आदरातिथ्य उद्योगांना चालना मिळाली.

✎२.७ शिक्षणसंस्था :

मध्ययुगीन कालखंडात संपूर्ण भारतात शिक्षण हे काही वर्गापूरतेच मर्यादित होते. आधुनिक काळाप्रमाणे सर्व समाजाला शिक्षण मिळत नव्हते. त्याचप्रमाणे समाजाला शिक्षण देणे ही शासनसंस्थेची जबाबदारी समजली जात नव्हती किंवा वर्तमानकालीन शैक्षणिक संस्थांप्रमाणे शिक्षण संस्था अस्तित्त्वात नव्हत्या. मराठा काळात पारंपरिक भारतीय पद्धतीने शिक्षण दिले जात होते. या शिक्षण पद्धतीमध्ये उदारमतवादाचा त्याचप्रमाणे सामूहिक शिक्षण तत्त्वाचा प्रकर्षाने अभाव होता. मराठाकालीन शिक्षण पद्धतीवर पद्धतीसंबंधी माहिती देणारी कागदपत्रे फारच थोडी आहेत. ब्रिटिश काळातील सरकारी कागदपत्रे परकीय प्रवाश्यांचे प्रवास वृतान्त व बखरी या साधनांवर जी काही माहिती मिळते त्यावरच आपणाला अवलंबून राहावे लागते. मराठाकालीन समाजाला महाराष्ट्रात शिक्षणामध्ये मल्लविद्या, लष्करी शिक्षण, व्यावहारिक शिक्षण, व्यावसायिक शिक्षण, धार्मिक शिक्षण या प्रकारांचे शिक्षण दिले जात असे.

२.७.१ विविध शिक्षणसंस्था :

मराठेकालीन शिक्षणसंस्थांबद्दल विचार करताना असे दिसून येते की, या काळामध्ये आजच्या काळासारख्या शिक्षणाच्या विशिष्ट सोयी नव्हत्या, शाळा नव्हत्या किंबहुना समाजात शिक्षणाचा प्रसार करणे ही शासन संस्थेची जबाबदारी नव्हती. या काळातील शिक्षण हे काही वर्गांपूरतेच मर्यादित होते. पारंपरिक शिक्षण पद्धतीमधील ज्या शिक्षण संस्था होत्या त्याच पुढे सुरु राहिल्या होत्या. मराठेकालीन शिक्षणसंस्था पुढील प्रमाणे स्पष्ट करता येतील :

१) पाठशाळा :

उच्च शिक्षणाची उपलब्धता विविध ठिकाणी असणाऱ्या पाठशाळांमधून होती. या पाठशाळा याच विद्याकेंद्र झालेल्या होत्या. अशा उच्च शिक्षण केंद्रातून विद्यार्थ्यांना भोजन व निवाऱ्याच्या सोयी मोफत पुरविल्या जात. अशा शिक्षण संस्थांना सरकारकडून व खासगी लोकांकडूनही मदत दिली जात असे.

२) शाळा :

मराठाकालीन शाळेच्या इमारती अत्यंत साध्या होत्या. जेम्स फोर्बस हा युरोपियन प्रवासी म्हणतो की, या शाळा साध्या छप्परात भरत असत. या छप्पराच्या तिन्ही बाजू मोकळ्या असत. जमीन मातीचीच असे या मातीवरच विद्यार्थी अक्षर गिरवित असत व अंकगणिताचे प्राथमिक धडे ते येथेच घेत असत. ही इमारत स्वतःची क्वचितच असे. सर्वसाधारणपणे अशा पाठशाळा स्थानिक मंदिरात किंवा श्रीमंतांच्या घरातील एखाद्या खोलीत किंवा शिक्षकाच्या घरी भरत असत.

३) खासगी माध्यमे :

उच्चवर्णीय स्त्रिया तसेच सरदार राज्यकर्ते यांच्या मुलांना खासगी शिक्षणाची सोय उपलब्ध होत असे. बऱ्याचदा या मुलांना शिकविण्यासाठी श्रीमंत लोक पगारी शिक्षक ठेवत असत. अध्यापक यजमानाच्या घरीच राहून शिकवत असे. अशा वेळी शेजाऱ्यांची किंवा यजमानाच्या नातेवाईकांचीही मुले तेथे शिक्षणासाठी येत. सरदार–राजघराण्यामधील मुलांच्या शिक्षणाची विशेष काळजी घेतली जात असे.

२.७.२ प्राथमिक शिक्षण :

सामान्य व्यावहारिक शिक्षणाचे १) प्राथमिक शिक्षण व २) उच्च शिक्षण असे दोन ठळकपणे भाग केले होते. लिहीणे, वाचणे, पाठांतर करणे यावर आधारीत असलेल्या या पद्धतीत विद्यार्थ्यांना व्यवहारातील प्राथमिक ज्ञान देण्यावर जास्त भर दिला जात होता.

अ) प्राथमिक शिक्षणाचा अभ्यासक्रम :

प्राथमिक शिक्षणात जे शिक्षण दिले जाई ते प्राथमिक, व्यावहारिक स्वरुपाचे ज्ञान मुलांना मिळावे म्हणून यात लिहिणे, वाचणे व पाठांतर करणे या पद्धतीचा वापर केला जाई. शिक्षणाची सुरुवात ''श्री गणेशाय नमः'' या

अक्षरांनी होत असे. याच्यानंतर मुळाक्षरे, बाराखडी यांची ओळख करुन दिली जात असे. त्याचबरोबर १०० पर्यंत अंक मोजणे आणि लिहिणे, पाढे, पावकी, निमकी, पाऊणकी, सवाकी, दिडकी, औटकी यांसारखे पाठांतर करण्यावर भर दिला जात असे. या शिवाय बाजारात नित्योपयोगी लागणारी पैशाची, वजनाची कोष्टके, मोजण्याची कोष्टके, चिपटे, मापटे, शेर, पायली, मण इत्यादी माहिती दिली जात असे व ही कोष्टके पाठ करुन घेतली जात. या कोष्टकांच्या आधारावरच विद्यार्थ्यांना अंकगणिताचे ज्ञान दिले जात असे. त्यात बेरीज, वजाबाकी, भागाकार, गुणाकार यांचे शिक्षण ही दिले जात असे. तसेच मोडी लिपीला अभ्यासक्रमात महत्त्वाचे स्थान दिले गेले होते.

ब) प्राथमिक शिक्षणाची वैशिष्ट्ये :

प्राथमिक शिक्षणाची वैशिष्ट्ये पुढील प्रमाणे सांगता येतील :

१) मोडी लिपीला महत्त्वाचे स्थान :

मोडी लिपीच्या अभ्यासाला प्राथमिक शिक्षणात अतिशय महत्त्व दिले गेले. यात लेखन व वाचन यावर भर दिलेला होता; कारण मराठा कालखंडात सर्व सामान्यांचा तसेच सरकारी अधिकाऱ्यांचा पत्रव्यवहार मोडीमध्येच होत असे. प्राथमिक शिक्षणाच्या पहिल्या किंवा दुसऱ्या टप्प्यात मोडी लिपी विद्यार्थी वर्गाकडून घोटवली घेतली जात असे. हस्ताक्षर सुंदर होण्यासाठी पुस्त्या किंवा कित्ते गिरवले जात. गावात ज्याचे हस्ताक्षर चांगले अशा व्यक्तीकडून कित्ते लिहून घेतले जात असत.

२) वाचनाला महत्त्व :

शिवकाळात व पेशवेकाळात वाचनाकडे तितकेच लक्ष पुरविले गेले. खणखणीत वाचन करणे हा जनसामान्यांचा प्रघात होता. विषय व आशय फारसा विचारात न घेता खाड- खाड वाचन करण्यावर भर देण्यात आला.

३) मर्यादित व्याप्ती :

मराठा कालखंडात अस्पृश्य जाती वगळता प्राथमिक शिक्षण सर्वांना खुले होते. प्राथमिक शिक्षण घेणाऱ्यात प्रामुख्याने ब्राम्हण, प्रभू, सोनार, मराठा, वाणी या जातीतील मुले शिक्षण घेत असत. अशा प्रकारचे शिक्षण घेणाऱ्याला मराठा राज्यात कारकून, चिटणीस, अशा पदावर नोकऱ्या मिळत असत. युध्दामध्ये ज्या घराण्यांनी नाव कमावलेले आहे अशा लोकांना शिक्षणाचे महत्त्व वाटले नाही. तसेच शेती व्यवसाय करणाऱ्यांनी देखील शिक्षणाकडे दुर्लक्ष केले.

४) परीक्षा पद्धती विषयी माहिती अनुपलब्ध :

मध्ययुगीन महाराष्ट्रातील मुलांचे शाळेत जाण्याचे वय किती होते आणि या शिक्षणाचा कालावधी किती होता या विषयी नेमकी माहिती उपलब्ध नाही. वा. कृ.भावे यांनी आपल्या 'पेशवेकालीन महाराष्ट्र' या ग्रंथात असे नमूद केलेले आहे की, सर्वसाधारणपणे मुलगा ६ वर्षाचा झाला की त्याला शाळेत घातले जाई. शाळेचे वर्ग नियमितपणे भरत नसत त्यामुळे शिक्षणाचा कालावधी निश्चित किती होता याबद्दल देखील निश्चित माहिती नाही. अशा परिस्थितीत मिळालेले शिक्षण पुरेसे आहे असे विद्यार्थ्याला वाटले की शिक्षण बंद होत असे.

५) पाठांतरावर भर :

मराठेकाळात मुद्रणकला विकसित झालेली नसल्याने पुस्तके छापून विद्यार्थ्याला शिकविणे ही गोष्ट अशक्यप्राय होती. त्यामुळे पाठांतरावर भर दिला गेला. जमिनीवर वाळूची फळी तयार करून त्यावर शिक्षक धडा लिहीत असत व विद्यार्थी तो धडा गिरवीत असत तसेच पाठ करीत असत.

६) शाळेची इमारत :

मराठाकालीन शाळेच्या इमारती अतिशय साध्या होत्या. जेम्स फोर्ब्स या युरोपियन प्रवाशाने मराठाकालीन शाळांच्या इमारतींचे वर्णन केलेले आहे. ''हिंदू पाठशाळा या साध्या छपराखाली भरत असत. या छपराच्या तिन्ही बाजू संपूर्णपणे मोकळ्या असत, जमीन मातीची होती. या मातीवरच विद्यार्थी अक्षरे गिरवीत असत व अंकगणिताचे प्राथमिक धडे घेत असत. सर्वसाधारणपणे अशा शाळा स्थानिक मंदिरात किंवा श्रीमंतांच्या एखाद्या खोलीत किंवा शिक्षकांच्या घरी भरत.''

क) अध्यापन पद्धती :

प्राथमिक शाळेत शिकवण्याची पद्धत वैशिष्ट्यपूर्ण होती. जेर्विस या युरोपीयन प्रवाशाने लिहिलेल्या आपल्या वृतान्तात या पद्धतीविषयी बरीच माहिती मिळते. त्याने म्हटल्यानुसार प्राथमिक शाळेतील सिनिअर विद्यार्थी ज्युनिअर विद्यार्थ्यांना शिकवण्याच्या कामात शिक्षकांना मदत करीत असत. सिनिअर व ज्युनिअर विद्यार्थ्यांच्या जोड्या–जोड्या ठरविल्या जात, प्रत्येक सिनिअर विद्यार्थी दुसऱ्या ज्युनिअर विद्यार्थ्यांला शिकवित असे. पर्यायाने आजच्या सारखी वर्गपद्धती अस्तित्त्वात नव्हती. सिनिअर विद्यार्थ्याला शिक्षकाकडून ज्यावेळी बोलावले जाई त्यावेळी ते आपले काम सोडून येत असत व ज्युनिअर विद्यार्थ्यांस शिकवत असत. अर्थात या शिकवण्याच्या पद्धतीत काही तोटे असले तरी या पद्धतीमुळे एक शिक्षक सर्व पाठशाळा चालवू शकत असे आणि सिनियर विद्यार्थी ज्युनिअर विद्यार्थ्यांना शिकवित असताना त्यांच्या ज्ञानाची उजळणी होत असे.

मराठा कलखंडात महाराष्ट्रात मुद्रण कला विकसित झाली नव्हती त्यामुळे पुस्तके छापून त्यांच्या साहाय्याने शिकविणे व शिकणे या दोन्ही गोष्टी अशक्य होत्या. त्यामुळे पाठांतरावर भर दिला जात असे. जमिनीवर वाळूची फळी तयार करुन त्यावर शिक्षक धडा लिहित असत व विद्यार्थी तो गिरवीत आणि पाठ करीत असत.

अशा प्रकारचे प्राथमिक शिक्षणाचे स्वरुप मराठेकालीन शिक्षणपद्धतीत होते.

२.७.३ उच्चशिक्षण :

भारतातील इतर भागाप्रमाणेच महाराष्ट्रातही उच्च शिक्षणाची परंपरा होती. उच्च शिक्षण दोन प्रकारे दिले जात असे. पाठशाळांमधून व खासगीरित्या पाठशाळा या तीर्थक्षेत्राच्या ठिकाणी असत. अशी विद्या केंद्रे महाराष्ट्रात पैठण, वाई, कराड, सांगली, कोल्हापूर, नाशिक इत्यादी ठिकाणी होती. पुणे हे ही प्रसिद्ध शिक्षण केंद्र होते. या सर्व केंद्रातून ग्रंथालये संवर्धित करण्यात आली होती.

१) उच्च शिक्षणाचा अभ्यासक्रम :

बर्निअर हा फ्रेंच प्रवासी मोगल काळात भारतात आला होता, त्याने अनेक विद्याकेंद्रांना भेटी दिल्या होत्या. त्याच्या वर्णनावरुन असे दिसून येते की, या केंद्रांमध्ये पवित्र धर्मग्रंथ, तत्त्वज्ञान व इतर धार्मिक वाङ्मय यांचा अभ्यास केला जात असे. पवित्र धार्मिक ग्रंथांमध्ये वेद, उपनिषदे तसेच शरीरविज्ञान व ज्योतिषशास्त्र यांचाही अभ्यास केला जात असे. मुंबई विभागातील ब्रिटिश अमदानीतील सर्व कलेक्टर्सनी शिक्षण विषयक जी माहिती गोळा केली होती तिच्या आधारावर जो शिक्षणविषयक अहवाल तयार केला गेला त्या अहवालावर उच्चशिक्षणामध्ये महाराष्ट्रात ज्योतिष, ज्योतिषशास्त्रातील गणित, खगोल, फलज्योतिष, वैद्यकशास्त्र, वेदान्त, न्याय, मीमांसा (तत्त्वज्ञान) दर्शनशास्त्र, व्याकरण, काव्य आणि अलंकार हे विषय उच्च शिक्षणात शिकवले जात असत.

२) शिक्षणपद्धती :

उच्च शिक्षण देणाऱ्या पाठशाळांचे कामकाज कशा पद्धतीने चालत असे याची माहिती देणारी कागदपत्रे आज उपलब्ध नाहीत पण बर्निअरने बनारस केंद्राची जी माहिती दिली त्यानुसार महाराष्ट्रातील विद्याकेंद्राबद्दल अंदाज

बांधता येतो. ज्ञानदान हे पुस्तक रुपात नसून तोंडी होत असे, विद्यार्थी आपले विषय प्रत्यक्ष अध्यापकाकडून शिकत असत व ते तोंडपाठ करीत. विद्यार्थी सामान्यतः लहान वयातच विद्याकेंद्रात जाई व तेथे प्रख्यात विद्वान गुरुच्या घरीच वास्तव्य करुन त्यांच्याकडून विद्या शिकत असत व ते तोंडपाठ करीत. तज्ज्ञ अध्यापक शहरातील निरनिराळ्या ठिकाणी खासगी घरात आणि प्रामुख्याने उपनगरातील उद्यानात विद्यादानाचे कार्य चालत असे. विद्यादानाचे कार्य प्रामुख्याने ब्राह्मण अध्यापकाकडून होत असे. उच्च शिक्षण सर्वसाधारपणे मोफत दिले जाई. विद्यार्थ्यांनी उच्च शिक्षण पूर्ण केल्यानंतर त्यांना त्यांच्या बौद्धिक क्षमतेनुसार शास्त्री, वैदिक, पंडित अशा पदव्या दिल्या जात. अशा वेळी विद्यार्थ्यांची परीक्षा घेतली जात होती की नाही या विषयी माहिति मिळत नाही.

३) उच्च शिक्षणांचे खासगी स्वरुप :

मराठेकाळामध्ये खासगीरित्याही उच्च शिक्षण दिले जात असे. चांगल्या स्थितीला लोक, विद्वान ब्राह्मणांची आपल्या मुलांना शिकवण्यासाठी शिकवण्यासाठी नेमणूक करत. चॅपलिन आपल्या अहवालात म्हणतो की, पुणे व इतर आसपासच्या प्रदेशात श्रीमंत लोक आपल्या मुलांना संस्कृत शिकवण्याकरिता पगारी शिक्षक ठेवत असत. ही या प्रदेशातल पद्धतच बनून गेलेली होती. या पद्धतीमध्ये अध्यापक यजमानाच्या घरी राहूनच शिकवण्याचे काम करीत असे; अशावेळी शेजाऱ्यांची किंवा यजमानाच्या नातेवाईकांची मुलेही तिथे शिक्षणासाठी येत असत. सरदार घराण्यातील मुलांना शिकवण्यासाठी विशेष काळजी घेतली जात असे. राजघराण्यातील मुलांच्या शिक्षणातील अभ्यासक्रमात रघुवंश, विदूरनीती, चाणक्यनीती, विराटपर्व या राजकारणाचे धडे देणाऱ्या ग्रंथांचाही समावेश केला जात असे. अशा स्वरुपाचे उच्चशिक्षण मराठेकालीन समाजात दिले जात होते.

२.७.४ लष्करी शिक्षण :

मध्ययुगीन महाराष्ट्राचा विचार करताना असे दिसून येते की, सततचे युद्ध-लढाई यांचा धामधुमीचा काळ असल्याने या काळात लष्करी शिक्षण प्रत्येकाला दिले जाणे अपेक्षित होते. विशेषतः सरदार-राज्यकर्ते यांच्या मुलांना हे शिक्षण लहानपणापासूनच दिले जाई. दांडपट्टा, बंदुक, भाला, बाण चालवण्याची कला घरच्या घरी हस्तगत आली. शत्रूने टाकलेला पेच आपला शत्रू कसा सोडवतात हे दाखवून या मुलांची नजर मारली जात असे. युद्ध रणांगण हीच शाळा होती.

अ) मल्लविद्या :

मध्ययुगीन कालखंडात स्वसरंक्षण व राष्ट्ररक्षण ही व्यक्तीची व समाजाची प्राथमिक गरज होती. त्यामुळे मल्लविद्या व लष्करी शिक्षणास प्राधान्य होते. प्रत्येकाने बलवान शरीर संपादन केले पाहिजे अशा प्रकारचा सर्वमान्य संकेत असल्याने शरीरसंवर्धनाकडे जाणीवपूर्वक लक्ष दिले जात असे. श्रीमंतापासून सामान्यापर्यंत सर्वजण मल्लविद्या आणि लष्करी शिक्षण याकडे आकर्षित झाले होते.

१) मल्लविद्येचे स्वरूप :

मल्लविद्येमध्ये जोर, बैठका, कुस्ती, वजन उचलणे यासारख्या शारीरिक क्रियांचा समावेश होता. मल्लविद्येचे शिक्षण घेण्यासाठी अत्यंत सुलभ अशी सोय होती. मल्लविद्येसाठी गावागावातून छोट्या-मोठ्या तालमींची व्यवस्था केली गेली होती. अशा प्रकारच्या आखाड्यातून तरुण मंडळी सकाळी व्यायाम करण्यास व एकमेकांना कुस्तीचे डावपेच शिकविण्यात मशगूल असत. यामध्ये जो मल्ल सर्वश्रेष्ठ ठरत असे त्याला गावकऱ्यांकडून खुराक पुरविला जात असे. या आखाड्यातूनच तरुणांना शरीर संवर्धनाच्या शिक्षणाशिवाय ग्रामसंरक्षणाचे शिक्षण दिले जात असे. गावात सार्वजनिक आखाड्याशिवाय श्रीमंताच्या घराला लागून त्याचा स्वत:चा असा आखाडा असे. या आखाड्यात मुलांना मल्लविद्या शिकविण्यासाठी स्वतंत्र असे मल्ल होते; कारण समाजात मल्लविद्या

सर्वश्रेष्ठ मानलेली होती. या मल्लांना खुराक पुरविण्याची जबाबदारी मालकाकडेच होती. नानासाहेब पेशवे, भाऊसाहेब, विश्वासराव, माधवराव व नारायणराव पेशवे यांना मल्लविद्येचा शौक होता. ते दरबारात वारंवार कुस्त्या घडवून आणत असत. त्यामुळे मराठ्यांप्रमाणेच ब्राम्हण वर्गात देखील मल्लविद्या लोकप्रिय झाली. तसेच खेड्यापाड्यातून प्रतिवर्षी ज्या जत्रा भरत असत त्या जत्रांमध्ये कुस्त्यांचे जंगी सामने भरविले जात. या सामन्यात जे मल्ल सर्वश्रेष्ठ ठरत असत त्यांना छत्रपती किंवा पेशवे यांच्याकडून इनाम दिले जात असे.

विश्वासराव व रघुनाथराव यांस तालमीचा अभ्यास लहानपणापासूनच होता. अशी माहिती १७५४ च्या पेशव्यांच्या रोजकिर्दीतून मिळते. पेशवे दरबारात वारंवार कुस्त्या होत. नरसोबा पंतोजी नावाच्या ब्राह्मणाचीही कुस्ती वाड्यात लागली होती. गोपिकाबाईंनी ८/११/१७८३ मध्ये सवाई माधवरावाने व्यायाम कसा करावा यासंबंधी नियम लिहून पाठवले. वा.कृ. भावे पेशवेकालीन महाराष्ट्रात म्हणतात की, पेशव्यांपाशी पैलवान होते ते जसे कुस्तीत तसे वज्रमुष्टीतही पटाईत असत. त्यांच्या कुस्त्या होत तेव्हा त्या पाहाण्यास सर चार्लस् मॅलेट व त्यांचे लोक जात असत. सवाई माधवरावांकरिता पैलवान वज्रमृष्ठि छडी खेळणारे, दांडपट्टा खेळणारे इत्यादी शिक्षण ठेवले होते व त्यांपाशी त्यांनी तालमीचा अभ्यास केला.

ब) लष्करी शिक्षण :

मल्लविद्येइतकेच लष्करी शिक्षण ही महत्त्वाचे मानले गेले; कारण शिवकाळात व पेशवेकाळात शेतीबरोबरच उदरनिर्वाहाचे साधन म्हणजे लढाया मारणे हे होते. लष्करी शिक्षणात तलवार चालविणे, बंदूक चालविणे, दांडपट्टा चालविणे, भाला चालविणे, यांचा समावेश होता. घोड्यावर बसणे व भालाफेक करणे हा वरिष्ठ वर्गातील नित्याचाच व्यायाम प्रकार होता. प्रत्येक सामान्य माणूस मिळेल ते लष्करी शिक्षण खासगी पद्धतीने घेण्याचा प्रयत्न करीत होता. सरदार आपल्या मुलांना आपल्याबरोबरच लढाईत घेऊन जात असत व लढाईचे प्रात्यक्षिक दाखवित. मोठे–मोठे योध्दे निपजण्याची 'रणांगण' हीच मोठी पाठशाळा होती असे म्हणावयास हरकत नाही.

१) राज्यकर्त्यांकडून प्रोत्साहन :

राज्यकर्त्यांकडून देखील लष्करी शिक्षण देण्याची व्यवस्था केली जात असे. ॲबे कॅरे या युरोपियन प्रवाशाचे 'फॉरेन बायोग्राफिक्स ऑफ शिवाजी' या पुस्तकात शिवाजी महाराजांनी लष्करी शिक्षण देण्याची कशी व्यवस्था केली होती याचे वर्णन केलेले आहे. तो लिहितो, ''शिवाजी महाराजांच्या सैन्यात ठिकठिकाणाहून गोळा केलेले अनेक नवशिके लोक होते. त्यांना युध्दाचे शिक्षण देण्यासाठी शिवाजी महाराजांनी उघड्या शेतात तीन महिने तळ दिला होता. घोड्यावर कसे बसावे, युध्दातील डावपेच कसे खेळावेत व लढाई कशी करावी या विषयीचे काळजीपूर्वक शिक्षण त्याने सैनिकांना दिले.''

पेशवेकाळात देखील पेशव्यांनी आपल्या सैनिकांना प्रशिक्षण देण्यासाठी गारदी लोक ठेवले होते. महादजी शिंदे यांनी डी बायान, जॉर्ज थॉमस, पेरेन या युरोपियन योध्द्यांना सैन्यात नेमून त्यांच्याकडे कवायती पलटणी तयार करून घेतल्या होत्या.

यावरुन असे दिसून येते की, मराठा कालीन शिक्षण पद्धती ही कोणत्याही प्रकारे चार भिंतीच्या आड अशी बंदिस्त स्वरुपाची नव्हती. सामाजिक पद्धतीला अनुसरुन योग्य अशाच शिक्षण पद्धतीचा वापर केला गेला.

२.७.५ व्यावसायिक व धार्मिक शिक्षण :

मध्ययुगीन कालखंडात भारतात शिक्षण हे काही वर्गांपुरतेच मर्यादित होते. आधुनिक काळाप्रमाणे समाजातील सर्व घटकांना शिक्षणाचा लाभ होत नव्हता. तसेच सर्वसामान्यांना शिक्षण देणे ही सरकारची जबाबदारी आहे असे समजले गेले नाही. मराठाकालीन शिक्षणपद्धतीविषयी माहिती देणारी कागदपत्रे फार थोडी आहेत. ब्रिटिश काळात सरकारी

कागदपत्रे, परकीय प्रवाशांचा प्रवास वृत्तांत व बखरी या साधनात जी माहिती मिळते त्यावरच अवलंबून राहावे लागते. मराठेकालीन समाजात मल्लविद्या, लष्करीविद्या, व्यावहारिक तसेच व्यावसायिक व धार्मिक शिक्षण दिले जात होते.

१) व्यावसायिक शिक्षण :

मराठा कालखंडाचा बारकाईने अभ्यास केला तर एक गोष्ट निश्चितपणे आढळते ती म्हणजे व्यावसायिक शिक्षण देण्यासाठी शिक्षणसंस्था तसेच पाठशाळा अस्तित्वात नव्हत्या. व्यावसायिक शिक्षणाची संपूर्ण जबाबदारी कुटुंबावर असे. वडील आपल्या मुलाला आपल्या व्यवसायातील कसब व कौशल्य शिकवित असत. व्यवसाय हा जातीनिहाय ठरत असल्याने प्रत्येक जातीचा व्यवसाय हा निश्चित होता. कुंभाराच्या मुलाने कुंभाराचाच व्यवसाय करावा असे परंपरेने निश्चित झालेले होते. लहानपणापासूनच मुलगा आपल्या वडीलधाऱ्यांना व्यवसायात मदत करीत असे. परिणामी, व्यवसायाचे बाळकडू मुलाला लहानपणापासून मिळत होते. व्यवसाय हा जातीनिहाय ठरलेला असल्याने आपल्या मुलांना आपल्याच व्यवसायातील कसब व कौशल्य शिकविणे हे कुटुंब प्रमुखाचे आद्य कर्तव्य मानले गेले; कारण त्याकाळी व्यवसाया व्यतिरिक्त दुसरे असे कोणतेही उदरनिवार्हाचे साधन नव्हते.

२) धार्मिक शिक्षण :

शिवकाळात व पेशवेकाळात मल्लविद्या, लष्करीविद्या यांच्याबरोबरच व्यावहारिक शिक्षणाबरोबर धार्मिक शिक्षणाला तितकेच महत्त्व होते. सर्वसामान्य लोकांना कथा-कीर्तनाद्वारे ज्ञान प्राप्त होण्याची संधी मिळत असे. कथा, कीर्तन करणारे पुराणिक, हरदास गावोगावी जाऊन पौराणिक कथा सांगत. प्रत्येक गावात श्रावण महिन्यात एखाद्या धार्मिक ग्रंथाचे वाचन होत असे. तसेच चित्रकथींचा एक मोठा वर्ग समाजात उदयाला आला. या चित्रकथींजवळ रामायण, महाभारत, हरिविजय, पांडवप्रताप या महत्त्वाच्या ग्रंथातील महत्त्वाच्या प्रसंगावरील चित्रे असत. चित्रांच्या साहाय्याने चित्रकथी संबंधित ग्रंथाचा आशय स्पष्ट करून समाज शिक्षणाचे कार्य करीत असत. तसेच पोतराज, भोपे, वासुदेव हे लोक देखील भिन्न मार्गाने लोकजागृती करत होते.

थोडक्यात, व्यावहारिक शिक्षणासाठी कुटुंब ही पाठशाळा होती व धार्मिक शिक्षणाचे कार्य विविध विद्वान करीत असत.

२.७.६ स्त्री-शिक्षण :

मध्ययुगीन भारतातील इतर ठिकाणांप्रमाणे महाराष्ट्रातही (मध्ययुगात) स्त्रीयांची आणि शिक्षणाची वर्षानुवर्षांपासून फारकत असलेली दिसून येते. वयाच्या ८ व्या वर्षीच विवाह होणाऱ्या लहान मुलींकडून शिक्षणाची अपेक्षा बाळगणेच चुकीचे होते.

१) स्त्री-शिक्षणाबाबत गैरसमज :

मध्ययुगात भारतातील इतर भागांप्रमाणेच महाराष्ट्रात पूर्णपणे स्त्री शिक्षणाची अबाळ झालेली होती. स्त्रीयांनी शिकूच नये अशी लोकांची समजूत होती. धर्मातील अनेक संकल्पनांचा आधार घेवून स्त्री-शिक्षण पूर्णतः बंद केलेले होते.

२) उच्च वर्गातील व राजकुळातील स्त्री-शिक्षण :

मध्ययुगात राजकुळातील उच्चवर्णीय स्त्रियांना अक्षर ओळख असल्याचे दिसून येते. त्यामुळे काही प्रमाणात या स्त्रिया याला अपवाद असल्याचे दिसून येते. पेशवे, शिंदे, होळकर, दाभाडे, पटवर्धन, गायकवाड यांच्या घराण्यातील स्त्रियांना परंपरागत पद्धतीने शिक्षण मिळाले होते. पण हे शिक्षण लिहिणे, वाचणे यापुरतेच मर्यादित होते. अशा स्त्रीयांचे शिक्षण हे घरातील वडिलधाऱ्या माणसाच्या देखरेखिखाली एखादा शिक्षक नेमून दिले जात

असे. स्त्रियांसाठी स्वतंत्र पाठशाळा अस्तित्वात नव्हत्या. बाकी बहुजन समाजातील स्त्रियांना शिक्षण उपलब्ध नव्हते.

३) स्त्री–शिक्षण व प्रशासकीय व लष्करी शिक्षण :

राजघराण्यातील काही स्त्रियांना युद्धकला व प्रशासनाचे शिक्षण मिळत असे. संधी मिळताच स्त्रिया या कलेतही प्राविण्य मिळवत. ताराबाई, अहिल्याबाई, उमाबाई, लक्ष्मीबाई व इतर काही स्त्रियांनी युद्धकलेत व प्रशासनात लौकिक प्राप्त केला होता.

ब्रौटन म्हणतो की, पेशवाईच्या काळात पुरुषांनी शरीर उत्कृष्ट कमवावे यात नवल नाही. कारण कित्येक स्त्रियाही या कलेत प्राविण्य मिळवून व पुरुषांप्रमाणे तंदुरुस्ती ठेवून कुस्त्या खेळत. गावोगावी हिंडत असून त्यांना हरवणे पट्टीच्या पैलवानालाही जड जात होते.

स्त्रिया पैलवानी पेशात जशी कधी कधी पुरुषांची बरोबरी करीन अशा युद्धकलेतही त्यांच्या पावलावर पाऊल टाकण्याची त्यांची तयारी असे. यशवंतराव होळकरांची कन्या भीमाबाईही घोड्यावर बसण्यात व भाला फेक करण्यात पटाईत असून त्या नैपुण्याबद्दल तिची सर जॉन मालकन यानेही शिफारस केली होती.

अशाप्रकारे व्यावहारिक शिक्षण जरी स्त्रियांना उपलब्ध होत नव्हते तरी काही स्त्रिया या प्रशासकीय व लष्करी शिक्षणात परीपूर्ण असल्याचे दिसून येते.

२.७.७ मराठाकालीन शिक्षणाचे चिकित्सक मूल्यांकन :

मराठ्यांच्या राजवटीत शिक्षणात काही बदल आणि घडामोडी झाल्या असल्या, तरीही त्यात सर्वसमावेशक फेरबदल झाले नाहीत.

१) स्थानिक शिक्षणाचा प्रसार :

मराठ्यांच्या काळात स्थानिक भाषांवर, विशेषतः मराठीवर लक्षणीय भर होता. स्थानिक भाषेवर लक्ष केंद्रित केल्यामुळे साहित्याची वाढ आणि जनसामान्यांमध्ये ज्ञानाचा प्रसार होण्यास मदत झाली. तथापि, शैक्षणिक सुधारणा प्रादेशिक भाषांपुरत्या मर्यादित होत्या आणि त्यांचा व्यापक शैक्षणिक विषयांपर्यंत विस्तार झाला नाही.

२) पारंपारिक शिक्षण केंद्रांचे संरक्षण :

संस्कृत पाठशाळा (शाळा) आणि गुरुकुल यासारख्या पारंपारिक शिक्षण केंद्रांना मराठ्यांनी संरक्षण दिले. ही केंद्रे प्रामुख्याने धार्मिक आणि शास्त्रीय अभ्यासांवर लक्ष केंद्रित करतात, पारंपारिक ज्ञान प्रणालींना प्रोत्साहन देतात. या पाठिंब्याने पारंपारिक शिक्षण जपले असले तरी आधुनिक आणि वैज्ञानिक शिक्षणाचा विस्तार मर्यादित केला.

३) लष्करी शिक्षण आणि प्रशिक्षण :

लष्करी पराक्रमासाठी ओळखल्या जाणाऱ्या मराठ्यांनी युद्ध शिक्षणावर भर दिला. त्यांनी सैनिकांना युद्ध रणनीती, शस्त्रे आणि लढाऊ कौशल्ये यांचे प्रशिक्षण देण्यासाठी लष्करी शाळा स्थापन केल्या. या दृष्टिकोनाचा उद्देश साम्राज्याचे लष्करी सामर्थ्य मजबूत करणे हा होता परंतु अभ्यासाच्या विविध क्षेत्रांचा समावेश असलेल्या सर्वांगीण शैक्षणिक चौकटीमध्ये महत्त्वपूर्ण योगदान दिले नाही.

४) औपचारिक शिक्षणात मर्यादित सुधारणा :

औपचारिक शिक्षणात सुधारणा आणण्याचे तुरळक प्रयत्न होत असले तरी ते मर्यादितच राहिले. पारंपारिक केंद्रांच्या पलीकडे शैक्षणिक संस्था स्थापन करण्याच्या प्रयत्नांना आर्थिक अडचणी, पद्धतशीर नियोजनाचा अभाव आणि व्यापक शैक्षणिक विकासावर तात्काळ प्रशासकीय आणि लष्करी समस्येवर लक्ष केंद्रित करणे यासारख्या

विविध कारणांमुळे अडथळे आले.

५) शिक्षणातील धार्मिक संस्थांची भूमिका :

धार्मिक संस्था, विशेषत: हिंदू मंदिरे आणि मठांनी शिक्षण प्रदान करण्यात महत्त्वपूर्ण भूमिका बजावली. त्यांनी विद्वानांना पाठिंबा दिला आणि धार्मिक ग्रंथ व शिकवणी जतन करण्यासाठी योगदान दिले. तथापि, या धार्मिक प्रभावामुळे वैविध्यपूर्ण शैक्षणिक विषयांच्या खर्चावर धर्मशास्त्रीय अभ्यासाचे वर्चस्व देखील निर्माण झाले.

६) शिक्षणाच्या प्रवेशातील आव्हाने :

सामान्य लोकांसाठी शिक्षणाची उपलब्धता हे एक आव्हान राहिले. शिक्षण हे मुख्यत्वे उच्चभ्रू आणि ब्राह्मणी वर्गापुरतेच मर्यादित होते, ज्यामुळे समाजातील इतर घटकांसाठी शैक्षणिक संधींमध्ये अंतर निर्माण झाले होते. कनिष्ठ जाती आणि स्त्रियांसारख्या उपेक्षित समुदायांना अनेकदा औपचारिक शिक्षणापासून वगळण्यात आले होते, ज्यामुळे सामाजिक विषमता कायम होती.

७) सामाजिक–आर्थिक विकासावर परिणाम :

मराठाकालीन शैक्षणिक सुधारणांच्या मर्यादित व्याप्तीमुळे व्यापक सामाजिक–आर्थिक विकासात अडथळा निर्माण झाला. सर्वसमावेशक शैक्षणिक उपक्रमांच्या अनुपस्थितीमुळे साम्राज्याच्या सर्वांगीण प्रगतीला हातभार लावणारे कुशल कामगार, वैज्ञानिक नवकल्पना आणि तांत्रिक प्रगती यावर मर्यादा आल्या.

८) वारसा आणि दीर्घकालीन परिणाम :

मराठा काळात शैक्षणिक धोरणे आणि पारंपारिक शिक्षणावर भर दिल्याने त्यानंतरच्या काळात पुराणमतवादी शैक्षणिक व्यवस्थेचा पाया घातला गेला. स्थानिक भाषांवर लक्ष केंद्रित करणे हे एक सकारात्मक पाऊल होते, परंतु सर्वसमावेशक सुधारणांच्या अभावामुळे आधुनिक शैक्षणिक चौकटीची वाढ मर्यादित झाली.

❋❋❋

सरावासाठी प्रश्न

प्र. १. दीर्घोत्तरी प्रश्न.

१) ग्रामीण समुदायाचे स्वरूप – गावगाडा याबद्दल तपशीलवार स्पष्टीकरण द्या.

२) ग्रामीण प्रशासनातील 'पाटील' आणि 'कुलकर्णी' यांच्या भूमिकेचे वर्णन करा.

३) 'मराठा काळात गाव हे सामाजिक–आर्थिक क्रियाकलापांचे केंद्र होते' विवेचन करा.

४) बलुतेदारी पद्धती म्हणजे काय? बलुतेदारांचे प्रकार सांगून बलुतेदारी पद्धतीची वैशिष्ट्ये स्पष्ट करा.

५) बलुतेदारी पद्धतीचे फायदे आणि तोटे थोडक्यात सांगा.

६) मराठा काळातील स्त्रियांच्या स्थितीबद्दल सविस्तर विवेचन करा.

७) वर्णव्यवस्था म्हणजे काय? वर्ण व्यवस्थेची वैशिष्ट्ये लिहा.

८) मराठा काळातील जातीचे वर्गीकरण तपशीलवार स्पष्ट करा.

९) मराठा राज्यातील सामाजिक स्तरीकरणाचे साधन म्हणून जातिव्यवस्थेचे अवलोकन करा.

१०) मराठा काळातील मुख्य सण आणि समारंभ विशद करा.

११) मराठ्यांच्या सामाजिक जीवनात सण आणि समारंभांचे महत्त्व काय होते?

१२) मराठा काळातील शिक्षणाचे वर्गीकरण लिहा.

१३) मराठा काळातील शिक्षण व्यवस्थेचे चिकित्सक मूल्यमापन करा.

प्र. २. टिपा लिहा.

१) पाटील.

२) देशमुख.

३) देशपांडे.

४) कुलकर्णी.

५) सण आणि समारंभ.

६) शिक्षणसंस्था.

७) वर्णव्यवस्था.

८) जातीव्यवस्था.

❋❋❋

प्रकरण ३

कृषी व्यवस्था

प्रस्तावना :

मराठे काळामध्ये सामाजिक आणि आर्थिक व्यवहाराचा केंद्रबिंदू म्हणजे खेडे होते. शेती व्यवसाय हा प्रमुख होता. त्या काळामधील संपूर्ण अर्थव्यवस्था ही केवळ शेती या एकाच उद्योगाभोवती केंद्रित झालेली होती. पर्यायाने या काळामध्ये राज्यकर्त्यांनी शेती भोवती विशेष लक्ष केंद्रित केले होते. त्यामुळे या काळातील जमिनीचे स्वरूप तसेच जमिनीचे प्रकार आणि राज्यकर्त्यांची शेतीविषयक धोरणे, जमिनीच्या मोजणीच्या पद्धती, जमीन महसूल गोळा करण्याच्या पद्धती याबाबतीत शिवकाळ आणि शिवोत्तर काळ यात बऱ्याच प्रमाणात विविधता दिसून येते. त्याचप्रमाणे सतत होणारी युद्धे, लढाया यामुळे तसेच लहरी हवामान, पावसाचे कमीजास्त प्रमाण, हत्यारे (अवजारे) बी-बियाणे यांची उपलब्धता यामुळे थोड्याफार प्रमाणात शेतकऱ्यांना शेतीतील समस्या देखील भेडसावत होत्या. या सर्वांचा विचार करताना शेती हा या काळामधील प्रमुख व्यवसाय असल्याने त्या भोवती केंद्रित झालेले आर्थिक व सामाजिक जीवन यांचा परिचय करून घेणे गरजेचे आहे.

३.१ जमिनीचे प्रकार :

मराठेकालीन महाराष्ट्रात गावच्या शिवाराचे दोन प्रमुख भाग होते. एक वसाहतीची जागा ज्याला 'पांढरी' असे म्हणत आणि दुसरी म्हणजे नांगरीची जागा ज्याला 'वगळी' असे म्हणत. त्यापैकी काळीचे दोन भाग असत १) प्रत्यक्ष लागवडीखाली असलेली जमीन, २) वांजट अथवा पडिक जमीन वांजट जमिनीचा काही भाग गावाच्या कुरणासाठी जत्रेसाठी किंवा बाजारासाठी राखून ठेवला जाई. सर्व जमिनीची मालकी ही राजाची असली तरी ती कसण्याचे काम राजा स्वतः करू शकत नसे, त्यासाठी तो जमिनीची मालकी गावकऱ्यांना देत असे. त्याच्या मोबदल्यात त्यांच्याकडून खंड घेत असे त्यामुळे मराठेकालीन महाराष्ट्रातील जमिनीचे स्वरूप व तिचे प्रकार पाहाणे गरजेचे ठरते.

अ) जमिनीचे प्रकार :

मराठेकालीन महाराष्ट्रात कृषी व्यवसाय हाच प्रमुख असल्याने शेतीमधून मिळणारा शेतसारा हाच राज्यकर्त्यांच्या आर्थिक उत्पन्नाचा एक महत्त्वाचा स्त्रोत होता. त्यामुळे जमीन महसुलाची आकारणी करत असताना जमिनीच्या प्रकारांचा विचार करून शेतसारा ठरवला जात असे. मराठेकालीन महाराष्ट्रात जमिनीचे पुढील प्रकार होते :

१) पांढरी जमीन :

सर्वसाधारणपणे गाव शिवाराचे दोन भाग केले जात असे त्यापैकी एक भाग म्हणजे पांढरी जमीन. पांढरी जमीन म्हणजे गाव वसाहतीची जागा. याचाच अर्थ ज्या जमिनीचा उपयोग गावातील लोक राहण्यासाठी किंवा वसाहत करण्यासाठी करत असत त्याला पांढरी जमीन असे म्हणत असत.

२) काळी जमीन :

गाव शिवाराचे जे दोन भाग त्यापैकी दुसरा भाग म्हणजे 'काळी' होय. काळीचे दोन भाग असत एक भाग होता तो प्रत्यक्ष लागवडीखाली असणाऱ्या जमिनीचा म्हणजेच शेती कसण्यासाठी, लागवड करण्यासाठी तिचा वापर केला जात असे, आणि दुसरा भाग होता वांजट किंवा पडिक जमीन.

३) इनाम जमीन :

१७ व्या शतकात धर्माचे जीवनात विशेष महत्त्व होते. त्याला अनुसरूनच अनेक धार्मिक संस्थांना किंवा धर्माचरण करणाऱ्या व्यक्तींना गावची काही जमीन इनाम दिलेली असे. मठ, मशिद, देऊळ, संतांच्या समाध्या यांना दिलेली जमीन ही इनाम जमिनीत विशेषत: धार्मिक इनाम म्हणून मानली जात असे. या जमिनीतून मिळणारे उत्पन्नातून त्या संस्थांची देखभाल केली जात असे. या जमिनी वंशपरंपरेने असत. मराठेकाळात इनामे ही २ प्रकारची असत.

i) सनदी किंवा दिवाण निसबत इमान :

हे इनाम राजसत्तेने सनद किंवा फर्मान यांच्याद्वारे निर्माण केलेले असे. अशा इनामांना काही वेळा सरकारी शेतसारा संपूर्ण माफ केलेला असे, तर काही वेळेला शेतसाऱ्यापैकी काही भाग म्हणजे १/२, १/३ किंवा १/४ इतका सारा इनाम धारकाला द्यावा लागे. अशा इनामांना इनाम निमाई, इनाम तिजाई, इनाम चौथाई म्हणत.

राजा आपल्या मुलीला काही इनाम देत असे. त्याला साडी चोळी किंवा दूधभात इनाम म्हणत. जिजाबाईंनी कुलकर्णींच्या विधवेला जमीन इनाम दिली होती या प्रकारच्या इनामाला 'चोळीखण इनाम' म्हणत.

ii) गाव निसबत इनाम :

एखाद्या कारागिराला अथवा सेवकाला समस्त गावकरी मंडळी किंवा गावातील एखादी व्यक्ती आपल्या कक्षेमधील काही जमीन त्याच्या सेवेबद्दल इनाम देत असे. ही जमीन बहुधा सारा मुक्त असे. अशा इनामांना 'टिकणारी बेगाती' किंवा 'देहांगी इनाम' असे कागदपत्रांत म्हटले आहे. अशा इनाम जमिनींचे संख्या थोडी असल्याने गावाने ही इनामे निर्माण केलेली असल्याने या इनामांना 'गाव निसबत इनाम' म्हटले आहे.

४) लागवडी खाली असणारी जमीन व पडिक जमीन :

शिवकाळात व पेशवेकाळात सारा आकारणी करताना लागवडीखाली असणारी जमीन व पडिक जमीन असा भेद केला जात असे. लागवडीखाली असलेल्या जमिनीचे पुन्हा सरस, मध्यम व कनिष्ठ असे तीन भाग पाडले जात व पडिक जमिनीचे जंगल व वरकस (मोकळी) असे दोन भाग पाडले जातात.

५) जिरायती व बागायती जमीन :

लागवडी खाली असणाऱ्या जमिनीचे पुन्हा जिरायती व बागायती असे दोन प्रकार होतात. जिरायती जमीन ही पावसावर अवलंबून असे. त्यात ज्वारी, बाजरी, मटकी, हुलगे, वरी, नाचणी, भात इ. पिके घेतली जात. तर

बागायती जमिन ही कालवे, विहीरी याद्वारे केल्या जाणाऱ्या सिंचनावर अवलंबून होती. या बागायती जमिनीचे पुन्हा पाटस्थळ व मोटस्थळ असे प्रकार होते. ज्या जमिनीला कालवे, तळे किंवा नदी यांचे पाणी मिळत असे त्या जमिनीला पाटस्थळ असे म्हणत. आणि ज्या जमिनीला विहिरीवरुन मोटेने पाणी दिले जात असे तिला 'मोटस्थळ' जमीन असे म्हणतात.

ब) शेतीला प्रोत्साहन देण्यासाठी मराठा राज्यकर्त्यांनी अवलंबलेले उपाय :

मराठा शासकांनी त्यांच्या साम्राज्यात कृषी पद्धतींना चालना देण्यासाठी आणि त्यांना प्रोत्साहन देण्यासाठी विविध उपाययोजना अंमलात आणल्या, शेतीला अर्थव्यवस्थेचा एक महत्त्वाचा कणा म्हणून ओळखले. त्यांच्या कारकिर्दीत शेतीला प्रोत्साहन देण्यासाठी अवलंबलेले उपाय पुढील प्रमाणे आहेत :

१) सिंचन पायाभूत सुविधा :

राज्यकर्त्यांनी शेतीसाठी पाण्याची उपलब्धता सुधारण्यासाठी सिंचन व्यवस्था, कालवे, टाक्या आणि जलाशय बांधण्यात गुंतवणूक केली. या उपायांचा उद्देश अनियमित पावसाचा प्रभाव कमी करणे आणि पिकांसाठी सातत्यपूर्ण पाणीपुरवठा सुनिश्चित करणे हा होता.

२) जमीन सुधारणे आणि विस्तार :

जिरायती जमिनीवर पुन्हा हक्क मिळवून त्यांचा विकास करण्याचे प्रयत्न सुरू झाले. दलदलीचा निचरा करण्यात आला आणि शेती क्षेत्राचा विस्तार करण्यासाठी पडीक जमिनी लागवडीखाली आणल्या गेल्या, त्यामुळे कृषी उत्पादनात वाढ झाली.

३) कर सुधारणा :

राज्यकर्त्यांनी शेतीला अनुकूल कर सुधारणा घडवून आणल्या. त्यांनी कृषी उत्पादनावरील कर कमी केले किंवा सूट दिली, शेतकऱ्यांना दिलासा दिला आणि वाढीव लागवडीला प्रोत्साहन दिले.

४) प्रोत्साहन आणि अनुदान :

शेतकऱ्यांना चांगल्या कृषी पद्धतींचा अवलंब करण्यास प्रोत्साहित करण्यासाठी राज्यकर्त्यांनी प्रोत्साहन आणि अनुदान देऊ केले. यामध्ये कृषी साधने, बियाणे किंवा उपकरणांवरील अनुदान, कर्ज किंवा सूट यांचा समावेश होतो.

५) पीक बदलास प्रोत्साहन :

मराठ्यांनी जमिनीची सुपीकता राखण्यासाठी आणि जमिनीचा ऱ्हास रोखण्यासाठी पीक बदल आणि विविध पीक पद्धतींचा पुरस्कार केला. त्यांनी शेतकऱ्यांना जमिनीची उत्पादकता वाढवण्यासाठी वेगवेगळ्या हंगामात वेगवेगळ्या पिकांची लागवड करून पिके फिरवण्यास प्रोत्साहित केले.

६) संशोधन आणि नवोपक्रमासाठी समर्थन :

कृषी संशोधन आणि नवनिर्मितीला चालना देण्यासाठी प्रयत्न केले गेले. राज्यकर्त्यांनी नवीन कृषी तंत्र, पीक वाण आणि उत्पादन व उत्पादकता सुधारण्यासाठी नाविन्यपूर्ण शेती पद्धतींच्या प्रयोगांना समर्थन दिले.

७) फलोत्पादनास प्रोत्साहन :

मराठ्यांनी फलोत्पादन आणि फळ लागवडीवर भर दिला. त्यांनी आंबा, केळी आणि लिंबूवर्गीय फळे यासारख्या फळांच्या लागवडीला प्रोत्साहन दिले आणि संपूर्ण साम्राज्यात फळबागा स्थापन करण्यासाठी पुढाकार घेतला.

८) भूधारणा पद्धतीत सुधारणा :

शेतकऱ्यांमध्ये जमिनीचे समान वितरण सुनिश्चित करण्यासाठी राज्यकर्त्यांनी जमिनीच्या भूधारणा पद्धतीत सुधारणा केल्या. या सुधारणांचे उद्दिष्ट शेतकऱ्यांच्या हक्कांचे संरक्षण करणे, शोषण करणाऱ्या प्रथा रोखणे आणि शेतजमिनीच्या मालकीच्या स्थिरतेला प्रोत्साहन देणे हे होते.

९) नैसर्गिक आपत्तींपासून संरक्षण :

नैसर्गिक आपत्तींपासून शेतीचे रक्षण करण्यासाठी मराठ्यांनी उपाय योजले. त्यांनी दुष्काळ, पूर किंवा इतर कृषी संकटांच्या वेळी शेतकऱ्यांना मदत करण्यासाठी धान्यसाठा, साठवण सुविधा आणि मदत उपायांची स्थापना केली.

१०) पायाभूत सुविधांचा विकास :

राज्यकर्त्यांनी ग्रामीण पायाभूत सुविधांच्या विकासामध्ये गुंतवणूक केली; ज्यात रस्ते, पूल आणि बाजारपेठा बांधणे, बाजारपेठेत सुलभ प्रवेश आणि कृषी उत्पादनांची वाहतूक सुलभ करणे यांचा समावेश होतो.

३.२ जमिनीचे मूल्यांकन किंवा जमिनीची मोजणी :

शेती हा प्रधान व्यवसाय असल्याने शेतीतून निघणारे उत्पन्न व मिळणारा शेतसारा हेच त्या काळातील उत्पन्नाचे साधन होते. त्यामुळे शेतसाऱ्याचे प्रमाण निश्चित करण्यासाठी शेत जमीनीचे मूल्यांकन मोजणी किंवा वर्गवारी यांची निश्चिती होणे गरजेचे असते. त्यामुळे मराठे काळातले जमिनीची मोजणी कशी केली जात होती हे पाहाणे आवश्यक ठरते.

१) शिवकालीन जमिनीची मोजणी–वर्गवारी

शेतसारा ठरवताना शिवाजी महाराजांनी मलिक अंबरच्या पद्धतीचा अवलंब केला. शिवाजी महाराजांनी जमीन मोजण्यासाठी शिवकाठीचा वापर केला. ही काठी ५ हात व ५ मुठी लांब असे. एका हाताचे माप ७ मुठींच्या बरोबर तर एक मुठ २ तुसांच्या बरोबर असे. २० चौ. काठ्यांचा एक पाड, २० पाडांचा एक बिघा होत असे, १२० बिघे मिळून एक चावर होत असे. जमीन मोजणी करताना शिवाजी महाराजांनी संबंधित अधिकाऱ्यांना प्रत्येक खेड्यात जाऊन एकूण जमिनीपैकी पिकाऊ किती आणि पडिक किती याची नोंद घेणे. प्रत्येक गावच्या जमिनीची विभागणी डोंगराळ, दलदलीची व काळी अशा भागांत करणे, जमिनीची प्रतवारी चार भागात करणे, गावचे उत्पन्न निश्चित झाल्यावर खरीप व रब्बी उत्पन्नाची नोंद करणे, पूर्वीचे उत्पन्न त्यातील वसूल सध्याचे पीक आणि त्याचे उत्पन्न यांची तुलना करणे या गोष्टींचा अवलंब शिवाजी महाराजांनी जमिनीची मोजणी करताना केला. तसेच जमिनीची पाहणी करून तिची वर्गवारी लागवडीखालील, पडिक, जिरायती, बागायती असे निश्चित प्रकार केले.

२) पेशवेकालीन जमिनीची मोजणी–वर्गवारी

पेशवेकालीन महसूलाची पद्धत ही शिवकाळाप्रमाणेच होती. जमिन महसुलाची निश्चित करत असताना प्रत्यक्ष पीक वाहून सारा निश्चिती केली जात असे, केवळ चावडीत बसून सारा निश्चिती करू नये. अशा सूचना पेशव्यांना आपल्या अधिकाऱ्यांना दिल्या होत्या. शिवकाळाप्रमाणेच पेशवेकाळात जमिनीच्या वर्गवारी नुसार साऱ्याचे प्रमाण कमी जास्त होत असे. साऱ्याचे प्रमाण जमिनीच्या वर्गवारीनुसार ठरवले होते. जमिनीचे जिराईत, बागाईत असे प्रकार पाहून पुन्हा जिराईतीचे सरस, मध्यम, कनिष्ठ अशी वर्गवारी पाडली होती. सरस जमिनीस बिघ्यास दोन रूपये दुय्यम प्रतीस एक रूपया असा दर सामान्यत: ठरलेला होता. पिकाच्या जातीप्रमाणे साऱ्याची आकारणी होत असल्याने त्या करीता कारकुनाची नेमणूक होत असे. डयूक ऑफ वेलिंग्टन हा बराच काळ महाराष्ट्रात होता. त्याने येथील सर्व परिस्थिती डोळ्यांनी पाहिली आणि मराठेकालीन शेतीबद्दल म्हणतो की, या राज्यात इतर कोणत्याही संख्येपेक्षा जास्तीत–जास्त जमिन लागवडीखाली आहे.

३.३ जमीन महसूल गोळा करण्याच्या पद्धती :

मराठेकालीन महाराष्ट्रामध्ये शेतसारा हेच महत्त्वाचे उत्पन्नाचे साधन होते. शिवकाळ आणि पेशवेकाळ या दोहोंचा विचार केला तर दोन्ही काळामध्ये जमीन महसूल गोळा करण्याच्या पद्धती वेगवेगल्या असल्याचे दिसून येते. त्यामुळे जमीन महसूल गोळा करण्याच्या पद्धती दोन पद्धतींनी पाहाणे अपेक्षित आहे.

३.३.१ शिवकालीन जमीन महसूल गोळा करण्याच्या पद्धती :

शिवकालीन जमीन महसूल पद्धतीचा अभ्यास करताना जमीन महसूलासाठी शिवाजी महाराजांनी आपल्या स्वराज्याचे तीन भाग केले उत्तर विभाग, दक्षिण विभाग व दक्षिणपूर्व विभाग या तीन विभागांची पुन्हा सुभा, परगणा, तर्फ, महाल, तपे अशी विभागणी केली. साधारणत: सुभ्यामध्ये १ लाख ते ३ लाख होन महसूल जमा होईल इतक्या प्रदेशांचा समावेश होत असे. सरहद्दीवरील सुभा विभाग लहान असत. यात १ लाख होन इतके उत्पन्न येईल एवढ्या प्रदेशाचा समावेश असे. परगण्यात साधारणत: ४० ते ६० खेड्यांचा समावेश असावा. सर्वांत लहान महसूल विभाग म्हणजे तपे होय.

अ) जमीन महसूल आकारण्याची पद्धत :

जमीन महसूल आकारण्याची पद्धत पुढीलप्रमाणे सांगता येईल :

१) रयतवारी पद्धत :

शिवाजी महाराजांनी पूर्वीची जमिनदारी पद्धत बंद केली. त्याजागी नवीन रयतवारी पद्धत सुरू केली. पूर्वीच्या पद्धतीत अनेक दोष होते. ते दोष ओळखून शिवाजी महाराजांनी रयतवारी पद्धत अवलंबिली. या पद्धतीप्रमाणे पिकांची पाहणी कोणत्याही व्यक्तिच्या मर्जीवर अवलंबून न राहता पिकाच्या स्थितीवर अवलंबून राहिली. त्यामुळे जनतेवर होणारा जुलूम कमी झाला. २/५ पेक्षा कमी सारा भरण्याची सवलत रयतेला दिली. या पद्धतीमुळे रयतेला शांतता व समृद्धी प्राप्त झाली आणि त्याचबरोबर शेतकरी वर्ग ही खूष झाला.

२) पीकनिहाय सारा :

शिवाजी महाराजांनी जमीन महसुलासाठी 'बिघा' हे परिमाण निश्चित केले होते तसेच त्यांनी पीकनिहाय सारा वसूल करण्याची पद्धत सुरु केली होती. पुढील नगदी पिकांवर सारा आकारणी केली जात असे.

i) ऊस :

मराठाकालीन अर्थव्यवस्थेत शेती हाच प्रमुख व्यवसाय होता, ते उपजीविकेचे साधन होते. बहुतांश शेतकरी नगदी पिकांचे उत्पादन घेत असत. यातील प्रमुख पीक म्हणजे ऊस होय. ऊसावर सारा आकारताना पाटस्थळ उसावर प्रत्येक बिघ्यास अडीच होन व मोटस्थळ ऊसावर दोन होन इतका सारा आकारला जात असे.

ii) सुंठ :

शिवकालीन शेतीतील दुसरे महत्त्वाचे पीक म्हणजे सुंठ. सुंठीवर देखील पाटस्थळ सुंठीवर प्रत्येक बिघ्यास तीन होन व मोटस्थळ सुंठीवर दोन होन सारा आकारला जात होता.

iii) भाजीपाला :

शिवकाळात शेतकरी वर्गाने नगदी पीक म्हणून भाजीपाल्याकडे विशेष लक्ष दिलेले होते. यात वांगी, कांदे, रताळी, केळी यासारखी नगदी पिके घेण्यावर शेतकऱ्यांचा कल दिसून आला. पाटस्थळ कांदे, वांगी व रताळी यावर प्रत्येक बिघ्यास दोन होन तर मोटस्थळासाठी दिड होन इतका सारा आकारला जात होता.

iv) तांदूळ :

सकस जमिनीतून येणाऱ्या तांदळाच्या पिकातून प्रत्येक बिघ्याला दहा मण, मध्यम दर्जाच्या जमिनीमधून आठ मण, मात्र कनिष्ठ व टाकाऊ जमिनीपासून कोणताही सारा वसूल केला जात नसे.

३) जमिनीच्या प्रकारानुसार सारा आकारणी :

ज्याप्रमाणे शिवाजी महाराजांनी पीकनिहाय सारा आकारणी केली. त्याचप्रमाणे जमिनीचे वेगवेगळे प्रकार पाडून त्यानुसार सारा आकारणी केलेली होती असे संदर्भ ऐतिहासिक पुस्तकात सापडतात.

i) काळी जमीन :

काळ्या व भारी जमिनीवर साधारणतः प्रत्येक बिघ्यास दोन मण सारा आकारला जात होता. त्याच प्रकारच्या बागायती जमिनीवर पाच मण सारा आकारला जात होता.

ii) शेरी जमीन :

शेरी जमिनीवर प्रत्येक वीस बिघ्याला, ज्याला 'चावर' असे संबोधले जात असे त्यावर बारा खंडी सारा आकारला जात होता.

iii) वांजट जमीन :

जी जमीन वर्षानुवर्षे पडीक असे व नंतर लागवडीखाली आणली जाई त्या जमिनीपासून मिळणाऱ्या उत्पन्नावर प्रत्येक बिघ्याला सव्वा मण सारा आकारला जात होता.

iv) थिकनती जमीन :

शिवकाळात काही लोकांना त्यांच्या विशिष्ट कामगिरीबद्दल इनाम म्हणून जमिनीचा हिस्सा बहाल करण्यात येत होता, त्यास थिकनती जमीन असे समजले जात असे. अशा जमिनीपासून मिळणाऱ्या उत्पन्नावर प्रत्येक बिघ्याच्या प्रत्येक चावराला आठ खंडी सारा घेण्याची पद्धत होती.

v) महसूल आकारणीची तत्त्वे :

जमिनीची वर्गवारी करून शिवाजी महाराजांनी महसूल निश्चिती केली. सर्व कर ४० % घ्यावा. प्रत्येक पिकाला वेगवेगळा कर आकारला जाई. काळ्या जमिनींच्या प्रत्येक बिघ्यास १ मण, बाग जमिनीच्या प्रत्येक बिघ्यास ५ मण आणि चावरास १२ खंडी वागट जमिनीच्या प्रत्येक बिघ्याला ११/४ मण सारा घेतला जाई. काही वेळा रोख रकमेत सारा वसूल केला जात होता.

vi) महसूल अधिकारी :

पूर्वीच्या महसूल पद्धतीत अनेक सुधारणा करून शिवाजी महाराजांनी नवीन महसूल पद्धती अंमलात आणली. त्यात खेडेगावातील पाटील, कुलकर्णी तसेच सुभ्यांच्या ठिकाणचे देशमुख, देशपांडे यांचे हक्क कमी केले. त्या जागी नवीन अधिकारी नेमले. सर्वांना रोख पगार देण्यास सुरुवात केली. सर्व अधिकारी राजाला जबाबदार होते. तर्फवर हवालदार त्याच्या कारकूनाला पारिपतगार म्हणत. प्रांतावर सुभेदार त्याचा कारकून मुख्य देशाधिकारी तर अनेक प्रांतावर एक सरसुभेदार या सुभेदाराच्या हाताखाली आठ लोक असत. त्यात, दिवाण, मुजुमदार, फडणीस, सबनीस, कारखानीस, चिटणीस, जामदार, पोतनीस इत्यादी अधिकारी होते.

४) चौथाई :

चौथाई हे स्वराज्याच्या उत्पन्नाचे एक महत्त्वाचे साधन होते. चौथाई म्हणजे एका प्रकारे राजाला द्यावी लागणारी खंडणी होय. ही रक्कम एकूण जमीन महसुलीच्या १/४ इतकी असे. शिवाजी महाराजांच्या काळात वारंवार युद्ध होत असल्याने पैश्याची गरज भासत असे. ही गरज पूर्ण करण्याच्या उद्देशाने शिवाजी महाराजांनी चौथाई वसूल करण्यास सुरूवात केली व शिवाजी महाराजांच्या पश्चात मराठा साम्राज्याची धुरा वाहणाऱ्या सर्व राज्यकर्त्यांनी चौथाई या उत्पन्नाच्या साधनाला महत्त्वाचे मानले. काही इतिहासकारांच्या मते शिवाजी महाराजांच्या अगोदरही चौथाई वसूल करण्याची पद्धत होती. रामनगर व जव्हार जिंकून घेतल्यावर तेथील कोळी राजांकडून चौथाई वसुलीस सुरूवात केली.

i) अर्थ :

''स्वराज्या बाहेरच्या प्रदेशामध्ये आणि राज्याच्या नियंत्रणात असलेल्या एकूण महसुल उत्पन्नापैकी १/४ हिस्सा स्वराज्याच्या तिजोरीत जमा करण्याचा राजाचा अधिकार म्हणजे चौथाई होय.'' एलफिस्टनच्या मते, चौथाई म्हणजे शत्रूपक्षाकडून वसूल करण्याचा कायम स्वरूपी महसूल जो एकूण महसुलाच्या १/४ इतका होता.

ii) चौथाई पद्धत पूर्वापार :

शिवपूर्वकाळातही देखील चौथाई वसूल करण्याची पद्धत होती. १५७९ ते १६१६ पर्यंत रामनगरच्या कोळी राजाला दमणचे लोक चौथाई देत होते. या चौथाईच्या मोबदल्यात कोळी राजाने रामनगरमधील लोकांचे संरक्षण करावे असा अलिखित नियम होता व राजा तो पाळीत होता.

iii) शिवकालीन परिस्थिती :

शिवाजी महाराजांनाही देखील स्वराजाच्या उत्पन्नाचे प्रमुख साधन म्हणून चौथाईकडे पाहिले. त्यांनी दमण, वसई हे प्रांत आपल्या ताब्यात आणल्यानंतर पोर्तुगीजांकडे चौथाईची मागणी केली. पोर्तुगीजांनी ही शिवाजी महाराजांच्या मागणीला मान्यता दिली. चौथाईच्या मोबदल्यात तेथील लोकांची संपूर्ण संरक्षण करण्याची हमी शिवाजी महाराजांनी स्वीकारलेली होती. चौथाई वसूल केल्या जाणाऱ्या प्रदेशातील प्रजेवर अत्याचार करू नयेत, तेथील जनतेला त्रास देवू नये, जाळपोळ व लुटालूट करू नये असे आदेश त्यांनी आपल्या सैन्याला दिलेले होते.

iv) शिवकालीनपश्चात परिस्थिती :

छत्रपती शिवाजी महाराजांच्या पश्चात छत्रपती संभाजी, छत्रपती राजाराम, महाराणी ताराबाई यांनीही चौथाई वसूल करण्याची पद्धत सुरूच ठेवली. छत्रपती संभाजी महाराजांनी गोव्यातील पोर्तुगीजांकडून चौथाई वसुल केली होती. छत्रपती राजाराम आणि महाराणी ताराबाई शाहूनगर प्रदेशातून चौथाई वसूल करीत असत. पुढे पेशव्यांनाही चौथाईच्या सनदा मिळविल्यानंतर गुजरात, माळवा, बुंदेलखंड, येथून चौथाई वसूल केली.

v) आरमारासाठी उपयोग :

शिवाजी महाराजांच्या तसेच छत्रपती संभाजी महाराजांच्या काळात वसूल करण्यात येणाऱ्या चौथाईचा उपयोग आरमार बळकट करण्यासाठी करण्यात आला.पेशव्यांच्या काळात मात्र चौथाईचा वापर, घेतलेली कर्जे फेडण्यासाठी केला गेला. चौथाईच्या अधिकारावरून पेशवे व निजाम यांच्यात वारंवार संघर्ष घडला.

५) सरदेशमुखी :

महसूलापासून मिळणारे उत्पन्न राज्य चालविण्यासाठी अपुरे पडत असल्यामुळे शिवाजी महाराजांनी सरदेशमुखीचा हक्क प्रस्थापित केला. जनतेकडून उत्पन्नाचा दहावा हिस्सा खंडणी म्हणून गोळा केला जात असे. शिवाजी महाराज हा हक्क सन १६५० पासून वसूल करत होते. विविध संस्थानांनी शिवरायांच्या या हक्कास मान्यता दिलेली होती. त्यामुळे तत्कालीन अर्थव्यवस्थेचा हा एक महत्त्वपूर्ण घटक होता.

सन १६६७ मध्ये औरंगजेब बादशहाने शिवाजी महाराजांच्या वऱ्हाड प्रांतात जहागीर व राजा असा किताब सरदेशमुखीच्या वतनाबद्दल दिला. शिवाजी महाराजांनी विजापूरकडून ३ लाख व गोवळ कोंड्याकडून ५ लाख सरदेशमुखी वसुल केली. सन १६७१ मध्ये मोगलांच्या खानदेश या प्रदेशातून चौथाई व सरदेशमुखीचा हक्क शिवाजींनी वसुल केला. सन १६६७ मध्ये पोर्तुगीजांवर देखील सरदेशमुखीचा हक्क शिवाजी महाराजांनी वसुल केला होता. सन १६७६ च्या कर्नाटक स्वारी दरम्यान तेथील संस्थानिकांकडून शिवाजींनी चौथाई व सरदेशमुखी हक्क वसूल केले.

६) तगाई :

शिवकालखंडात ऊस, चिंच, भाजीपाला, हळद, तांदूळ, नाचणी, ज्वारी वगैरे नगदी पिके होती. यावरची कर आकारणी एकाच पद्धतीने आणि तीही वतनदारी पद्धतीने होत. शिवरायांनी ही पद्धत बंद करून रयतवारी पद्धत आणली. यामध्ये वतनाऐवजी अधिकाऱ्यांना रोख पगार दिला जाऊ लागला. जमिनीचा सारा घेताना वाड्यावर बसून आणेवारी ठरविण्यापेक्षा 'नजर पाहणी' ची पद्धत सुरू केली. त्यामुळे दुष्काळात उत्पन्न कमी झाले तर सारा कमी झाला आणि शेतकऱ्यांना दिलासा मिळाला. दुष्काळ पडल्यानंतर सावकारांची चांदी व्हायची. व्याजाचे दर ३७% ते ६०% पर्यंत असायचे. अफझलखानाला देण्यासाठी फलटणच्या बजाजी नाईक निंबाळकरांनी मलवडीच्या सावकाराकडून ६००००/– रुपये ६०% दराने काढले. धान्याच्या स्वरूपातील कर्ज हे दुणीने (दुप्पट) आकारले जायचे. अशा सावकारी पेशातून मुक्त होण्यासाठी राजांनी तगाईची पद्धत सुरू केली.

तगाई पद्धत :

तगाई म्हणजे सरकारी कर्ज यामध्ये शेतकऱ्यांना बैल, बारदाणा, बि–बियाणे, शेतीची अवजारे व विहिर खोदण्याकरीता रोख स्वरूपात कर्ज उपलब्ध करून दिले जात असत. यातही वसुली करताना पिकपाणी पाहूनच वसुली होत असे. हा राजांचा महत्त्वपूर्ण निर्णय होता. एकंदरीत मराठा कालखंडात महसूल गोळा करण्यासाठी तगाई पद्धतीचा उपयोग केला जात असे. तगाई पद्धतीचे स्वरूप पुढीलप्रमाणे स्पष्ट करता येईल :

i) शेतीला प्रोत्साहन देण्यासाठी शिवाजी महाराजांनी तगाई पद्धत सुरू केली.

ii) या पद्धतीनुसार शेतकऱ्यांना जनावरे, शेतीची अवजारे, बि–बियाणे विकत घेण्यासाठी सरकारकडून रोख रक्कम तगाईच्या स्वरूपात मिळू लागली.

iii) या रकमेची परतफेड हप्तेबंदीने ठरवून दिली.

iv) या पद्धतीमुळे शेतकऱ्यांची सावकारांच्या तावडीतून सुटका झाली.

अशा स्वरूपाच्या महसूल पद्धतीची निर्मिती शिवाजी महाराजांच्या कालखंडात झाली. शिवाजी महाराजांचे हे धोरण शेतकऱ्यांना मदत करण्याचे धोरण होते. या धोरणामुळे शेतकऱ्यांना उत्पन्नाविषयी दिलासा मिळाला.

७) शिवाजी महाराजांच्या जमीन महसूलविषयक सुधारणा :

शिवाजी महाराजांनी स्वराज्यातील शेती व्यवसायाचा वस्तुनिष्ट दृष्टिकोनातून रयतेचा विचार करून रयतेचे कल्याण तर साधलेच पण जमीन महसूलातही वाढ करण्याचा प्रयत्न केला. त्यासाठी त्यांनी पुढील सुधारणा केल्या.

i) मध्यस्थांची उचलबांगडी :

जमीन महसूलाच्या बाबतीत शिवाजी महाराजांनी रयतेच्या हिताची ही एक चांगली गोष्ट केली. शिवपूर्वकाळात देशपांडे, देशमुख, देसाई, पाटील, कुलकर्णी, बोत, मिरासदार यांना रयतेकडून शेतसारा वसूल करण्याचा अधिकार असे. हे वतनदार वाटेल तसा वसूल गोळा करीत. तो करताना प्रजेवर जुलूम व अत्याचार करीत. (एखाद्याचा गावचा वसूल २०० किंवा ३०० होत असेल तर हे लोक २००० ते ३००० होन गोळा करीत.) शिवाजी महाराजांनी ही व्यवस्था बदलून या वतनदारांचे हक्क कमी केले व शेतसारा वसूल करण्याकरिता पगारी नोकर नेमले. त्यामुळे प्रजेवरील जुलूम नष्ट होऊन शेतीचे उत्पन्न वाढण्यास मदत झाली.

ii) रयतवारी पद्धतीची सुरूवात :

शिवाजींनी पूर्वीची जमिनदारी पद्धत बदलून नवी रयतवारी पद्धत सुरू केली. जमिनदारी पद्धतीत गावचा कारकून हाच मुख्य अधिकारी असे व तो जो सारा ठरविल तोच कायमचा मानण्यात येत असे. तसेच प्रत्यक्ष पीक पाहणी

केली जात नसे. शिवाजी महारजांनी ही पद्धत बदलून पीक पहाणी ही एखाद्या व्यक्तीच्या मर्जीवर अवलंबून न ठेवता गावातील प्रतिष्ठित व्यक्तींचा व सरकारी अधिकाऱ्यांचा जमिन-महसूल ठरविण्यासाठी उपयोग करून घेतला. सारा प्रत्यक्ष पिकाच्या स्थितीवर अवलंबून राहू लागला. रयतेचा प्रत्यक्ष सरकारशी संबंध येऊ लागला. त्यामुळे प्रजेवरील जुलूम नाहीसा झाला. हीच शिवाजींची रयतवारी पद्धती होय. रयतेने घ्यावयाचा महसूल या पद्धतीत निश्चित होऊ लागल्याने रयतेला शांतता मिळू लागली व समृद्धता प्राप्त झाली.

iii) शेतकऱ्यांना मदत देण्याचे धोरण :

शेतीला प्रोत्साहन देण्यासाठी शिवाजी महाराजांनी तगाईची पद्धत सुरू केली. या पद्धतीनुसार शेतकऱ्यांना जनावरे, शेतीची अवजारे, बी-बियाणे विकत घेण्यासाठी सरकारकडून रोख रक्कम तगाईच्या स्वरुपात मिळू लागली. या रक्कमेची परतफेड हप्तेबंदीने ठरवून दिली. या पद्धतीमुळे शेतकऱ्यांची सावकारांच्या तावडीतून सुटका झाली.

iv) पड जमीन लागवडीखाली आणण्याचे प्रयत्न :

ज्या जमिनी पडिक होत्या त्या लागवडीखाली आणण्यासाठी शिवाजी महाराजांनी शेतकऱ्यांना प्रोत्साहन दिले. त्यासाठी जो खर्च येईल तो सरकारकडून मिळण्याची शिवाजी महाराजांनी व्यवस्था केली. ही सरकारी रक्कम दोन ते चार वर्षात फेडण्याची शेतकऱ्यांना सवलत देण्यात आली. तसेच अशा नव्याने लागवडीखाली आणलेल्या जमिनीवर सुरूवातीची काही वर्षे साऱ्यात सूट देण्यात आली. सभासद बखरकार म्हणतो की, नव्याने लागवडीखाली आणलेल्या जमिनीवर पहिल्यावर्षी एकूण साऱ्यापैकी १/१२ हिस्सा शेतसारा म्हणून घ्यावा. दुसऱ्यावर्षी १/४, तिसऱ्या वर्षी १/२ व चौथ्या ३/४ व ५ व्या वर्षी संपूर्ण सारा वसूल करावा असा शिवाजी महाराजांनी नियम केला होता. शिवाजी महाराजांच्या या धोरणामुळे शेतकऱ्याचे उत्पन्न वाढून जमीन महसूलातही वाढ झाली.

v) शेतसाऱ्यात सूट देण्याचे धोरण :

दुष्काळ, महापूर, वादळ, रोगराई यासारख्या नैसर्गिक संकटाच्या वेळी किंवा शत्रूपक्षाने उभे पीक जाळून टाकल्यानंतर जे नुकसान होईल त्याचा अंदाज करून रयतेला सूट देण्याचे धोरण शिवाजी महाराजांनी आखले.

vi) भ्रष्टाचाराचे उच्चाटन :

इतिहाचार्य राजवाडे म्हणतात, ''शिवाजी महाराजांनी आपल्या राज्यकारभाराच्या यशस्वीपणाबद्दल अतिशय दक्ष घेत, म्हणूनच त्यानी आपल्या राज्यातून भ्रष्टाचाराचे पूर्ण उच्चाटन केले.'' शिवाजी महाराजांनी आपल्या महसूल अधिकाऱ्यांना रोख व नियमित वेतन दिले. कामचुकार व भ्रष्टाचार करणाऱ्याला कडक शासन केले. त्यामुळे राज्यातून भ्रष्टाचाराचे उच्चाटन होऊन राज्याचे महसुली उत्पन्न वाढले.

vii) इनामी हक्क रद्द केले :

समाजातील प्रतिष्ठित लोकांना अनेक प्रकारचे इनामी हक्क दिलेले असत. या हक्कामुळे त्याच्याकडून सरकारला कराच्या रूपाने काहीही रक्कम मिळत नसे. शिवाजी महाराजांनी अशा प्रतिष्ठित लोकांचे सर्व इनामी हक्क नष्ट करून जमिनीवरील सारा वसूल करण्यास सुरूवात केली.

viii) पुनर्वसाहत :

सतत होणाऱ्या युद्धामुळे गावेच्या गावे ओस पडत असत. अशावेळी रयतेला प्रोत्साहन देऊन ओस पडलेली गावे पुन्हा वसविण्यासाठी शिवाजी महाराजांकडून सरकारी मदत दिली जात असे. अशावेळी या लोकांना महसूलात सूट देणे, त्यांच्या मालमत्तेच्या संरक्षणाची हमी घेणे इ. गोष्टी शिवाजी महाराजांनी केल्या.

३.३.२ पेशवेकालीन जमीन महसूल गोळा करण्याची पद्धत :

शिवकाळाप्रमाणेच पेशवेकाळात देखील जमीन महसूल हेच राज्याच्या उत्पन्नाचे प्रमुख साधन होते. वा.कृ.जोशी यांनी 'पेशवेकालीन महाराष्ट्र' या ग्रंथात असे नमूद केलेले आहे की, ''पेशवाईत सरकारी उत्पन्नाच्या अनेक बाबी असल्या तरी

त्यात 'जमीन' ही सर्वात मुख्य बाब होती. पेशव्यांच्या महसूल व्यवस्थेत चैन व ऐषोआराम यापेक्षा स्थिर स्वरुपाची सुबत्ता ही मराठ्यांना अपेक्षित असल्याने लोकांची मनोधारणा जाणून पेशव्यांनी महसूल व्यवस्था जास्तीतजास्त लोकांना सुखकारक कशी वाटेल अशा प्रकारची बनवली. शेती हेच महसुलाचे मुख्य साधन असल्याने पेशव्यांनी या क्षेत्राकडे बारकाईने लक्ष दिल्याचे आढळून येते.

अ) महसूल आकारण्याची पद्धत :

पेशवेकालीन महसुलाची पद्धत शिवकाळाप्रमाणेच होती. जमीन महसुलाची निश्चिती करत असताना प्रत्यक्ष पीक पाहून सारा निश्चिती केली जात असे. केवळ चावडीत बसून सारा निश्चिती करू नये. अशा सूचना पेशव्यांनी आपल्या अधिकाऱ्यांना दिल्या होत्या.

ब) पेशवेकालीन जमीन महसुलाची वैशिष्ट्ये :

पेशवेकालीन जमीन महसुलाची वैशिष्ट्ये पुढीलप्रमाणे :

१) जमिनीच्या वर्गवारीनुसार साऱ्याचे प्रमाण :

शिवकाळाप्रमाणेच पेशवेकाळात जमिनीच्या वर्गवारीनुसार साऱ्याचे प्रमाण कमी-जास्त होत असे. सारा हा शेतकऱ्याने रोख किंवा धान्याच्या स्वरुपात द्यावा असे अपेक्षिले गेले. साऱ्याचे प्रमाण जमिनीच्या वर्गवारीनुसार पुढील प्रकारचे ठरविले होते.

जमिनीचा प्रकार	(जिराईत)	मण	प्रत्येक बिघ्याला रु.	आ. पै.
सरस जमीन	३ ।	१ पायली	०४	।।.२
मध्यम जमीन	२ ।।	२ पायली	०	४१.।।
कनिष्ठ जमीन	१ ।।।	१ पायली	०४	।।.१

जिराईत व बागाईत जमिनीमध्ये प्रत्येक पाच वर्षाला हळूहळू साऱ्याचे प्रमाण वाढवले गेले होते.

जिराईत जमीन (काळी जमीन)			डोंगराळ जमीन		
प्रत्येक बिघ्याला	दर रु.	आ. पै.	प्रत्येक बिघ्याला	दर रु.	आ. पै.
१ ले वर्ष	०.४	०	१ ले वर्ष	०.२	०
२ रे वर्ष	०.८	०	२ रे वर्ष	०.४	०
३ रे वर्ष	१.०	०	३ रे वर्ष	०.८	०
४ थे वर्ष	१.८	०	४ थे वर्ष	०.१२	०
५ वे वर्ष	२.०	०	५ वे वर्ष	१.०	०

वरील जिरायती जमिनी ज्या वेळेला लागवडीखाली आणायच्या असतील त्यावेळी वर दिल्याप्रमाणे सारा आकारणी केली जात असे; परंतु ज्या जमिनी पूर्वीपासून लागवडीखाली आहेत. त्यांच्यावर काळ्या जमिनीसाठी प्रत्येक बिघ्याला २ रु. व डोंगराळ जमिनीसाठी प्रत्येक बिघ्याला १रु. सारा आकरला जात असे.

२) बागायती जमिनीचे दर :

बागायती जमिनीवर सारा आकारताना पाटस्थळ आणि मोटस्थळ असे दोन विभाग केले गेले. ज्या बागायती जमिनी पूर्वीपासून लागवडीखाली आहेत त्यांच्यावर ऊस व इतर पिकांवर १०रु सारा आकारला जात असे. ज्या

जमिनी नव्याने लागवडीखाली येतील त्यांच्यावर पाटस्थळ व मोटस्थळ असा भेद करून सारा आकरला जात असे. या साऱ्यांचे प्रमाण पुढीलप्रमाणे होते.

i) पाटस्थळ बागायती जमिनीचा दर :

पहिले वर्ष प्रत्येक बिघ्याला ५ रुपये दुसरे वर्ष प्रत्येक बिघ्याला ६ रुपये तिसरे, चौथे व पाचवे वर्ष अनुक्रमे ७ रुपये, ८ रुपये व १० रुपये असा सारा आकारला जात असे.

ii) मोटस्थळ बागायती जमिनीचे दर :

पहिले वर्ष प्रत्येक बिघ्याला १ रुपये दुसरे वर्ष प्रत्येक बिघ्याला २ व ३, ४ रुपये व पाचवे वर्ष प्रत्येक बिघ्याला अनुक्रमे ३, ४, ५ रुपये असा सारा आकारला जात होता.

iii) पिकनिहाय साऱ्याचे प्रमाण :

पेशव्यांनी पिकनिहाय साऱ्याचे प्रमाण ठरविलेले होते, या संदर्भात सन १७४०-४१ मध्ये बाळाजी विश्वनाथ पेशव्याने हवेली तालुक्याच्या अधिकाऱ्याला पुढीलप्रमाणे सूचना दिलेल्या होत्या.

I) भाताच्या जमिनीवर प्रत्येक बिघ्याला १० मण सारा घ्यावा.

II) ऊस जमिनीवर प्रत्येक बिघ्याला ५ रु. सारा घ्यावा.

III) भाजीपाला पिकावर प्रत्येक बिघ्याला २ रु. सारा घ्यावा.

IV) उन्हाळी पिकाच्यावेळी प्रत्येक बिघ्यावर १ ।। रु. सारा घ्यावा. म्हणजेच पेशव्यांनी जमिनीचा सारा हा पिकनिहाय केलेला होता. तसेच आंबा, नारळ, सुपारी इत्यादी. पिकांवर पेशव्यांचे बारीक लक्ष होते. ज्या बागायती जमिनीत आंब्यांची झाडे आहेत व त्यावर आंबे लागल्यापासून एक हजार आंब्यांवर १ रुपये सारा आकारला जात असे. अशा फळझाडांपासून मोठ्या प्रमाणावर सारा मिळेल या उद्देशाने पेशव्यांनी कोकण भागात आंबा व नारळ यांची झाडे लावण्यास प्रोत्साहन दिले.

३) पेशवेकाळातील जमीन महसुलाच्या पद्धती :

पेशवेकाळात महसूल वसुलीच्या अनेक पद्धती होत्या. त्यातील काही प्रमुख पद्धती पुढीलप्रमाणे :

i) कामविसी पद्धत :

पेशवेकाळात मामलेदार हा पगारी अंमलदार नेमला होता. तसेच मामलेदार महसूल जमा करीत असे. प्रत्येक जमीनदाराने किती सारा द्यायचा याचा कालावधी पाच वर्षाचा ठरलेला असे. कोणत्याही परिस्थितीत सारा थकू न देता पाटील, कुलकर्णी आपल्या हाताखालील नोकरांच्या मार्फत वसूल गोळा करीत असे; परंतु या व्यतिरिक्त ज्या जमिनी गावातील लोकांव्यतिरिक्त इतर लोकांकडे असत त्या खंडाने लावल्या जात. त्यांचा खंड वसूल करण्याची जबाबदारी मामलेदार आपल्या हाताखालच्या कामविसदारांना सांगत असत यालाच 'कामविसी पद्धत' म्हणतात.

ii) मक्ता पद्धत :

नव्याने जिंकलेला प्रदेश ताब्यात आल्यानंतर त्यात पेशव्यांनी ठरविलेली महसुलाची पद्धत तडकाफडकी लागू करता येणे शक्य नव्हते. यासाठी कोठे खंड पद्धत तर कोठे मक्त्यांची पद्धत तात्पुरत्या कालावधीसाठी सुरू केली होती. या पद्धतीत मामलेदार किंवा कामविसदार काही उक्ती रक्कम सरकारला जमीन महसूल म्हणून देत असत. तसेच कुळांशी परस्पर व्यवहार करून त्यांच्याकडून नंतर महसूल गोळा करीत असत. सरकारात मामलेदारने आगावू भरलेल्या रकमेत व रयतेपासून गोळा केलेल्या रकमेत वाढ झाली तर तिच रक्कम मामलेदाराचा पगार समजला जाई. या पद्धतीत भ्रष्टाचाराला वाव होता; परंतु या शिवाय दुसरा कोणताही पर्याय नसल्याने तिच व्यवस्था तात्पुरती ठेवली गेली.

iii) बटई पद्धत :

पेशवेकाळात महसूल वसुलीची बटई पद्धत फारच लोकप्रिय होती. या पद्धतीनुसार सरकार प्रत्येक गावातील जमिनीची पाहाणी व मोजणी करून साऱ्याचा दर निश्चित करीत असे. दुष्काळ, रोगराई, शत्रूचे आक्रमण यासारख्या परिस्थितीत साऱ्यात बदल केला जाई. बटई पद्धतीत पाच वर्षानंतर साऱ्यात बदल केला जात असे.

iv) लिलाव पद्धत :

लिलावाची पद्धत दुसऱ्या बाजीरावाच्या काळात सुरू झाली. मात्र त्याच्या कर्तव्यशून्यतेमुळे पूर्वीची संपन्नता नष्ट झाली. पेशव्यांना मिळणाऱ्या उत्पन्नात घट झाली. अशा स्थितीत अधिक सारा मिळविण्यासाठी बाजीरावाने जमिनी लिलावाने देण्याची पद्धत सुरू झाली.

या पद्धतीचे वर्णन एल्फिन्स्टनने आपल्या अहवालात पुढीलप्रमाणे केलेले आहे.''या पद्धतीत वसूल अधिकारी आपल्या विश्वासातील नेमले गेले. बऱ्याच वेळेला या पदांचे जाहीर लिलाव होऊ लागले. जी व्यक्ती जास्तीतजास्त किंमत बोलेल त्यालाच हे पद दिले गेले. अशा परिस्थितीत वसुली अधिकारी बोलीपेक्षा जास्तीतजास्त पैसा कसा गोळा होईल याकडे लक्ष देऊ लागले. परिणामी, ते जुलमी व भ्रष्ट बनले. त्यांच्याविरुध्द कोणतीही तक्रार करता येत नसे. खुद्द पेशवेदेखील रयतेच्या तक्रारी ऐकून घेत नसत.''

४) पेशव्यांचे महसूल अधिकारी :

पेशवेकाळात खेडेगाव, महाल किंवा परगणा व सुभा किंवा प्रांत अशी महसूलाच्या व्यवस्थेसाठी राज्याची विभागणी करून प्रत्येक विभागावर वेगवेगळे सरकारी अधिकारी महसूल गोळा करण्यासाठी नेमलेले असत, हे अधिकारी पुढीलप्रमाणे

i) वतनदार :

प्रांतात पेशवेकळात देशमुख, देशपांडे हे वतनदार सारा वसुलीच्या कामावर देखरेख ठेवीत असत. नव्याने लागवडीखाली आणलेल्या जमिनीचा सारा जरूर पडल्यास देशमुख निश्चित करीत असे. देशपांडे गावातील कुलकर्ण्याच्या कामावर देखरेख ठेऊन वसूलाचा हिशोब तपासत असे. गाव विभागात पाटील हा गावच्या सारा वसूलीला जबाबदार धरला जात असे. कामावर हा सरकारी अधिकारी जेव्हा सारा निश्चित करीत असे त्यावेळी त्याला संबंधित गावच्या पाटलाचा सल्ला घ्यावा लागत असे. गावात नैसर्गिक संकटामुळे किंवा शत्रूच्या हल्ल्यामुळे पिकांचे नुकसान झाले तर पाटील सारा कमी करण्याची किंवा रद्द करण्याची विनंती सरकारला करीत असे. कुलकर्णी हा गावातील सारा वसूल करण्याच्या कामात पाटलाला मदत करीत असे. गोळा झालेल्या महसूलाचा हिशोब ठेऊन तो सरकारला सादर करण्याचे काम हा कुलकर्णी करीत असे. या कामाबद्दल पाटील व कुलकर्णी यांना एकूण महसूलाच्या १०% कमिशन दिले जात असे. वा. कृ. भावे आपल्या 'पेशवेकालीन महाराष्ट्र' या पुस्तकात म्हणतात की, या १० टक्क्यापैकी कुलकर्णीला निम्मा हिस्सा दिला जात असे म्हणजे ५% कुलकर्णीला मिळत असे.

ii) सरकारी अधिकारी :

वा.कृ. भावे म्हणतात पेशव्यांना पाटील, कुलकर्णी व गावातील वतनी नोकर कार्यक्षम आढळले. परंतु; तितकी कार्यक्षता देशमुख, देशपांडे या वरिष्ट वतनदारात आढळली नाही. त्यामुळे देशमुख, देशपांडे, पाटील, कुलकर्णी, महार हे वतनदार कायम ठेवून या वतनदारांच्या कामावर देखरेख ठेवण्यासाठी व त्यांच्या हातात पैसा जाऊ नये म्हणून पेशव्यांनी जमीन महसूलाच्या प्रशासनाकरिता पगारी नोकरवर्ग निर्माण केला.

iii) सुभेदार :

सुभेदार हा प्रांताचा सर्वोच्च अधिकारी होता. प्रांताच्या महसूल व्यवस्थेवर देखरेख करण्याचे काम तो करीत असे. आपल्या हाताखाली काम करणाऱ्या परगण्यातील मामलदारांच्या निवडणुका करण्याचाही त्याला अधिकार होता. संबंधित प्रांताचा सर्व महसूल हिशोब पेशवे सरकारला सादर करण्याचे काम सुभेदार करीत असे.

iv) मामलतदार :

मामलतदार हा परगण्याचा मुख्य महसूल अधिकारी होता. महसुलविषयक त्याचे काम म्हणजे जनतेला सरकारकडून जमीन महसूल विषयक मिळालेल्या हक्कांचे रक्षण करणे, जास्तीत-जास्त जमीन लागवडीखाली आणून शेतकऱ्यांचे व सरकारचे उत्पन्न वाढविणे, शेतकऱ्याला लागणाऱ्या कर्जाची व्यवस्था करणे व गावच्या पाटलाने पाठवलेला वसूल सरकारात जमा करणे ही जमीन महसूलासंबंधीची कामे मालतदाराला करावी लागत असत. तसेच कमाविसदारांनी वसुलीचे अंदाजपत्रक तयार केल्यानंतर मामलतदार त्या-त्या विभागात जाऊन पाटलासमक्ष पीक पहाणी करीत असे व सारा निश्चित करीत असे. वर्षअखेर महसूल वसूल झाल्यावर मामलेदार वसुली हिशोबाचे कागद पेशवे सरकारकडे पाठवत असे. तसेच दरवर्षी नव्याने किती जमीन लागवडीखाली आली, त्यावर किती सारा आकारला याचाही अहवाल त्याला सरकारला द्यावा लागे.

v) कमाविसदार :

कमाविसदार हा महालाचा वसूल गोळा करणारा अधिकारी होता. खेडेगावातील पाटील, कुलकर्णी यांनी केलेल्या जमाबंदीनुसार वसूल गोळा झाला आहे किंवा नाही. हे पहाणे दुष्काळग्रस्त भागाची पहाणी करून नुकसानीचा अंदाज घेऊन रयतेला साऱ्यात सूट देणे ही कामे कमाविसदार करीत असे.

vi) खोत :

खोत हा कोकणातील वसुली अधिकारी होता. कोकणात खोत हाच पाटील, कुलकर्णी यांचे महसूलाचे काम करीत असे. वा.कृ.भावे म्हणतात, ''कुलकण्याने करावयाचे हिशोबाचे काम स्वत: खोताने करावे किंवा हाताखाली कारकून ठेऊन त्याजकडून करवून घ्यावे. गावच्या वसूलाचा मक्ता खोताकडेच असे.''

vii) अमीन :

जमीन महसूलाच्या बाबतीत पेशव्यांचा 'खास अधिकारी' (Special Officer) म्हणून अमीन काम करीत असे. परगणा व महाल येथील मामलतदार व कमाविसदार यांच्या कामावर अमीन हा अधिकारी देखरेख ठेवीत असे. मामलदार व कमाविसदार यांनी आपल्या विभागातून किती महसूल गोळा केला आहे. नोंदीप्रमाणे रकमाबरोबर आहेत का हे काम अमीन करीत असे.

viii) निरीक्षक अधिकारी किंवा पहाणीदार :

सारा निश्चित करताना व जमाबंदी (अंदाजपत्रक) करताना काही सरकारी अधिकारी, प्रांताचे दोन कारकून, परगण्यातील वतनदार, जमिनीची मोजणी करणारा पटवारी आणि गावातील पहारेकरी (तराळ-महार) इतके लोक प्रत्यक्ष संबंधित गावात हजर होत असत. सर्वांच्या संमतीने जमाबंदी करून सरकारकडे अहवाल पाठविला जात असे.

जमाबंदीच्या वेळी जे सरकारी निरीक्षक किंवा पहाणीदार हजर असत त्यात अमीन हा अधिकारी पेशव्यांकडून आलेले कारकून महालाचे अधिकारी व प्रत्यक्ष जमीन मोजणारे शिपाई यांचा समावेश होत असे. हेच अधिकारी 'पीक पहाणी' करताना हजर असत.

याशिवाय मुजुमदार, फडणीस, दप्तरदार, पोतदार, चिटणीस, ठाणेदार इ. अनेक अधिकारी जमीन-महसूलाच्या कामाशी निगडित होते. कमाविसदाराने तयार केलेले ताळेपत्रक व हिशोब तपासण्याचे काम दप्तरदार करीत असे. काहीवेळा पेशव्यांकडून हिशोब तपासणींच्या नेमणुका या कामासाठी होत असत.

अशाप्रकारे एकूणच मराठेकालीन कृषी व्यवस्थेत शिवाजी महाराजांच्या काळात आणि पेशवेकाळात शेती या व्यवसायाचा उत्पन्नाचा एक स्त्रोत आणि त्याच बरोबर रयतेचे कल्याण यांचाही विचार केलेला दिसतो.

३.३.३ मिरासदार :

मिरासदार हा शब्द दखखन प्रदेशात मराठा काळात वापरला जात होता, जो वंशपरंपरागत जमीनदाराचा संदर्भ देत होता. मिरासदार हे महत्त्वपूर्ण जमीनधारक होते ज्यांना त्यांची वडिलोपार्जित मालमत्ता समजल्या जाणाऱ्या जमिनीतून शेती करण्याचा आणि महसूल गोळा करण्याचा वंशपरंपरागत अधिकार होता. पुढील मुद्यांच्या आधारे याचा आढावा घेता येईल :

१) जमीनधारक हक्क :
मिरासदारांचा त्यांनी लागवड केलेल्या जमिनीवर वंशपरंपरागत हक्क होता, त्यांच्या कुटुंबात पिढ्यानपिढ्या जात होत्या. हे अधिकार अनेकदा सत्ताधारी अधिकाऱ्यांनी मंजूर केले होते किंवा ते वडिलोपार्जित मालमत्ता होते.

२) महसूल संकलन :
मिरासदार त्यांच्या जमिनीवर काम करणाऱ्या शेतकऱ्यांकडून जमीन महसूल किंवा कर गोळा करण्यासाठी जबाबदार होते. मिरासदारांना कृषी उत्पन्नाचा हिस्सा महसूल म्हणून गोळा करण्याचा अधिकार होता.

३) स्थानिक प्राधिकरण :
मिरासदारांनी त्यांच्या स्थानिक समुदायांमध्ये लक्षणीय प्रभाव आणि सत्ता निर्माण केली. त्यांनी अनेकदा स्थानिक नेते म्हणून काम केले, कृषी कार्यांवर देखरेख ठेवली, शेतकऱ्यांमधील वाद मिटवा आणि त्यांच्या प्रदेशात सामाजिक सुव्यवस्था राखली जावी यासाठी कार्य केले.

४) जबाबदाऱ्या आणि विशेषाधिकार :
आपल्या महसूल संकलनाच्या कर्तव्याबरोबरच, मिरासदार हे सिंचन व्यवस्था राखण्यासाठी, कृषी उपक्रमांचे आयोजन करण्यासाठी आणि अनेकदा त्यांच्या समुदायामध्ये महत्त्वपूर्ण सामाजिक दर्जा आणि विशेषाधिकार धारण करण्यासाठी जबाबदार होते.

५) मराठा समाजातील भूमिका :
मराठाबहुल प्रदेशांच्या कृषी अर्थव्यवस्थेत मिरासदारांनी महत्त्वाची भूमिका बजावली. ते ग्रामीण अभिजात वर्गाचा एक भाग होते आणि त्यांनी क्षेत्राच्या सामाजिक–आर्थिक संरचनेत योगदान दिले.

६) वंशपरंपरागत उत्तराधिकार :
मिरासदार हे पद बहुधा कौटुंबिक परंपरेतून वारशाने मिळाले होते. कुटुंबातील ज्येष्ठ पुरुष वारस किंवा नियुक्त उत्तराधिकारी या शीर्षकाशी संबंधित जबाबदाऱ्या स्वीकारतील.

७) ऱ्हास किंवा पतन :
कालांतराने जमीन मालकी कायद्यातील बदल, महसूल संकलनातील सुधारणा आणि वसाहती राजवटीच्या आगमनामुळे जमिनीच्या कार्यप्रणालीमध्ये बदल घडून आले. पारंपारिक कृषी रचना बदलल्याने मिरासदारांची सत्ता आणि प्रभाव कमी होत गेला.

३.३.४ सरदेशमुखी :

सरदेशमुखी हा मराठा काळात जमा होणारा जमीन महसूल होता. हा मराठा राज्यकर्त्यांकडून वंशपरंपरागत नसलेल्या जमीनधारकांवर किंवा मध्यस्थांच्या ताब्यात असलेल्या जमिनींवर लावलेला अतिरिक्त कर किंवा उपकर होता. त्याचा आढावा पुढील मुद्यांच्या आधारे घेता येईल :

१) बिगर वंशानुगत जमिनीवरील कर :

सरदेशमुखी हे मिरासदार किंवा कुलकर्णी यासारख्या वंशपरंपरागत जमीनदारांकडून गोळा केलेल्या पारंपारिक महसुलापेक्षा वेगळे होते. पिढ्यानपिढ्या न गेलेल्या, अनेकदा अधिग्रहित केलेल्या किंवा तात्पुरत्या स्वरूपात धारण केलेल्या जमिनी धारण केलेल्यांना ते लागू होते.

२) संकलन पद्धत :

जमिनीतून मिळणाऱ्या महसुलावर अतिरिक्त आकारणी म्हणून हा कर वसूल केला जात असे. हे जमिनीतून मिळणाऱ्या उत्पादनावर किंवा उत्पन्नावर लादण्यात आले होते आणि मराठ्यांनी गोळा केलेल्या नियमित जमीन महसुलापासून (चौथाई किंवा २५% कर म्हणून ओळखले जाते) वेगळे होते.

३) लादण्याची कारणे :

सरदेशमुखी लादणे हे मराठा राज्यकर्त्यांना त्यांच्या महसूल संकलनात वाढ करण्याचे साधन होते. राज्याच्या तिजोरीसाठी अतिरिक्त उत्पन्नाची हमी देणाऱ्या अधिकाऱ्यांच्या किंवा बिगर वंशानुगत जमीनधारकांच्या नियंत्रणाखाली असलेल्या जमिनींवर ते अनेकदा लादले जात होते.

४) कायमस्वरूपी नाही :

सरदेशमुखीच्या अधीन असलेली जमीन सामान्यतः कायमस्वरूपी आकारणी पद्धतीचा भाग नव्हती. हे शासकांद्वारे पुनर्वितरित किंवा पुनर्नियुक्त केले जाऊ शकत होते आणि कर हा जमिनीचा वापर किंवा कार्यकाळातील बदलांवर आधारित बदलू शकत होता.

५) महसूल निर्मितीवर परिणाम :

सरदेशमुखीने मराठा राज्याच्या एकूण महसूल संकलनात योगदान दिले, वंशपरंपरागत जमीनधारकांकडून गोळा केलेल्या नियमित जमीन महसुलाच्या पलीकडे उत्पन्नाचा अतिरिक्त स्त्रोत प्रदान केला.

६) प्रशासकीय पैलू :

सरदेशमुखीचे संकलन आणि प्रशासन मराठा प्रशासनाने नियुक्त केलेल्या महसूल अधिकाऱ्यांच्या देखरेखीखाली होते. त्यांनी या जमिनीतून मिळणाऱ्या उत्पन्नाचे किंवा उत्पादनाचे मूल्यांकन केले आणि त्यानुसार कर वसूल केला.

७) आर्थिक परिणाम :

सरदेशमुखी लादल्याने काही वेळा जमीन वापराच्या पद्धतींवर परिणाम झाला. त्याचा भूधारणा, लागवड किंवा भाडेपट्ट्यावरील निर्णयांवर प्रभाव पडला, ज्यामुळे काही विशिष्ट प्रदेशांमधील कृषी पद्धतींवर संभाव्य परिणाम दिसून आला.

८) परिवर्तनशीलता :

मराठा राजवटीत स्थानिक परिस्थिती, प्रशासकीय धोरणे किंवा सत्ताधारी अधिकाऱ्यांच्या विवेकबुद्धीने प्रभावित होऊन सरदेशमुखीचे दर आणि उपयोजन वेगवेगळ्या प्रदेशात आणि कालखंडात बदलू शकतात.

३.३.५ मराठाकालीन जमीन महसुलाचे महत्त्व :

मराठा साम्राज्याच्या सामाजिक-आर्थिक आणि प्रशासकीय चौकटीत जमीन महसुलाला खूप महत्त्व आहे, त्याने शासनव्यवस्था, अर्थव्यवस्था आणि सामाजिक स्थिरतेमध्ये महत्त्वपूर्ण भूमिका बजावली :

१) साम्राज्याचा आर्थिक कणा :

जमीन महसूल हा मराठा साम्राज्याचा प्राथमिक आर्थिक कणा बनला. हे राज्याच्या महसुलाचा एक महत्त्वपूर्ण भाग बनवते; जे शासन, प्रशासन, लष्करी खर्च, पायाभूत सुविधांचा विकास आणि सत्ताधारी यंत्रणेच्या देखभालीसाठी निधी प्रदान करते. विविध जमिनीच्या वर्गीकरणातून जमा झालेल्या महसुलामुळे साम्राज्याची आर्थिक स्थिरता आणि शासन संरचना टिकून राहिली.

२) राज्याच्या महसुलाचा स्त्रोत :

जमिनीपासून मिळणारा महसूल हा मराठा राज्याच्या उत्पन्नाचा प्रमुख स्त्रोत बनला. रयतवारी प्रणाली आणि महसूल संकलनाच्या इतर पद्धतींनी राज्याच्या तिजोरीत योगदान दिले, ज्यामुळे प्रशासनाला त्याचे खर्च आणि दायित्वे पूर्ण करता आली. अधिकार्यांचे पगार, लष्करी खर्च, सार्वजनिक बांधकामे आणि इतर प्रशासकीय खर्चासाठी जमीन महसूल निधी पुरवतो.

३) शासन आणि प्रशासनासाठी समर्थन :

जमीन महसूलाने साम्राज्याच्या प्रशासकीय यंत्रणेला आधार दिला. यामुळे प्रशासकीय कार्यालयांचे कामकाज, अधिकाऱ्यांचे काम आणि कायदा व सुव्यवस्था राखणे सुलभ झाले. साम्राज्याच्या विस्तृत प्रदेशांवर प्रभावी प्रशासन सक्षम करण्यासाठी, प्रशासकीय एककांच्या सुरळीत कामकाजासाठी वेगवेगळ्या जमिनीच्या श्रेणीतून गोळा केलेला महसूल आवश्यक होता.

४) कृषी अर्थव्यवस्था आणि कृषी विकास :

मराठा साम्राज्याच्या कृषी अर्थव्यवस्थेशी जमिनीचा महसूल गुंतागुंतीचा होता. त्याने जमिनीचे उत्पादन वाढवण्यासाठी शेतकऱ्यांना प्रोत्साहन देऊन कृषी उत्पादकतेला चालना दिली. रयतवारी प्रणाली आणि इतर पद्धतींतर्गत शेतक-यांकडून गोळा केलेला महसूल कृषी विकास, सिंचन प्रकल्प आणि जमीन सुधारणांना मदत करत असे, ज्यामुळे कृषी उत्पादकतेत वाढ झाली.

५) सामाजिक स्थिरता आणि निष्ठा :

महसूल गोळा करण्याच्या पद्धती, विशेषत: रयतवारी पद्धती, सामाजिक स्थैर्य आणि शेतकऱ्यांमधील निष्ठा यासाठी योगदान देते. राज्याला महसुलाची खात्री देताना व्यवस्थेने मालकी आणि स्थिरतेची भावना वाढवून, शेतकऱ्यांना थेट ताबा आणि लागवडीचे अधिकार प्रदान केले. वाजवी महसूल मूल्यांकनामुळे सामाजिक एकोपा राखण्यास आणि शेतकरी समुदायातील असंतोष रोखण्यास मदत झाली.

६) लष्करी सामर्थ्यात भूमिका :

साम्राज्याच्या लष्करी शक्तीला चालना देण्यासाठी जमीन महसूलाने भूमिका बजावली. जमा झालेल्या महसुलाचा मोठा भाग एक मजबूत लष्करी शक्ती राखण्यासाठी वाटप करण्यात आला. जमिनीच्या महसुलातून मिळालेला निधी हा सैनिकांची भरती, शस्त्रास्त्रे आणि दारूगोळा खरेदी करण्यासाठी आणि मोक्याची ठिकाणे मजबूत करण्यासाठी वापरला जात असे, त्यामुळे साम्राज्याची संरक्षण क्षमता सुनिश्चित झाली.

७) सांस्कृतिक आणि धार्मिक देणगी :

जमिनीतून मिळणारा महसूल सांस्कृतिक आणि धार्मिक संस्थांना मदत करण्यासाठी निर्देशित केला गेला. देवा-मोकासा जमिनी आणि मंदिरे व धार्मिक संस्था इतर अनुदाने आणि महसूल दायित्वांपासून मुक्त होते, धार्मिक प्रथा टिकवून ठेवण्यासाठी आणि सांस्कृतिक वारसा राखण्यासाठी हे आवश्यक होते. हे वाटप धार्मिक परंपरा आणि सांस्कृतिक संस्था जतन करण्यासाठी साम्राज्याची बांधिलकी प्रतिबिंबित करते.

८) आर्थिक वृद्धी आणि पायाभूत सुविधांचा विकास :

जमिनीतून मिळणाऱ्या कमाईने साम्राज्याच्या आर्थिक वृद्धीस आणि पायाभूत सुविधांच्या विकासाला हातभार लावला. महसूल संकलनातून मिळालेला निधी रस्ते, पूल, सिंचन व्यवस्था आणि इतर सार्वजनिक बांधकाम प्रकल्प बांधण्यात गुंतवला गेला. या गुंतवणुकीमुळे व्यापार सुलभ झाला, वाहतूक सुधारली आणि साम्राज्यातील एकूण आर्थिक समृद्धी वाढली.

७२ ३.४ सार्वजनिक उत्पन्न :

राज्यसंस्था ज्या-ज्या मार्गांनी उत्पन्न प्राप्त करते, त्याचा सामावेश सार्वजनिक उत्पन्नात होतो. मराठा राज्यव्यवस्थेचा विचार करता तात्कालीन सार्वजनिक उत्पन्नाची साधने जाणून घेणे आवश्यक आहे.

३.४.१ शिवकालीन उत्पन्नाची साधने :

शिवकालीन वित्तिय प्रशासनाचा आढावा घेताना सर्वप्रथम त्यांच्या राजवटीत उत्पन्नाची साधने कोणकोणती होती याचा प्रामुख्याने विचार करावा लागतो. कोणत्याही राज्याची जडणघडण लक्षात घेताना राजकारणातील विविध घटना तसेच आर्थिक क्षेत्रातील घडामोडी विचारात घेतल्या जातात. शिवाजी महाराजांच्या कालखंडात उत्पन्नाच्या साधनांचा विचार करताना जमीन महसूल, चौथाई व सरदेशमुखी यांचा विचार करणे अतिशय आवश्यक आहे.

१) जमीन महसूल :

शिवकाळात जमीन महसूल हे उत्पन्नाचे मुख्य साधन होते. शिवाजी महाराजांनी जमिनीची पाहणी करून त्या जमिनीची वर्गवारी ठरविली व या वर्गवारीनुसार 'सारा' निश्चित केला होता. अण्णाजी दत्तो यांनी जमीन मोजणी, पीक पाहणी, सारा आकारणी किंवा निश्चिती या तीन पद्धतींना आधारभूत मानून सारा निश्चित केला होता. या संदर्भात सभासद बखरकाराने असे म्हटलेले आहे की, 'बिघेयास पिकाचा आकार पाहून पिकाचे पाच भाग करावेत व त्यातील तीन भाग रयतेला द्यावेत व दोन भाग सरकारात जमा करावेत, सारा वसुलीच्या बाबतीत काही तक्रारी आल्या तर अशा वेळी सरकारकडून या प्रकरणाची चौकशी होत असे व सारा निश्चित केला जात असे. पीकनिहाय सारा व जमिनीच्या प्रकारानुसार सारा आकारणी हे शिवकालीन महसूल पद्धतीचे वैशिष्ट्य मानले जाते.

अ) पीकनिहाय सारा :

शिवाजी महाराजांनी जमीन महसुलासाठी 'बिघा' हे परिमाण निश्चित केले होते तसेच त्यांनी पीकनिहाय सारा वसूल करण्याची पद्धत सुरु केली होती. पुढील नगदी पिकांवर सारा आकारणी केली जात असे.

i) ऊस :

मराठाकालीन अर्थव्यवस्थेत शेती हाच प्रमुख व्यवसाय होता, ते उपजीविकेचे साधन होते. बहुतांश शेतकरी नगदी पिकांचे उत्पादन घेत असत. यातील प्रमुख पीक म्हणजे ऊस होय. ऊसावर सारा आकारताना पाटस्थळ उसावर प्रत्येक बिघ्यास अडीच होन व मोटस्थळ ऊसावर दोन होन इतका सारा आकारला जात असे.

ii) सुंठ :

शिवकालीन शेतीतील दुसरे महत्त्वाचे पीक म्हणजे सुंठ. सुंठीवर देखील पाटस्थळ सुंठीवर प्रत्येक बिघ्यास तीन होन व मोटस्थळ सुंठीवर दोन होन सारा आकारला जात होता.

iii) भाजीपाला :

शिवकाळात शेतकरी वर्गाने नगदी पीक म्हणून भाजीपाल्याकडे विशेष लक्ष दिलेले होते. यात वांगी, कांदे, रताळी, केळी यासारखी नगदी पिके घेण्यावर शेतकऱ्यांचा कल दिसून आला. पाटस्थळ कांदे, वांगी व रताळी यावर प्रत्येक बिघ्यास दोन होन तर मोटस्थळासाठी दिड होन इतका सारा आकारला जात होता.

iv) तांदूळ :

सकस जमिनीतून येणाऱ्या तांदळाच्या पिकातून प्रत्येक बिघ्याला दहा मण, मध्यम दर्जाच्या जमिनीमधून आठ मण, मात्र कनिष्ठ व टाकाऊ जमिनीपासून कोणताही सारा वसूल केला जात नसे.

ब) जमिनीच्या प्रकारानुसार सारा आकारणी :

ज्याप्रमाणे शिवाजी महाराजांनी पीकनिहाय सारा आकारणी केली. त्याचप्रमाणे जमिनीचे वेगवेगळे प्रकार पाडून त्यानुसार सारा आकारणी केलेली होती असे संदर्भ ऐतिहासिक पुस्तकात सापडतात.

i) काळी जमीन :

काळ्या व भारी जमिनीवर साधारणतः प्रत्येक बिघ्यास दोन मण सारा आकारला जात होता. त्याच प्रकारच्या बागायती जमिनीवर पाच मण सारा आकारला जात होता.

ii) शेरी जमीन :

शेरी जमिनीवर प्रत्येक वीस बिघ्याला, ज्याला 'चावर' असे संबोधले जात असे त्यावर बारा खंडी सारा आकारला जात होता.

iii) वाजट जमीन :

जी जमीन वर्षानुवर्षे पडीक असे व नंतर लागवडीखाली आणली जाई त्या जमिनीपासून मिळणाऱ्या उत्पन्नावर प्रत्येक बिघ्याला सव्वा मण सारा आकारला जात होता.

iv) थिकनती जमीन :

शिवकाळात काही लोकांना त्यांच्या विशिष्ट कामगिरीबद्दल इनाम म्हणून जमिनीचा हिस्सा बहाल करण्यात येत होता, त्यास थिकनती जमीन असे समजले जात असे. अशा जमिनीपासून मिळणाऱ्या उत्पन्नावर प्रत्येक बिघ्याच्या प्रत्येक चावराला आठ खंडी सारा घेण्याची पद्धत होती.

२) चौथाई :

चौथाई व सरदेशमुखी या दोन बाबींपासून मिळणारे उत्पन्न हा शिवाजी महाराजांच्या राज्याचा एक आधार होता. या दोन बाबींपासून मराठ्यांना सतत उत्पन्न मिळत होते. मात्र या उत्पन्नाचे स्वरूप अनियमित होते. शिवाजी महाराजांनी आपले राज्य आर्थिकदृष्ट्या बळकट व्हावे यासाठी शत्रूच्या प्रदेशातून पैसा वसूल केला. डॉ. सेन यांच्या मते, ''चौथाई म्हणजे, शत्रूपासून आपल्या प्रदेशाचे संरक्षण होण्यासाठी किंवा लुटमारीपासून संरक्षण मिळविण्यासाठी द्यावयचा कर होय.'' सर जदुनाथ सरकार यांच्या मते, ''शिवाजी महाराजांची चौथाई म्हणजे एक प्रकारची खंडणीच होती. ही खंडणी शिवाजी महाराजांचे सैन्य नियमितपणे दरवर्षी वसूल करीत असे. या खंडणीचे प्रमाण एकूण जमीन महसूल उत्पन्नाच्या एक चतुर्थांश इतके होते.'' चौथाईचा हक्क जिंकलेल्या प्रदेशातून किंवा शत्रूच्या प्रदेशातून मिळत होता. या प्रदेशातून चौथाईची रक्कम गोळा केली जात असे. मात्र चौथाई वसूल करण्याच्या हक्काबाबत कोणत्याही प्रकारची कायदेशीर संमती होती असे दिसत नाही. डॉ. सेन यांच्या मते, सन १६६८ नंतर आदिलशाही व कुतूबशाही या सत्तांनी शिवाजी महाराजांबरोबर चौथाईचा हक्क देण्यासंबंधी स्वतंत्र करार केलेले होते. आदिलशहाने दरवर्षी तीन लाख होन व कुतूबशहाने दरवर्षी पाच लाख होन 'चौथाई' म्हणून देण्याचे करारान्वये कबूल केलेले होते तसेच शिवाजी महाराजांनी पश्चिम किनाऱ्यावरील पोर्तुगीज सत्तेकडूनही

चौथाई वसूल केली. सुरतेची पहिली लूट केल्यानंतर तेथील व्यापाऱ्यांनी शिवाजी महाराजांना प्रचंड प्रमाणात चौथाईची रक्कम दिल्याचा स्पष्ट उल्लेख सापडतो.

३) सरदेशमुखी :

'सरदेशमुखी' हा मराठा राज्याच्या एकंदर उत्पन्नापैकी एक दशांश भाग म्हणून ओळखला जात असे. चौथाई व सरदेशमुखी या दोन्ही संकल्पनात मूलभूत फरक आहे. चौथाई ही शस्त्राच्या बळावर देशाच्या कोणत्याही भागातून वसूल केली जात असे. मात्र सरदेशमुखीचा हक्क हा फक्त स्वराज्यामध्येच जारी केला जात होता. तो उत्पन्नाच्या दहा टक्के इतका ठरविला गेला होता. शिवाजी महाराजांनी आपण वंशपरांपरागत सरदेशमुख आहोत आणि आपल्याला सरदेशमुखी वसूल करण्याचा अधिकार आहे असा दावा करून सरदेशमुखी वसूल करण्यास सुरुवात केली. डॉ. सेन यांच्या मते, शिवाजी महाराजांचा सरदेशमुखीवरील हक्क हा त्यांना वंशपरंपरेने प्राप्त झालेला होता. सरदेशमुखीच्या हक्काबाबत मुस्लीम इतिहासकार खाफीखान याने देखील आपल्या ग्रंथात असे नमूद केले आहे की, ''मराठ्यांना चौथाई शिवाय जहागीरदारांकडून व रयतेकडून दहा टक्के सरदेशमुखी मिळत होती.'' न्यायमूर्ती म. गो. रानडे यांच्या मते, शिवाजी महाराजांना सरदेशमुखीचा हक्क १६५० सालापासून मिळालेला होता.

४) विविध कर :

शिवकाळात जमीन महसूल, चौथाई व सरदेशमुखीशिवाय उत्पन्नाच्या इतर बाबी ही अस्तित्वात होत्या. करांच्या माध्यमातून शिवकाळात उत्पन्न मिळविले जात होते. या करांचे डॉ. अ. रा. कुलकर्णी यांनी प्रत्यक्ष कर, अप्रत्यक्ष कर व संकिर्ण कर असे प्रकार सांगितलेले असून त्यांचे स्वरूप स्पष्ट केलेले आहे.

अ) प्रत्यक्ष कर :

१७ व्या शतकात प्रत्यक्ष करावर जास्त भर दिला गेला होता. वैयक्तिक उत्पन्न, विविध व्यवसाय आणि मालमत्ता यावर कर लादले जात होते तसेच परगणा व खेडेगावातील वतनी अधिकाऱ्यांकडून हा कर वसूल केला जात होता. अशा करांना 'इनामपट्टी', 'मिरासपट्टी', 'देशमुखपट्टी' किंवा सरदेशमुखी असे संबोधले जात असे. मात्र हे सर्व कर नियमितपणे, न चुकता वसूल केले जात होते असे म्हणता येत नाही.

१) इनामपट्टी :

'इनामपट्टी' ही खेडेगावातील इनामदारांकडून वसूल केली जात होती. खेडेगावातील इनामदाराला काही जमीन दिली गेली होती व त्यावर कोणताही सारा नव्हता. या जमिनीच्या मोबदल्यात 'इनामपट्टी' हा कर वसूल केला जात होता. मात्र इनामपट्टी या करातून गोसावी तसेच मठाधिपती यांना वगळण्यात आले होते. या दोघांना इनामी जमिनी दिलेल्या असल्या तरी त्यांच्याकडून कोणताही कर वसूल केला जात नव्हता.

२) इनामती खंडणी :

इनामती खंडणी म्हणजे नव्याने निर्माण केलेल्या इनामदारावर काही ठरावीक काळासाठी आकारलेला कर होता. ज्यांना नव्यानेच सरकारकडून इनाम म्हणून जमिनी दिल्या जात असत त्यांच्याकडून हा कर वसूल करण्यात येत होता; परंतु काही कागदपत्रातून स्वराज्याच्या काही भागातील परगण्यातील अधिकाऱ्यांकडून नियमितपणे इनामती खंडणी वसूल केली जात होती असा उल्लेख ऐतिहासिक कागदपत्रांमध्ये आढळतो.

३) मिरासपट्टी :

प्रत्यक्ष कराचा तिसरा प्रकार म्हणजे मिरासपट्टी किंवा मिरासदारी पट्टी होय. मिरासदार खेडेगावातील जमिनीचे मालक होते. मिरासदारांकडून त्यांनी मिळालेल्या उत्पन्नापैकी काही भाग कराच्या रुपाने वसूल केला जात होता.

इनामदारांप्रमाणेच मिरासदार विशेष फायदा मिळवित असत व त्याच्याकडून अशा प्रकारची पट्टी वसूल केली जात होती. उदा. मावळ भागातील फक्त देशमुख, कुलकर्णी, पाटील व कुलकर्णी यांच्याकडून मिरासपट्टी वसूल केली जात होती.

४) व्यवसाय कर :

शिवकालीन उत्पन्नाच्या साधनात व्यवसाय कराचा देखील समावेश होता. व्यवसाय कर हा व्यक्तीच्या व्यवसायाच्या स्वरुपावर आकारला जात होता. हा कर वस्तूच्या व रोख रकमेच्या स्वरुपात वसूल करण्याची पद्धत होती. शिवकाळातील व्यवसाय करांपैकी काही व्यवसाय कराची उदाहरणे पुढीलप्रमाणे देता येतील.

i) सराफी :

'सराफी' याला सराफपट्टी असे संबोधले जात होते. ही पट्टी सोने, चांदी यांचा व्यवसाय करणाऱ्या व्यक्तींकडून वसूल केली जात होती.

ii) धनगरपट्टी :

शिवकाळात धनगराचा व्यवसाय हा फक्त शेळ्या, मेंढ्यांचे पालन करण्यापुरता मर्यादित नव्हता. मेंढ्यांची लोकर काढून विकणे, लोकरीपासून पासोडी व घोंगडी तयार करणे अशी कामे धनगर करीत असत. यापासून मिळालेल्या उत्पन्नापैकी काही भाग कराच्या रुपाने सरकारजमा करावा लागत होता तसेच मेंढ्याच्या कळपातील एक मेंढी त्याला दरवर्षी वतनदाराला द्यावी लागत होती. लोकर तसेच घोंगडी, पासोडी विकल्यानंतर त्याला जो कर द्यावा लागे त्यास धनगरपट्टी असे म्हणत असत. धनगराने हातमागाचा व्यवसाय करणाऱ्या व्यक्तीला प्रत्येक वर्षी एक घोंगडी कर द्यावा असे निश्चित केले होते.

iii) माग टका :

हा कर साष्टी, कोळी, मोमीन या विणकरांकडून वसूल केला जात होता. तो रोख रकमेच्या तसेच वस्तूच्या रुपात वसूल केला जात होता. रोख रकमेच्या कराचा दर पंचवीस टक्के इतका होता. तसेच साडी, धोतर किंवा पटका या वस्तूंच्या रुपाने हा कर वसूल केला जात होता.

iv) पायपोसी :

हा कर प्रत्येक चर्मकाराकडून वसूल केला जात होता. प्रत्येक वर्षी प्रत्येक चर्मकाराला पाटील व कुलकर्णी यांना 'चप्पल जोडा' द्यावा लागत होता.

v) तेल पट्टी :

हा कर तेल्याकडून वसूल केला जात होता. प्रत्येक वर्षी त्याला प्रत्येक घाण्यामागे कर म्हणून दीड शेर तेल द्यावे लागत होते.

vi) कारागिरांवर कर :

परीट, सुतार, शिंपी, न्हावी, लोहार, सुतार, गुरव, तराळ, चांभार, कुंभार, मांग, कोळी या गावातील कारागिरांकडून कर गोळा केला जात होता. त्या कराचे प्रमाण पंचवीस टक्के इतके होते.

vii) मोहतर्फा :

मोहतर्फा हा कर व्यापाऱ्याकडून वसूल केला जात होता. ब्रिटिश अधिकारी आर. एन. गुडाईन यांच्या मते, ''मोहतर्फा हा कर खेडेगावातील अधिकारी व खेड्यातील पांढरी भागात राहणाऱ्या लोकांकडून वस्तूच्या रुपात तसेच रोख पैशाच्या रुपात वसूल केला जात होता. या लोकांमध्ये किराणा भुसार व्यापारी, कापड दुकानदार, फळविक्रेते, भाजी विक्रेते, खाटिक, बेकरीवाले यासारख्या किरकोळ विक्रेत्यांचा समावेश होता. यातील बरेचसे

किरकोळ विक्रेते आठवड्याच्या बाजारात बसण्यासाठी देशमुखाला काही कर देत असत.'' म्हणजे मोहतर्फा या कराचे स्वरूप परवाना शुल्कासारखे होते.

viii) हेजिबपट्टी :

हेजिब म्हणजे प्रतिनिधी. जर काही कारणासाठी गावकऱ्यांनी गावच्या कामाकरता आपला प्रतिनिधी सरकार दरबारात पाठविण्याचे ठरविले तर त्याच्या प्रवास खर्चासाठी लागणारी रक्कम गावकऱ्यांकडून गोळा केली जात असे. या कराला हेजिबपट्टी असे म्हणत असत.

ix) वेठबिगारी :

वेठबिगारी म्हणजे सक्तीची सेवा होय. बाजारभावापेक्षा कमी दरात कुशल किंवा अकुशल कामगारांकडून काम करून घेण्याची ही एक पद्धती होती. वंशपरंपरागत लोकांच्याकडून वेठबिगार करवून घेणे हा एक विशेष हक्क आहे असे शिवकाळात मानले गेले.

ब) अप्रत्यक्ष कर :

प्रत्यक्ष कराप्रमाणेच अप्रत्यक्ष कराच्या माध्यमातून सरकारी खजिन्यात भर घालण्याचा प्रयत्न शिवाजी महाराजांनी केलेला होता. अप्रत्यक्ष करात जकात कर, वानगी, उरी दलाली, कापडावरील जकात, शिंगोटी कर, गुलामांच्या खरेदी - विक्रीवरील कर, मिठावरील कर यांचा समावेश होता.

१) जकात कर :

अप्रत्यक्षकरात जकात कराला शिवकाळात अत्यंत महत्त्वाचे स्थान होते. परदेशातून स्वराज्यात येणाऱ्या व स्वराज्यातून बाहेर जाणाऱ्या वस्तूंवर जकात कर बसविला जात होता. चौल, दाभोळ, वेंगुर्ला, राजापूर, रत्नागिरी ही शिवकाळातील आयात - निर्यातीची प्रमुख बंदरे होती. शेजारच्या पोर्तुगीज व मुस्लीम प्रदेशांचा महाराष्ट्राशी शिवकाळात व्यापारी संबंध येत असे. या प्रदेशातून येणाऱ्या व त्या प्रदेशात जाणाऱ्या मालावर जकात आकारली जात होती.

२) वानगी :

स्वराज्यातील व्यापाऱ्यांना काही वेळेला नियमित करापेक्षा जास्त कर वस्तूच्या किंवा धान्याच्या रुपाने द्यावा लागत होता, त्यास वानगी असे म्हटले जात असे. त्याचप्रमाणे प्रत्येक गोणीमागे एक चतुर्थांश उत्पन्न द्यावे लागत असे. कलिंगड, नारळ इत्यादी फळांवर एक ते पंचवीस नगांपर्यंत कर बसविला जात असे. एक हजार उसातील दहा नग ऊस वानगी दाखल वसूल केले जात असत.

३) उरी दलाली :

उरी म्हणजे शिल्लक राहिलेला भाग आणि दलाली म्हणजे जकात भरलेला व वजन केलेला माल. हा कर बंदराच्या शहरातून वसूल केला जात असे. एखाद्या वस्तूचे वजन केल्यानंतर त्यावर जो कर आकारला जात असे त्याला उरी दलाली असे म्हणत असत. राजमार्गावरून होणाऱ्या वाहतूक मालावर जकात बसविली जात होती; परंतु अशा मालावर एकाच ठिकाणी, जकात आकारली जात असे.

४) कापडावरील जकात :

शिवकाळात कापडावरही विविध प्रकारचे कर आकारले जात होते. पांढरे कापड, रंगीत कापड, रंगीत रेशमी कापड तसेच विविध रेशमी कापडाचे प्रकार या सर्वांवर प्रत्येक वाराला वेगवेगळ्या दराने जकात कर आकारले जात असत. उदा. पांढऱ्या कापडावर पाच रुके. रंगीत कापडावर अर्धा रुका, रंगीत रेशमी कापडावर सहा रुके असा जकात कर आकारला जात होता.

५) शिंगोटी कर :

बाजारात विक्रीसाठी जनावरे आणली जात असत. जनावरांच्या अशा खरेदी – विक्रीवर जो कर आकारला जात होता त्यास शिंगोटी कर असे म्हटले जात होते. त्याचे प्रमाण प्रत्येक म्हशीवर सहा रुके बैल, रेडे व गायी यांच्यावर त्यांच्या किमतीवरील प्रत्येक रुपयास तीन रुके अशी जकात घेतली जात असे.

६) गुलामांच्या खरेदी – विक्रीवर कर :

शिवकाळात गुलामांच्या खरेदी – विक्रीवर कर आकारला जात होता. त्याचे प्रमाण पाच लारी इतके होते.

७) मिठावरील कर :

मिठावरील कर हा शिवकाळातील अत्यंत महत्त्वाचा कर होता. समुद्रकिनारी ज्या ठिकाणी मीठ तयार केलेले जात होते तेथील मिठागरावर हा कर आकारला जात होता. या कराचे प्रमाण दर मणास बारा रुके इतके होते.

क) संकीर्ण कर :

शिवकाळात प्रत्यक्ष व अप्रत्यक्ष करांशिवाय राज्याच्या उत्पन्नाचे इतर विविध कर अस्तित्वात होते. मात्र हे कर नियमितपणे वसूल केले जात नसत. काही कर हे आकस्मिक कर म्हणून वसूल केले जात होते. शिवकाळातील संकीर्ण कर पुढीलप्रमाणे होते.

१) सा–दिल–वार पट्टी :

डॉ. आळतेकरांच्या मते, सा–दिल–वार ही एक व्यापक संकल्पना आहे. या करात इनामपट्टी, मिरासपट्टी, मोहतर्फा, लग्न टका, इमारतपट्टी यासारख्या करांचा समावेश होत असे. डॉ. अ. रा. कुलकर्णी यांच्या मते, आळतेकरांचे हे मत बरोबर नाही कारण हा कर नियमितपणे वसूल केला जात नव्हता.

२) खर्चापट्टी :

आकस्मिक उद्भवणाऱ्या सार्वजनिक खर्चासाठी हा कर वसूल केला जात होता. यात पथकर व पुलपट्टी यांचा समावेश होता. गावातील सार्वजनिक खर्चासाठी जो कर वसूल केला जात असे त्यास गावखर्च असे म्हणत असत तसेच याला खर्चापट्टी देखील म्हणत असत.

३) लग्न टका :

डॉ. सेन यांच्या मते, वराड टका किंवा लग्न टका ही संकल्पना शिवकाळात अस्पष्ट होती. हा कर लग्न किंवा लग्नाची वरात यावर बसविला जात असे. या कराचे प्रमाण पाव चवली असे होते.

४) तुटपट्टी :

कराच्या रुपाने वसूल केलेले द्रवपदार्थ किंवा कापड सरकारपर्यंत जाईपर्यंत काही प्रमाणात घट होत असे. ही घट भरून काढण्यासाठी जो कर बसविला जाई त्यास तुटपट्टी असे म्हणत असत. रस्त्याने धान्याची वाहतूक करताना गळती तसेच चोरी होत असे. यातील तूट भरून काढण्यासाठी तुटपट्टी हा कर बसविलेला होता.

५) नाडीटोकरा :

टोकरा म्हणजे नदीमध्ये वाहतुकीसाठी उपयोगात आणली जाणारी लहानशी बोट किंवा नाव. अशा बोटींवर सरकारकडून काही कर आकारले जात असत. हा कर 'हशील अमल' या अधिकाऱ्यांमार्फत वसूल केला जात होता.

६) जडी तंबाखू :

तंबाखूच्या विक्रीसाठी सरकारकडून परवाना देण्याची प्रथा शिवकाळात होती. तंबाखूच्या विक्रीचा परवाना देताना कर आकारला जात असे. जडी म्हणजे चावडी. परगण्याचा अधिकारी गावाला भेट देण्यासाठी आले म्हणजे प्रथम चावडीत येत असत. त्यावेळी तंबाखू उत्पादक व विक्रेते यांच्याकडून ते हा कर वसूल करीत असत.

७) अबकारी कर :

राज्यात ज्या – ज्या ठिकाणी दारू तयार करण्याचे कारखाने होते त्यावर कर बसविलेला होता असे उपलब्ध असलेल्या अनेक कागदपत्रांवरून आढळते. डॉ. बाळकृष्ण यांच्या मते, अबकारी करापासून शिवकाळात मिळणारे उत्पन्न अतिशय कमी होते.

८) न्यायालयीन शुल्क :

शिवकाळात न्यायदानाचे काम गोतसभा करीत होती. गोतसभेत विजयी आणि पराभूत अशा दोन्ही पक्षाकडून वेगवेगळे शुल्क घेतले जात असे. जिंकलेल्या पक्षाकडून जे शुल्क घेतले जायचे त्याला 'हारकी' असे म्हणत असत व हारलेल्या पक्षाकडून घेण्यात येणाऱ्या शुल्काला 'गुन्हेगारी' असे समजले जात असे. एखादा खटला फौजदारी स्वरुपाचा असला तर त्यावेळी चालणाऱ्या खटल्यात काही वेळेला एकंदर गुन्ह्याच्या जवळ – जवळ पन्नास टक्के खर्च घेतला जात असे.

९) जंगलापासून मिळणारे उत्पन्न :

जंगलापासून येणारे उत्पन्न हे देखील शिवकाळातील उत्पन्नाचे एक महत्त्वाचे साधन मानले गेले. जंगलातील झाडे, औषधी मुळ्या, मसाल्याचे पदार्थ याबाबतीत तोड करायची असेल तर संबंधित अधिकाऱ्याच्या परवानगीशिवाय व आवश्यक तेवढा कर भरल्याशिवाय अशा प्रकारची परवानगी मिळत नव्हती. तसेच काही वेळेला जनावरांना चरण्यासाठी दिल्या जाणाऱ्या कुरणांवर देखील ठरावीक कर आकारला जात होता. अशा कराला 'वनचराई' असे म्हणत असत.

१०) टाकसाळीतून मिळणारे उत्पन्न :

शिवकाळात नाणी पाडण्याचे काम सरदारांच्या मार्फत होत असले तरी काही वेळा हे काम श्रीमंत सोनारांना विशिष्ट मोबदल्यात दिले जात असे.

११) मासेमारी व खाणी :

शिवकाळात मत्स्योद्योग व खाण व्यवसाय यांनाही उत्पादनाचे साधन म्हणून महत्त्वाचे स्थान होते. स्वराज्यात जो समुद्रकिनारा होता त्यावरील कोळ्यांना मासेमारी करण्याचा पूर्ण हक्क होता; परंतु त्यांना मिळणाऱ्या उत्पन्नापैकी काही रक्कम कर म्हणून सरकार जमा करावी लागत होती. काही ठिकाणी खनिज संपत्तीच्या खाणी होत्या. या खाणींपासून मिळणारे उत्पन्न हा राज्याच्या उत्पन्नाचा महत्त्वाचा मार्ग होता.

१२) वारसाविषयक कर :

धर्मशास्त्राप्रमाणे राजा हा सर्व मालमत्तेचा व उत्पन्नाचा मालक असे समजले जात होते. जर एखाद्या व्यक्तीचा कोणी वारस नसेल तर ते उत्पन्न सरकार जमा होत असे.

१३) जप्ती :

स्वराज्याशी निष्ठावान नसणाऱ्या वतनदारांचे वतन जप्त करून ती सरकार जमा केली जात असत. काही वेळा एखादा वतनदार दत्तक घेतलेला वारस शिवाजी महाराजांना नजराणा देऊन आपले वतन वाचवित असे. अशा स्थितीत वतनाचे ज्यावेळी पुनरुज्जीवन केले जात असे तेव्हा त्या वतनदाराकडून सरकारला जी रक्कम मिळत असे त्या रकमेला 'हारकी' किंवा 'शेरणी' असे म्हणत असत.

१४) जहाजफुटी :

नैसर्गिक संकट तसेच शत्रूचे हल्ले यामुळे जहाजे समुद्रात फुटत असत. युरोपियन खलाशी अशी फुटकी जहाजे समुद्र किनाऱ्यावर आणत असत त्यावेळी शिवाजी महाराजांचे अधिकारी अशा जहाजफुटीचा हिस्सा कर म्हणून वसूल करीत असत.

१५) स्थानिक खर्चासाठी वसूल होणारे कर :

शिवकाळात स्थानिक खर्चासाठी, गावखर्चासाठी गावातील लोकांकडून अनेक प्रकारचे कर वसूल केले जात असत. यात उल्फापट्टी, जंगमपट्टी, दसरापट्टी, मेजवानीपट्टी, तोरणभेटी, ठाणेपट्टी, मोहिमपट्टी अशा प्रकारच्या कराचा समावेश होता.

३.४.२ पेशवेकालीन उत्पन्नाची साधने :

शिवकाळानंतर मराठा साम्राज्याची धुरा पेशव्यांनी आपल्या खांद्यावर घेतलेली होती. मराठा साम्राज्याचा विस्तार व्हावा यासाठी विशेष प्रयत्न पेशव्यांनी केलेले होते. युद्धे, मोहिमा, सार्वजनिक सुखसोयी यासाठी उत्पन्न मिळविण्याचा प्रयत्न पेशव्यांनी केला. पेशवेकालीन उत्पन्नाच्या साधनात जमीन महसूल तसेच चौथाई व सरदेशमुखी, टांकसाळी, खाणी, जंगले, खंडणी, नजराणा, दंड व न्यायालयीन शुल्क, बेवारसाची मालमत्ता, युद्ध काळात मिळालेली लूट, गुप्तधन, व्यापारी कर यासारख्या साधनांचा समावेश होतो.

१) जमीन महसूल :

शिवकाळाप्रमाणेच पेशवेकाळात देखील जमीन महसूल हीच स्वराज्याच्या उत्पन्नाची प्रमुख बाब होती. पेशव्यांच्या महसूल पद्धतीबद्दल डॉ. सेन यांनी असे मत व्यक्त केले की, करदात्याची भरभराट या मुख्य तत्त्वावर पेशव्यांचे जमीन महसूल विषयक धोरण स्वीकारलेले होते. पेशवेकाळात जमीन महसूल ही उत्पन्नाची मुख्य बाब असल्याने पेशव्यांनी शेती व्यवसायाला प्रोत्साहन देण्याची भूमिका घेतली. जमीन महसुलाची निश्चिती करताना प्रत्येक पिकाची पाहणी करूनच सारा आकारणी केली जात असे. तसेच जमिनीची वर्गवारी करून सरस, मध्यम व कनिष्ठ असे जमिनीचे तीन भाग पाडले गेले. तसेच काळी जमीन, डोंगराळ जमीन, बागायत, जिराईत, पाटस्थळ, मोटस्थळ, आमराई इत्यादी प्रकार पाहून सारा आकारणी होत असे. हा सारा शिवकाळाप्रमाणेच रोख रकमेच्या किंवा धान्याच्या स्वरुपात वसूल केला जात असे.

२) चौथाई व सरदेशमुखी :

शिवकाळापेक्षा पेशवेकाळात चौथाई व सरदेशमुखीच्या स्वरुपात आमूलाग्र बदल झालेला असल्याचे दिसते. शिवकाळात चौथाई व सरदेशमुखीचा हक्क परंपरेने वसूल केला जात होता. मात्र पेशवेकाळात मोगल बादशहा व मराठे यांच्यात जो तह झाला त्या तहामुळेच या हक्काला कायदेशीर स्वरूप प्राप्त झाले. या तहानुसार दक्षिणेकडील सहा प्रातांची चौथाई व सरदेशमुखी शाहूंना मिळाली; परंतु प्रत्यक्षात ज्या वेळेला या हक्काची अंमलबजावणी करण्याचा प्रयत्न मराठ्यांनी केला त्यावेळी मराठ्यांना संघर्ष करावा लागला. मराठ्यांच्या 'संयुक्त राज्यव्यवस्थेत' विविध सरदारांकडे विविध प्रांत सोपविण्यात आलेले होते. या सर्व सरदारांनी चौथाई व सरदेशमुखी गोळा करून आपल्या प्रदेशाचे संरक्षण करण्यासाठी लागणारी रक्कम ठेवावी व उरलेली रक्कम छत्रपतींना द्यावी अशी व्यवस्था पेशवेकाळात केलेली होती.

३) टाकसाळीतून मिळणारे उत्पन्न :

पेशवेकाळात राज्यात एकूण अडतीस प्रकारची सोन्याची व एकशे सत्तावीस चांदीची नाणी चलनात होती. नाणी पाडण्याचे काम सरकारमार्फत केले जात असे. तसेच पेशव्यांनी खासगी व्यक्तींना देखील नाणी पाडण्याचे काम दिलेले होते. अशा खासगी लोकांना पेशव्यांकडून नाणी पाडण्याचा परवाना घ्यावा लागत होता. असा परवाना मिळावा यासाठी काही शुल्क वसूल केले जात असे. राज्याच्या विविध प्रांतांत परवाना शुल्क वेगवेगळे होते.

४) खाणीपासून मिळणारे उत्पन्न :

मराठा राज्यात पेशवेकाळात तांबे, लोखंड, चांदी, सोने यांचा खाण उद्योग खासगीरीत्या चालविला जात असे. खासगी व्यक्तीवर देखरेख ठेवण्यासाठी सरकारतर्फे प्रतिनिधी नेमले जात असत व खाण मालकांकडून कराच्या

रुपाने काही रक्कम वसूल केली जात असे. चंदेरी व बुंदेलखंडात अशा खाणी असल्याचा आणि गोविंद बल्लाळ हा पेशव्यांचा प्रतिनिधी तिच्यावर देखरेख करीत असल्याचा संदर्भ मिळतो. खाण उद्योगावर कर बसवून तो वसूल करण्याचे काम त्या – त्या विभागातील कामविसदार करीत असत.

५) जंगलापासून मिळणारे उत्पन्न :

जंगलापासून मिळणारे उत्पन्न ही पेशवेकाळातील उत्पन्नाची एक महत्त्वाची बाब होती. जंगलातील झाडे, सरपण, कोळसा, मध, डिंक, कुरणातील गवत या गोष्टींपासून सरकारला मोठ्या प्रमाणावर उत्पन्न मिळत होते. जंगलातील झाडे तोडण्याबाबत सरकारची परवानगी घ्यावी लागत असे व त्यासाठी काही रक्कम कर म्हणून सरकार जमा करावी लागत असे. तसेच जंगलातील मधाच्या पोळ्यांवर देखील पेशवेकाळात कर आकारला जात होता. वा. कृ. भावे यांनी 'पेशवेकालीन महाराष्ट्र' या पुस्तकात असे मत व्यक्त केले आहे की, जंगलापासून सरकारला आरमारासाठी लाकूड मिळत असे. जंगलापासून सरकारला मिळणारे हे अप्रत्यक्ष उत्पन्नच होते.

६) खंडणी :

सरंजामदार व संस्थानिक यांच्याकडून मिळणारी खंडणी हे मराठा राज्याच्या उत्पन्नाचे एक महत्त्वाचे व मोठे साधन होते. उत्तर व दक्षिण भारतातील राजेरजवाडे, संस्थानिक, जहागिरदार व नायक यांच्याकडून मराठे नेहमी खंडणी वसूल करीत असत. अशी खंडणी सरकारच्या तिजोरीत जमा होत असे.

७) नजराणा :

प्रजा व मांडलिक राजे यांच्याकडून काही खास प्रसंगी राज्यातील मोठमोठे अधिकारी, सरदार, पेशवे किंवा राजा यांना मिळणारी बक्षिसे, भेटवस्तू किंवा नजराणा हे सरकारच्या उत्पन्नाचे मुख्य साधन होते. तसेच दोन शत्रूपक्षातील भांडणे सोडविण्याचे काम काही प्रसंगी सरकारला करावे लागत असे. त्यावेळी विजयी पक्षाकडून नजराणा घेतला जात असे.

८) दंड व न्यायालयीन शुल्क :

पेशवे सरकार जुगाराचा धंदा करणाऱ्यांना परवाना देऊन त्या बदल्यात फी म्हणून काही रक्कम वसूल करीत असे. खोटी वजने व मापे वापरणाऱ्याकडून सरकार दंड म्हणून काही रक्कम वसूल करीत असे. तसेच खोटी नाणी तयार करणाऱ्या टाकसाळ मालकांवर दंड बसविला जात असे. जकात नाक्यावरून जकात फी न भरता एखाद्या व्यापाऱ्याने वस्तू नेली तर संबंधित व्यापाऱ्याकडून दंड वसूल केला जात असे. पेशवेकाळात न्यायसंस्थेकडून मिळणाऱ्या उत्पन्नाचे प्रमाण अतिशय जास्त होते. निरनिराळ्या गुन्ह्यात गुंतलेल्या गुन्हेगारांकडून वेगवेगळा दंड आकारला जात होता. सावकार व कर्जदार यांच्यातील भांडण सोडविल्यानंतर दोन्ही पक्षांकडून काही रक्कम 'न्यायालयीन शुल्क' म्हणून आकारली जात असे.

९) बेवारसाची मालमत्ता :

एखादी व्यक्ती निपुत्रिक वारली तर त्याची मालमत्ता सरकारजमा होत असे. नारायणराव पेशव्यांची मालमत्ता त्यांच्या खुनानंतर सरकारजमा करण्यात आलेली होती. गंभीर गुन्हा करणाऱ्याला किंवा बंडखोरी करणाऱ्या व्यक्तीची मालमत्ता जप्त करून सरकार जमा केली जात असे. बेवारसाची मालमत्ता हे देखील पेशवेकालीन उत्पन्नाचे साधन होते.

१०) युद्धातील लूट :

युद्धात शत्रूपक्षाचा पराभव झाल्यानंतर त्याच्याकडून मिळालेली लूट ही देखील पेशवेकाळात सरकारच्या उत्पन्नाचे साधन होते. यात भांडी, दागिने, शस्त्रास्त्रे, सोने, रोकड, हत्ती, बैल, उंट यासारख्या वस्तू आणि प्राणी यांचा समावेश होत असे. युद्धात मिळालेली लूट सरकारजमा होत असे.

११) गुप्तधन :

जर एखाद्या व्यक्तीला पुरलेले धन सापडले तर ताबडतोब पेशवे अशा प्रकारची चौकशी करीत असत. खेड्यातील एखाद्या जागेचे उत्खनन करायचे असेल तर पेशव्यांची पूर्वपरवानगी घेणे आवश्यक मानले गेले. पेशव्यांच्या परवानगीशिवाय कोणी उत्खननाचे काम केले तर संबंधित व्यक्तीवर दंड ठोठावला जात असे. तसेच उत्खननात गुप्तधन सापडले तर मिळालेल्या धनापैकी निम्मे धन सरकारी खजिन्यात जमा होत असे.

१२) व्यापारी कर :

पेशवे सरकारला जकात कर व अबकारी करापासून मोठ्या प्रमाणावर उत्पन्न मिळत होते असे अनेक दाखले सापडतात. व्यापारी करात जकात कर, हाशिल, छापा, शिंगशिंगोटी, रहदारी जकात, अबकारी कर, मोहतर्फा, उद्योग–व्यवसायावरील कर अशा विविध मार्गांतून मोठ्या प्रमाणावर उत्पन्न मिळत होते.

१३) थळमोड–थळभरीत :

पेशवेकालीन उत्पन्नाच्या साधनात थळमोड व थळभरीत या साधनांना अतिशय महत्त्व होते. विशेषत: व्यापार उदीम यांचा पेशवेकाळात विकास झालेला होता. व्यापारी वर्गाकडून वस्तू खरेदी करताना व वस्तूंची विक्री करताना जो दर आकारला जात असे त्याला थळमोड व क्षळभरीत असे म्हटले जात असे.

१) थळमोड व थळीभरीत याचा अर्थ :

वस्तूंची खरेदी करताना जी जकात ज्या ठिकाणी भरली जात असे तेथे त्या वस्तूंवर आकारण्यात येणाऱ्या कराला थळभरीत असे समजले जात असे व ह्या वस्तू ज्या ठिकाणी विकण्यात येत असत तेथे आकारण्यात येणाऱ्या जाकतीला थळमोड असे म्हणत. दाभाडे दफ्तरातील कागदपत्रांवरून थळमोड व थळभरीत या करांचे प्रमाणे होते याचा उल्लेख सापडतो त्याची माहिती पुढील प्रमाणे :

२) वाहतुकीच्या स्वरूपानुसार कर :

किराणा वस्तू माणसाच्या डोक्यावरुन वाहून नेल्या जात असताना त्यावर दीड आणा, घोड्यावरुन वाहतूक झालो तर एक आणा, बैलगाडीत वाहतूक करण्यात आली असेल तर नऊ आणे इतकी जकात आकारण्यात येत असे. थळभरीतासाठी जेवढा कर आकरला जात असे तेवढ्यात कर थळमोडासाठी आकरण्यात येत होता.

३) परकिय व्यापारासाठी वेगळा दर :

समुद्रकिनाऱ्यावरील बंदरातून परदेशी जाणाऱ्या व परदेशातून येणाऱ्या वस्तूंवर थळभरीत व थळमोडीत दर वेगवगळे होते. मिठावर एका खंडीला ४ रू. , तांदूळ वाहून नेणाऱ्या बैलगाडीवर ३ आणे, तंबाखू, डाळी व नाराळाच्या. बैलगाडीला ८ आणे तेल, गुळ यावरही ८ आणे कागदाच्या एका रीमला १२ आणे तर कापडाच्या एका गाठोड्यासाठी २ ते ५ रू. पर्यत जकात आकारली जात होती. थोडक्यात स्थानिक व्यापारावरील जकातीपेक्षा परदेशी व्यापारावर आकारण्यात येणारा थळमोड व थळभरीताचा दर वेगळा होता.

७२ ३.५ सार्वजनिक खर्च :

राज्यसंस्था राज्यकारभारासाठी कोणकोणत्या प्रकारचा खर्च करते, त्याचा सामावेश सार्वजनिक खर्चात होतो. मराठा राज्यव्यवस्थेत देखील राज्यकारभारासाठी खर्च केला जात होता. त्यामुळे तात्कालीन सार्वजनिक खर्चाची माहिती जाणून घेणे योग्य ठरेल.

३.५.१ शिवकालीन मराठा राज्याच्या खर्चाच्या बाबी :

शिवकालीन मराठा राज्यात जसे विविध मार्गाने उत्पन्न मिळविले जात होते. ज्याप्रमाणे उत्पन्नाच्या विविध बाबी होत्या त्याचप्रमाणे खर्च केला जात होता. शिवकालीन मराठा राज्याच्या खर्चाच्या प्रमुख बाबी पुढीलप्रमाणे होत्या.

अ) राजावरील खर्च :

खर्चाच्या बाबतीत राजावरील खर्च ही शिवकाळातील अत्यंत महत्त्वाची बाब होती. शिवाजी महाराजांचे जीवन अत्यंत साधे होते असे म्हटले जाते; परंतु या विधानाला पुष्टी देणारी कागदपत्रे फारशा प्रमाणात उपलब्ध नाहीत. मात्र राज्याभिषेकाचा प्रसंग अपवाद म्हणून वगळला तर शिवाजी महाराजांनी मन मानेल त्याप्रमाणे खर्च केलेला दिसत नाही. शिवकालीन मराठी राज्यात राजावरील होणाऱ्या खर्चात राजकुटुंबावरील खर्च, राजधानीवर होणारा खर्च, राजाचे कपडे, दागिने, राज्याभिषेक, दानधर्म, धार्मिक बाबींवर केला जाणारा खर्च, शिक्षणावर तसेच विद्वानांना आश्रय देण्यावर केला जाणारा खर्च यांचा अंतर्भाव होता.

१) राजकुटुंबावरील खर्च :

शिवाजी महाराजांच्या कुटुंबाच्या खर्चाचा विचार केला तर असे दिसून येते की, शिवाजी महाराजांच्या कुटुंबाचा आकार मोठा होता. मुलामुलींची लग्ने शिवाजी महाराजांच्या हयातीत झालेली होती, मात्र यासंबंधीची माहिती तसेच खर्चाचे आकडे कोणत्याही कागदपत्रात मिळत नाहीत.

२) राजधानीवरील खर्च :

रायगड ही शिवाजी महाराजांची राजधानी होती. आपली राजधानी सुशोभित करण्यासाठी व तेथे सर्व सुखसोयी उपलब्ध करण्यासाठी शिवाजी महाराजांनी बांधकामावर मोठ्या प्रमाणावर खर्च केलेला होता. रायगडावर राहण्यासाठी घरे, हत्तीखाना, तबेले, उष्ट्रखाना, वस्तूभांडारे, धान्यांची कोठारे, रथ व पालख्या ठेवण्याकरीता बांधलेल्या इमारती, निरनिराळे सज्जे, पाण्याचे घाट, तळे, निरनिराळ्या कारखान्यांकरिता बांधलेल्या इमारती असे प्रचंड बांधकाम शिवाजी महाराजांनी केलेले होते असे सभासद बखरकाराने लिहिलेले आहे. डॉ. फ्रायर हा युरोपियन प्रवाशाने आपल्या प्रवासवृत्तांतात 'रायगडावर ३०० इमारती होत्या' असे वर्णन केलेले आहे.

३) कपडे :

राजपदाला शिवकाळात अत्यंत प्रतिष्ठा होती. ही प्रतिष्ठा सांभाळण्यासाठी कपड्यांवर भरपूर प्रमाणात खर्च करावा लागत होता. किमती कपड्यांचा समावेश कपड्यांमध्ये होत असे. मुंगीपाटण कापड, सुवर्णनक्षीने कलाकुसर केलेले कापड, दुपट्टा, रेशमी रुमाल, रेशमी शाल, विणलेले रेशमी कापड, लोकरी कंबरपट्टे, विविध अंगरखे व झगे इत्यादी कपडे असत. हे कपडे देशाच्या विविध भागातून व काही वेळेला परदेशातून खरेदी केले जात असत. सभासद बखरकाराच्या मते, या कपड्यांची रोख किंमत एक कोटी होन व पन्नास हजार नजराणा म्हणून आलेल्या कपड्यांची किंमत होती.

४) अलंकार :

शिवाजी महाराजांनी स्वतःसाठी अनेक अलंकार गोळा केलेले होते. या अलंकारात हिऱ्यामोत्याचे कंठे, सुवर्णकडे, टपोऱ्या मण्यांच्या माळा, रत्नहार, लाल माणकांचे दागिने, सुवर्ण रिंगा, पोवळे, मौल्यवान खडे, निलमणी, शिरपेच, चंद्रलेखा, शिसफूल, बाजूबंद व सुवर्ण कंकण, मनगटी कडे यासारख्या दागिन्यांचा समावेश होत असे. अशा दागिन्यांवर केला जाणारा खर्च हा शिवकालीन मराठा राज्यातील खर्चाची एक बाब होती.

५) राज्याभिषेकावरील खर्च :

राज्यारोहण, सुवर्णतुला हे प्रसंग खास राजे लोकांचेच असल्याने त्यांच्या धार्मिक महत्त्वाबरोबरच त्यांना व्यावहारिक महत्त्व बरेच असते. प्रजेवर छाप पाडण्यासाठी, इतरत्र दरारा वाढविण्यासाठी आणि नावलौकिक पसरविण्यासाठी अशा समारंभाचे पुष्कळ साहाय्य होत असल्याने इ. स. १६७४ साली शिवाजी महाराजांनी स्वतःला राज्याभिषेक करून घेतला, त्यावेळी त्यांनी मुक्तहस्तपणे व उदारपणे खर्च केलेला होता. राज्याभिषेक समारंभाच्या वेळी

शिवाजी महाराजांनी प्रतापगडावरील तुळजाभवानीच्या मुर्तीला सव्वा मण वजनाची सुवर्णछत्री अर्पण केलेली होती. त्या काळी त्या छत्रीची किंमत पन्नास हजार रु. इतकी होती. राज्याभिषेकाच्या वेळी राजाला बसण्यासाठी आसन म्हणून सोन्याचे सिंहासन तयार करण्यात आले होते तसेच शिवाजी महाराजांनी राज्याभिषेकाच्या निमित्ताने अमाप दानधर्म केलेला होता. सर जदुनाथ सरकार यांच्या मते राज्याभिषेकाचा एकूण खर्च दहा लक्ष होन झाला असावा.

६) गोरगरिबांना मदत :

राज्याभिषेकाच्या वेळी व इतर समारंभांमध्ये शिवाजी महाराज व जिजाबाई यांची तुला केली जास असे. या तुलेसाठी वापरण्यात आलेले धातू तसेच धान्य त्या काळच्या रीतीरीवाजाप्रमाणे गोरगरिबांना वाटत जात असत. तसेच शिवाजी महाराज व राजमाता जिजाबाई नडलेल्या गरजू माणसांना मदत करीत असत. अशा वेळी केला जाणारा खर्च हा राज्याच्या तिजोरीतून केला गेला होता.

७) धार्मिक कृत्यांवरील खर्च :

शिवाजी महाराजांच्या मनाचा कल धार्मिक गोष्टींकडेच असल्याने त्यांच्याकडून जी धार्मिक कृत्ये होत असत, त्यासाठी राज्याच्या तिजोरीतून खर्च केला जात होता. देणग्या व सनदा देताना शिवाजी महाराजांनी कधीही हिंदू – मुस्लीम असा भेदभाव केला नाही. मुस्लीम साधुसंत व फकीर यांना महाराजांकडून निर्वाहभत्ता, दिवाबत्तीसाठी होणारा खर्च, मशिदीची व्यवस्था ठेवण्यासाठी होणारा खर्च दिला जात होता तसेच हिंदू साधुसंत, पुजारी, महंत यांनाही धार्मिक विधींसाठी लागणारी रक्कम शिवाजी महाराजांनी दिलेली होती. काही ठरावीक मंदिरातील दैनंदिन प्रार्थना, धार्मिक समारंभ, एकादशी, शिवरात्र, रामनवमी, नवरात्र यासाठी लागणारा सर्व खर्च शिवाजी महाराज सरकारी तिजोरीतून करीत असत. वेदांमध्ये पारंगत असलेल्या काही ब्राम्हणांना वर्षासने दिली जात.

८) शिक्षणावरील खर्च :

शिक्षण व ज्ञान यावर राज्याच्या तिजोरीतून आवश्यकतेप्रमाणे योग्य असा खर्च शिवकाळात केला जात होता. ज्या मठांना व मंदिरांना सरकारकडून देणग्या मिळत होत्या तेथे थोड्याफार प्रमाणात लोकांना धार्मिक शिक्षण मिळावे अशी शिवाजी महाराजांनी अपेक्षा व्यक्त केली होती. अष्टप्रधान मंडळातील पंडितराव या प्रधानाकडे धार्मिक कार्याबरोबरच शिक्षण खाते सोपविण्यात आलेले होते. शिवाजी महाराजांनी विद्वान व नामांकित पंडितांना पाचारण करून त्यांचा सर्व खर्च सरकार मार्फत करण्याची तरतूद केलेली होती. वेद, शास्त्रे, ज्योतिष यामध्ये पारंगत असणाऱ्या ब्राम्हणांना देखील राजाश्रय दिला गेला.

ब) मुलकी प्रशासनावरील खर्च :

शिवकालीन मुलकी प्रशासनावरील खर्च पुढीलप्रमाणे सांगता येईल :

१) केंद्रीय प्रशासनावरील खर्च :

केंद्रीय प्रशासनात राजाला सल्ला देण्यासाठी अष्टप्रधान मंडळाची नियुक्ती करण्यात आलेली होती. या अष्टप्रधान मंडळातील प्रधानांचे वार्षिक वेतन पुढीलप्रमाणे होते.

पेशवा – पंधरा हजार होन, मुजूमदार – बारा हजार होन, इतर मंत्री प्रत्येकी दहा हजार होन. या अष्टप्रधानाशिवाय केंद्रात मुख्य सचिव किंवा चिटणीस हा अधिकारी शिवाजी महाराजांचा सर्व पत्रव्यवहार सांभाळत असे. या चिटणिसाला सहा हजार होन इतके वार्षिक वेतन दिले जात होते. त्याचप्रमाणे फडणिसाला वर्षाला दोन हजार होन इतका पगार दिला जात असे. याशिवाय पोतनिस, पोतदार, इतर कारकून यांच्याकडे देखील महत्त्वाची खाती होती; परंतु यांना मिळणारे वेतन किती होते याची निश्चित माहिती उपलब्ध नाही. अष्टप्रधान मंडळाच्या देखरेखीखाली

अठरा कारखाने व बारा महाल होते. या प्रत्येक खात्यावर हवालदार, जमादार व हिशेबनीस हे तीन अधिकारी होते. मात्र यांना नेमका किती पगार दिला जात होता याची निश्चित माहिती नाही. या अधिकाऱ्यांशिवाय केंद्रीय प्रशासनात इतरही अनेक लहान - सहान अधिकारी काम करीत असत. त्यांनाही त्यांच्या योग्यतेप्रमाणे वेतन दिले जात होते. या सर्वांच्या पगारावर जो खर्च केला जात होता तो केंद्रीय प्रशासनावरील खर्च म्हणून समजला जात होता.

२) प्रांतिक प्रशासनावरील खर्च :

कोकणपट्टी, देश व कर्नाटक मोहिमेत जिंकलेला प्रदेश एवढ्याच प्रदेशाचा शिवाजी महाराजांच्या स्वराज्यात समावेश होता. स्वराज्यातील या प्रदेशाचे प्रांत, सरसुभा, तालुका किंवा महाल व मौजा किंवा मौजा खेडेगाव असे प्रशासकीय विभाग पाडलेले होते. स्वराज्यातील या प्रत्येक विभागावर, एका महालावर एक हवालदार नियुक्त केला गेला होता. तालुका काही गावाच्या गटात विभागला गेलेला होता. प्रत्येक गटावर कामविसदाराची नियुक्ती केलेली होती. प्रत्येक सुभेदाराच्या हाताखाली दिवाण, मुजूमदार, फडणीस, सबनीस, कारखानीस, चिटणीस, जमादार व पोतनीस हे आठ मदतनीस असत. प्रांतातील या सर्व अधिकाऱ्यांच्या पगाराचा खर्च राज्याच्या तिजोरीतून केला जात होता.

क) लष्करी प्रशासनावरील खर्च :

सभासद बखरीतील संदर्भानुसार शिवाजी महाराजांच्या सैन्याची संख्या दोन लक्ष इतकी होती. यात घोडदळ, पायदळ, व आरमार याचा समावेश होता. चिटणीस बखरकाराच्या मते, पायदळातील सेनापतीला दरवर्षाला दहा हजार होन तर इतर लष्करी अधिकाऱ्यांना चारशे ते पाचशे होन इतके वेतन दिले जात होते. लहान - लहान अधिकाऱ्यांना वर्षाला पंधरा होनापासून दोनशे होन इतका पगार दिला जात होता. शिवकाळात लष्करी प्रशासनावर होणारा खर्च पुढीलप्रमाणे होता.

१) घोडदळातील अधिकारी व सैन्य यांचे वेतन :

घोडदळात असलेले अधिकारी व शिपाई यांचे वार्षिक वेतन पुढीलप्रमाणे होते.

अ. क्र.	अधिकारी	वार्षिक वेतन
१	सरनौबत	चार हजार ते पाच हजार होन
२	पंचहजारी	दोन हजार होन
३	हजारी	एक हजार होन
४	जुमलेदार	पाचशे होन
५	हवालदार	एकशे पंचवीस होन
६	बारगीर	नऊ होन

२) पायदळावरील खर्च :

शिवाजी महाराजांच्या पायदळात सरनौबत, सात हजारी, पंचहजारी, हजारी, जुमलेदार, हवालदार, नाईक असे लष्करी अधिकारी व सबनीस यासारखे मुलकी अधिकारी होते. सभासद बखरीतील संदर्भानुसार पंचहजारी अधिकाऱ्याला वर्षाला दोन हजार होन, हजारी अधिकाऱ्याला एक हजार होन, जुमलेदाराला शंभर होन व सबनिसाला शंभर ते एकशे पंचवीस होन इतका पगार मिळत होता. मात्र इतर अधिकारी व शिपाई यांना किती वेतन मिळत होते याविषयी माहिती उपलब्ध नाही.

३) शरीरसंरक्षक दलावरील खर्च :

शिवाजी महाराजांनी स्वतःच्या संरक्षणासाठी दोन हजार शिपायांचे शरीरसंरक्षक दल स्थापन केलेले होते. या संरक्षक दलाची विभागणी अनुक्रमे वीस, तीस, चाळीस, साठ शिपायांच्या गटात केलेली होती. या प्रत्येक गटाचा एक प्रमुख असे. शरीरसंरक्षक दलातील शिपायांना डोक्याला बांधण्यासाठी किमती मंदिल, जरीचे जॅकेट, सोन्याच्या किंवा चांदीच्या रिंगा, मनगटात घालण्यासाठी सोन्याची कडी असे विविध अलंकार मिळत होते. या अलंकारांवर होणारा सर्व खर्च सरकारी तिजोरीतून केला जात असे.

४) आरमारावर होणारा खर्च :

सभासद बखरीच्या संदर्भानुसार शिवाजी महाराजांच्या आरमारात गुराबा, तरांडी, गलबते, शिबाड, पगार या प्रकारची चारशे जहाजे होती. पाच गुराबा व पंधरा गलबते यांच्या मिळून एक सुभा होत असे. असे अनेक सुभे शिवाजी महाराजांच्या आरमारात होते. अशा सर्व सुभ्यांचे मिळून दोन मोठी आरमारी दले निर्माण करण्यात आलेली होती. प्रत्येक दलावर एक आरमार प्रमुख व दोन आरमार प्रमुखांसाठी मायनाईक व दर्यासारंग अशी पदे होती. या आरमारात कोळी, भंडारी, मलबारी, ख्रिश्चन या जाती – जमातींमधून खलाशी नियुक्त केले जात असत. या सर्व अधिकाऱ्यांचा व खलाशांचा पगार सरकारी तिजोरीतून भागविला जात होता.

५) किल्ल्याचे प्रशासन, बांधणी व दुरुस्ती यावरील खर्च :

शिवकाळात किल्ल्याचे महत्त्व अनन्यसाधारण होते. सभासद बखरीनुसार शिवाजी महाराजांच्या ताब्यात दोनशे चाळीस किल्ले होते. या किल्ल्याचे अंतर्गत प्रशासन हवालदार, कारखानीस, सबनीस, सरनौबत या अधिकाऱ्यांच्या देखरेखीखाली केले जात होते. या मुख्य अधिकाऱ्यांव्यतिरीक्त मुजूमदार, तटसरनौबत, कारकून व नोकर हे किल्ल्याची व्यवस्था पाहत असत. या अधिकाऱ्यांचा वार्षिक पगार पुढीलप्रमाणे होता.

अ. क्र.	अधिकारी	वार्षिक वेतन
१	हवालदार	एकशे पंचवीस होन
२	सरनौबत	शंभर होन
३	सबनीस	शंभर होन
४	मुजुमदार	छत्तीस होन
५	कारकून	दरमहा तीन होन
६	तटसरनौबत	बारा होन

या सर्व अधिकारी वर्गाचे वेतन राज्याच्या तिजोरीतून केले जात होते. तसेच नवीन किल्ले बांधणी व जुन्या किल्ल्यांची दुरुस्ती करणे याकडे शिवाजी महाराजांचे विशेष लक्ष होते. महाराजांनी आपल्या हयातीत सिंधुदुर्ग, विजयदुर्ग यासारखे जलदुर्ग बांधले, त्याचप्रमाणे जमिनीवर तसेच डोंगरावर किल्ले बांधले. अनेक किल्ल्यांची दुरुस्ती केली. प्रत्येक किल्ल्यावर अनेक इमारती बांधल्या. किल्ले बांधणाऱ्या मजूरांना, कारागिरांना व तंत्रज्ञांना शिवाजी महाराज भरपूर वेतन देत असत. हा सर्व खर्च सरकारी तिजोरीतून केला जात असे.

६) सैनिक व अधिकारी यांना दिले जाणारे नजराणे :

शिवकालीन मराठी राज्यात सैनिक व अधिकारी यांना वेतनाव्यतिरिक्त नजराणे व बक्षिसे दिली जात असत. ज्यांनी स्वराज्याकरता आपले रक्त सांडलेले आहे किंवा जे धारातीर्थी पडलेले आहेत, त्यांच्या वारसांना शिवाजी महाराजांकडून निवृत्तीवेतन, देणगी किंवा बक्षिस दिले जात होते. रणांगणात जखमी झालेल्या सैनिकांना त्यांच्या

जखमांची तीव्रता पाहून पन्नास, शंभर, दोनशे किंवा पंचवीस होन इतके बक्षीस दिले जात होते. तसेच पराक्रमी योद्धे, अधिकारी यांना त्यांच्या विशेष कामगिरीबद्दल सरकारकडून हत्ती, घोडे बक्षीस म्हणून दिले जात असत. काहींना सोन्याची कडी, सोन्याची पदके, कानातील भिकबाळी, शिरपेच अशी बक्षिसे दिली जात असत.

ड) शेती व इतर व्यवसायांवरील खर्च :

शिवकालीन मराठी राज्यात जमीन महसुलापासून सर्वात जास्त उत्पन्न मिळत होते. परिणामी, शेतीचा विकास करण्यासाठी शिवाजी महाराजांनी अत्यंत व्यापक धोरण स्वीकारलेले होते. शिवाजी महाराजांनी महसूल अधिकाऱ्यांना अशा सक्त सूचना केल्या होत्या की, नव्याने जमीन लागवडीखाली आणणाऱ्या शेतकऱ्यांना सर्व प्रकारची मदत करावी तसेच त्यांना फक्त बैल आणि अवजारे खरेदी करण्यासाठी पैशाची मदत करू नये तर शेतकऱ्यांची सुगी संपून धान्य घरी आणण्यापर्यंतच्या काळासाठी शेतकऱ्यांना खर्चासाठी पैसे द्यावेत. शिवाजी महाराजांनी शेतीप्रमाणेच राज्यातील उद्योगधंद्यांचा विकास कसा होईल यात रस दाखविलेला होता. स्थानिक उद्योगांचा विकास व्हावा यासाठी त्यांनी लोकाभिमुख धोरण आखलेले होते व उद्योगांच्या विकासासाठी लागणारा पैसा सरकारी तिजोरीतून उपलब्ध करून दिला होता.

३.५.२ पेशवेकालीन मराठा राज्याच्या खर्चाच्या बाबी :

शिवाजी महाराजांनी जे खर्च करण्याचे धोरण आखले होते त्यापेक्षा थोडे वेगळे असे धोरण पेशव्यांनी आखलेले होते. पेशवेकालीन मराठी राज्याच्या खर्चाच्या बाबींचे वर्गीकरण पुढीलप्रमाणे करता येईल.

१) पेशवे व त्यांच्या कुटूंबासाठी होणारा खर्च :

पेशवेकाळात पेशवे व त्यांचे कुटुंब व जवळचे नातलग यांच्यावर सरकारी तिजोरीतून बराच पैसा खर्च होत असे. किमती कपडे, दागिने, हिरे, पोवळे, किमती हार, कंठे, बांगड्या आणि अत्तरे यासारख्या चैनीच्या वस्तूंवर सरकारी तिजोरीतून खर्च केला जात असे. त्यामुळे हा सर्व खर्च सार्वजनिक खर्चाचा भाग मानला जात असे. शिवकाळात राजा व त्याच्या कुटूंबीयांवर होणारा खर्च ज्याप्रमाणे राज्याचा खर्च मानला जात होता, त्याचप्रमाणे पेशवेकाळात देखील पेशवे व त्यांच्या कुटूंबासाठी होणारा खर्च राज्याचा खर्च मानला जात असे.

२) मुलकी प्रशासनावरील खर्च :

पेशवेकालीन मुलकी प्रशासनावरील खर्च पुढीलप्रमाणे सांगता येईल :

अ) केंद्रीय प्रशासनावरील खर्च :

शाहू महाराजांच्या कारकिर्दीत केंद्रीय प्रशासनातील अष्टप्रधान मंडळ व विविध खात्यातील अधिकारी वर्गावर केला जाणारा खर्च हा केंद्रीय मुलकी प्रशासनावरील खर्च म्हणून मानला गेला.

शाहू महाराजांच्या काळात विविध मंत्र्यांचा वार्षिक पगार पुढीलप्रमाणे होता.

प्रधान तेरा हजार रु., अमात्य बारा हजार रु., सचिव दहा हजार रु., मंत्री दहा हजार रु., सुमंत दहा हजार रु., न्यायाधीश दहा हजार रु., सेनापती नऊ हजार रु., प्रतिनिधी पंधरा हजार रु., पंतराजाध्याय एक हजार रु. इतर राज्यकर्त्यांप्रमाणे पेशवेकाळातील केंद्रीय प्रशासनात हत्तीखाना, शिकारखाना, पशुखाना, पागा, तोफखाना, नगार खाना, रत्नशाळा, इमारती अशा खात्यांवर मोठ्या प्रमाणात खर्च केला जात होता. मात्र हा खर्च नेमका किती केला गेला याची निश्चित माहिती उपलब्ध नाही.

ब) प्रांतिक प्रशासनावरील खर्च :

पेशवेकालीन मराठी राज्यात प्रांतीक प्रशासनावरील खर्च हा प्रामुख्याने वरिष्ठ व कनिष्ठ नोकरदारांवरील खर्च होता. पेशवेकाळात वरीष्ठ दर्जाच्या लोकांचे वेतन भरमसाठ होते. 'सुभेदार' हा प्रांतिक प्रशासनातील मुख्य अधिकारी

समजला जात होता. मात्र याला नेमके किती वेतन देण्यात येत होते याबद्दलची माहिती उपलब्ध नाही. प्रांतातील इतर अधिकाऱ्यांना मिळणारे वेतन पुढीलप्रमाणे होते.

मामलेदार दोन हजार रु., कामविसदार पाचशे रु., मुजूमदार अडीचशे रु., फडणीस दोनशे रु. कारकून दिडशे रु., दफ्तरदार दोनशे रु., अमीन पाचशे रु.

३) लष्करी प्रशासनावरील खर्च :

पेशवेकालीन मराठी राज्यात लष्करी प्रशासनावर जो खर्च केला जात असे त्याचे प्रमाण शिवकाळातील खर्चापेक्षा जास्त होते. पेशवेकालीन लष्करी प्रशासनातील खर्चात घोडदळ, पायदळ, किल्ला प्रशासन, युद्धमोहिमांवरील खर्च, युद्ध नुकसानभरपाई खर्च, मृत सैनिक तसेच जखमी सैनिक व अधिकारी यांच्यावर केला जाणारा खर्च यासारख्या खर्चाचा समावेश होतो.

अ) घोडदळावरील खर्च :

पेशव्यांच्या घोडदळाचे तीन विभाग होते. या तीनही विभागांना मिळून 'हुजूरात' असे संबोधले जात असे. हुजूरातीतील खासगी, शिलेदार व स्वयंसेवक यांचा समावेश होता. खासगीला महिन्याला आठ ते सोळा रु. इतके वेतन होते. शिलेदाराला दरमहा वीस ते तीस रुपयांपर्यंत वेतन दिले जाई. स्वयंसेवकाला चाळीस ते पन्नास रु. इतके वेतन होते.

ब) पायदळावरील खर्च :

पेशवेकाळात मराठ्यांजवळ मुख्य भरणा पायदळातील सैनिकांचा होता. पहिल्या माधवरावांच्या कारकिर्दीत पेशव्यांच्या पायदळाची सैन्यसंख्या पंचवीस हजार इतकी होती. डॉ. सेन यांच्या मते पेशवेकाळात मराठा सैन्याचा एकूण पगार दरमहा २६,२४२ रु. इतका होता. मात्र पायदळातील विविध अधिकाऱ्यांना किती वेतन दिले जात होते याविषयी निश्चित संदर्भ, निश्चित माहिती मिळत नाही.

क) आरमारावरील खर्च :

पेशव्यांच्या आरमारात सुभेदार व सेनापती असे दोन मुख्य अधिकारी होते. या अधिकाऱ्यांच्या हाताखाली कारभारी व अमीन हे अधिकारी होते. अमीन या अधिकाऱ्याच्या हाताखाली फडणीस, कारखानीस, जमादार, हसबनीस हे अधिकारी होते. पेशवेकाळात आरमारी सामर्थ्याला अधिक महत्त्व प्राप्त झालेले होते. परिणामी, आरमारात काम करणाऱ्या अधिकाऱ्यांना रोख तसेच धान्याच्या स्वरुपात वेतन मिळत होते. सुभेदाराचा वार्षिक पगार ११८६ रु. रोख व १६११ मण धान्य इतका होता. खलाशाला साडेचार ते पाच रु. व जमादार आणि हसबनीस यांना दरमहा साडेसात रु. इतका पगार होता.

ड) किल्ला प्रशासनावरील खर्च :

पेशवेकालीन मराठा राज्यात किल्ल्याचे प्रशासन कार्यक्षम अधिकाऱ्यांकडे सोपविले जात होते. किल्ल्यावर हवालदार, सरनौबत, बरखदार, फडणीस, सबनीस हे उच्च अधिकारी आणि कारकून, बंदुकधारी सैनिक, मशालधारक, झाडूवाले इत्यादी कनिष्ठ नोकर वर्ग प्रशासनात होता. रोजनिशीतील नोंदीनुसार किल्ल्यावरील अधिकाऱ्यांचा व नोकरांचा पगार पुढीलप्रमाणे होता.

सबनीस व फडणीस दोनशे रु., सुभेदार अडीचशे रु., हवालदार व सरनौबत एकशे पंचवीस रु., कारखानीस शंभर रु.,इतर नोकर चार ते पाच रु.

इ) युद्धमोहिमांवरील खर्च :

पेशवेकाळांत मराठ्यांनी अनेक युद्धमोहिमा काढून शत्रूचे प्रदेश जिंकलेले होते. या युद्धमोहिमांसाठी व शस्त्रास्त्रांसाठी सरकारी तिजोरीतून पैसा खर्च केला जात असे.

ई) युद्ध नुकसान भरपाई :

पेशवेकाळात सरकारला युद्ध नुकसान भरपाई म्हणून काही रक्कम खर्च करावी लागत होती. उदा. १७६५ साली शंकराजी केशव याने युद्धाच्या वेळी इंग्रजांच्या वस्तूंची जी नासधूस केली त्यावेळी इंग्रजानी पेशव्यांकडून ३१ हजार रु. नुकसान भरपाई वसूल केली होती.

फ) मृत व जखमी सैनिक तसेच अधिकारी यांना भरपाई :

लढाईत कित्येक सैनिक मृत्यूमुखी पडत तसेच जखमी होत असत. मृत सैनिकांच्या नातेवाईकांना जमीन इनाम म्हणून दिली जात असे किंवा रोख रक्कम भरपाई म्हणून दिली जात असे. ही सर्व भरपाई सरकारी तिजोरीतून दिली जात होती. लढाईत जे जखमी होत असत त्यांच्या जखमांचे स्वरूप पाहून दहा रु. पासून एकशे पंचवीस रु. पर्यंत भरपाई दिली जात होती.

४) कल्याणकारी गोष्टी वरील खर्च :

पेशवेकाळात लोकोपयोगी कामावर मोठ्या प्रमाणात खर्च केला गेला. तलाव बांधणे, कालवे व विहिरी बांधणे, रस्त्यांची डागडुजी करणे, विश्रांतीगृहे बांधणे यासारख्या लोकोपयोगी कामांवर मोठ्या प्रमाणावर पैसा खर्च केला गेला. हा सर्व खर्च सरकारी तिजोरीतून केला जात होता. पेशव्यांनी आपल्या कारकिर्दीत साधुसंत, महंत यांना त्यांच्या चरितार्थासाठी मोठ्या देणग्या दिलेल्या होत्या. या देणग्या कधी रोख रकमेत तर कधी जमिनीच्या रुपात दिल्या जात असत. मठ, हिंदू मंदिरे यांच्या खर्चासाठी तसेच दिवाबत्तीसाठी देणग्या दिल्या जात होत्या. गणपती उत्सव तसेच दसरा, दिवाळी उत्सवाच्या प्रसंगी सरकारी तिजोरीतून खर्च केला जात असे. त्याचप्रमाणे धार्मिक कार्य करणाऱ्या असंख्य ब्राम्हणांना पेशव्यांकडून प्रचंड प्रमाणात सरकारी तिजोरीतून दक्षिणा दिल्या जात असत. धर्मादाय व भूतदया याकरिता सरकारी तिजोरीतून जो खर्च होत असे त्यापैकी काही खर्च गोरगरिबांना मोफत औषधे वाटण्यासाठी केला जात असे. काही ठिकाणचे वैद्य गरिबांना मोफत औषधे देत असतील तर त्यांना सरकार त्या गावच्या जमीन महसुलातून काही रक्कम देत असत. दुष्काळाच्या काळात गरीब लोकांना सरकारी खर्चातून मोफत जेवण दिले जात होते. त्यासाठी ठिकठिकाणी अन्नछत्रे उघडलेली होती.

३.६ कामविसदारीची भूमिका :

कामविसदारी प्रणालीने मराठा साम्राज्याच्या प्रशासकीय आणि महसूल चौकटीमध्ये महत्त्वपूर्ण भूमिका बजावली तसेच शासन, महसूल संकलन आणि स्थानिक प्रशासनामध्ये योगदान दिले:

१) महसूल संकलन आणि प्रशासन :

कामविसदारी म्हणजे विशिष्ट क्षेत्र किंवा जिल्ह्यातील अधिकारी किंवा अधिकाऱ्यांना दिलेल्या महसूल आकारणीचा संदर्भ होय. या महसूल आकारणीने त्यांना जमीन किंवा विशिष्ट करांमधून महसूल गोळा करण्याचा अधिकार दिला. कामविसदार महसूल संकलन, प्रशासकीय कार्ये आणि त्यांच्या नियुक्त क्षेत्रांमध्ये कायदा व सुव्यवस्था राखण्यासाठी जबाबदार होते.

२) स्थानिक प्रशासन आणि प्राधिकरण :

कामविसदारांनी त्यांच्या प्रदेशात बऱ्यापैकी अधिकार वापरला. त्यांनी स्थानिक प्रशासक म्हणून काम केले, महसूल संकलनाची देखरेख केली, विवादांचे निराकरण केले आणि दैनंदिन व्यवहार व्यवस्थापित केले. त्यांचा अधिकार सुव्यवस्था राखणे, न्याय देणे आणि त्यांच्या नियुक्त प्रदेशात सम्राटाचा अधिकार टिकवून ठेवण्यापर्यंत वाढला.

३) महसूल नियुक्ती आणि अधिकार :

कामविसदारांना त्यांच्या सेवांची भरपाई म्हणून किंवा निष्ठेसाठी बक्षीस म्हणून महसूल नियुक्त्या मिळाल्या. या आकारणीने त्यांना नियुक्त केलेल्या जमिनी किंवा करांमधून महसूल गोळा करण्याचा अधिकार दिला, त्यांना उत्पन्नाचा स्त्रोत आणि महसूल संकलन प्रक्रियेवर अधिकार प्रदान केले.

४) महसूल संकलनातील भूमिका :

कर, जमीन महसूल आणि इतर देयांची कार्यक्षम वसुली सुनिश्चित करून कमाविसदार महसूल संकलनात महत्त्वपूर्ण भूमिका बजावत होते. ते जमिनीच्या उत्पादकतेचे मूल्यांकन करण्यासाठी, कराचे दर निश्चित करण्यासाठी आणि त्यांच्या अधिकार क्षेत्रातील शेतकरी किंवा प्रजेकडून महसूल गोळा करण्यासाठी जबाबदार होते.

५) स्थानिक जबाबदाऱ्या :

कमाविसदार गोळा केलेल्या महसूलासाठी आणि त्यांच्या नियुक्त प्रदेशांच्या प्रशासनासाठी जबाबदार होते. प्रदेशाची स्थिरता, पायाभूत सुविधा आणि कृषी उत्पादकता राखून त्यांना केंद्रीय प्रशासनाने ठरवून दिलेले महसूल लक्ष्य पूर्ण करावे लागले.

६) साम्राज्याच्या आर्थिक स्थिरतेसाठी योगदान :

कामविसदारी व्यवस्थेने साम्राज्याच्या आर्थिक स्थिरतेमध्ये महत्त्वपूर्ण योगदान दिले. याने विकेंद्रित महसूल संकलन यंत्रणा प्रदान केली, शाही खजिन्यात सातत्यपूर्ण उत्पन्नाचा प्रवाह सुनिश्चित करून स्थानिक प्रशासकांना त्यांचे क्षेत्र कार्यक्षमतेने व्यवस्थापित करण्यासाठी सक्षम केले.

७) आव्हाने आणि गैरवर्तन :

कार्यक्षम महसूल संकलन आणि स्थानिक प्रशासन हे या प्रणालीचे उद्दिष्ट असताना, तिला आव्हानांचाही सामना करावा लागला. काही कामविसदारांनी त्यांच्या सत्तेचा गैरवापर करून भ्रष्टाचार, अत्याधिक कर आकारणी आणि स्थानिक लोकांवर दडपशाही केली, ज्यामुळे असंतोष आणि अशांतता निर्माण झाली.

८) प्रशासन आणि स्थिरतेसाठी समर्थन :

आव्हाने असूनही, कामविसदारी प्रणालीने साम्राज्याच्या प्रशासकीय संरचना आणि प्रादेशिक स्थिरतेमध्ये योगदान दिले. यामुळे अधिकारांचे प्रतिनिधी मंडळ, कार्यक्षम महसूल व्यवस्थापन आणि साम्राज्यातील विविध प्रदेशांमध्ये शाही नियंत्रणाचा विस्तार सुलभ झाला.

९) विकास आणि समायोजन :

कालांतराने बदलत्या प्रशासकीय गरजा आणि परिस्थितीशी जुळवून घेत कामविसदारी व्यवस्था विकसित झाली. महसूल आकारणी, प्रशासकीय संरचना आणि उत्तम प्रशासन व महसूल संकलन कार्यक्षमता सुनिश्चित करण्यासाठी कामविसदारांच्या नियुक्तीमध्ये समायोजन केले गेले.

१०) वारसा आणि प्रभाव :

कामविसदारी व्यवस्थेचा वारसा मराठा साम्राज्याच्या पलीकडे टिकून राहिला, ज्यामुळे प्रदेशातील त्यानंतरच्या प्रशासकीय संरचनांवर प्रभाव पडला. हे साम्राज्याच्या विकेंद्रित प्रशासकीय दृष्टिकोनास प्रतिबिंबित करते, जे महसूल संकलन, स्थानिक प्रशासन आणि शाही स्थिरतेमध्ये योगदान देते.

❋ ❋ ❋

सरावासाठी प्रश्न

प्र. १. दीर्घोत्तरी प्रश्न.

१) मराठा कालखंडातील जमिनीचे प्रकार स्पष्ट करा.
२) मराठाकालीन जमिनीचे मूल्यांकन किंवा मोजणी स्पष्ट करा.
३) मराठाकालीन शेतजमिनीचे विविध प्रकार आणि त्यांचे मूल्यांकन स्पष्ट करा.
४) मराठा राज्यकर्त्यांनी शेतीला प्रोत्साहन देण्यासाठी अवलंबलेल्या उपाययोजना सांगा.
५) मराठाकालीन जमीन महसूल पद्धतींबद्दल तपशीलवार माहिती सांगा.
६) मराठाकालीन खर्चाच्या साधनांबद्दल तपशीलवार स्पष्टीकरण द्या.
७) मराठाकालीन उत्पन्नाच्या साधनांबद्दल तपशीलवार विवेचन करा.
८) कामविसदारीच्या भूमिकेबद्दल सविस्तरपणे स्पष्टीकरण द्या.

प्र. २. टिपा लिहा.

१) जमिनीचे प्रकार.
२) शिवाजी महाराजांच्या काळात जमीन महसूल.
३) पेशव्यांच्या अधिपत्याखालील जमीन महसूल.
४) जमीन महसुलाचे महत्व.
५) खर्चाचे स्त्रोत.
६) उत्पन्नाचे स्त्रोत.
७) मिरासदार.
८) सरदेशमुखी.

❋❋❋

प्रकरण ४

व्यापार, उद्योग आणि हस्तव्यवसाय

प्रस्तावना :

मध्ययुगीन महाराष्ट्रावर अनेक घराण्यांनी राज्य केले होते. या घराण्यांमध्ये यादव, बहमनी, मराठे, निजाम, पेशवे यांचा समावेश होतो. पण यादव, मराठे व पेशवे यांच्या काळात महाराष्ट्रात राजकीय स्थैर्य प्रस्थापित झाले होते. या राजकीय स्थैर्यामुळे इतर क्षेत्रातही महाराष्ट्राचा विकास झाला. महाराष्ट्रातील लघु व बृहद् उद्योगधंदे यांना चालना मिळाली. तत्कालीन लघुउद्योग हे ग्रामीण भागातून चालत असत. त्यामुळे मध्यकालीन महाराष्ट्रातील ग्राम हे स्वयंपूर्ण बनले होते. या लघु उद्योगांमध्ये सूत कापणे, लाकडी कलाकुसर यांचा समावेश होतो. लघु उद्योगांबरोबरच बृहद् उद्योगांचा विकासही भरभराटीस आला होता. साखर उद्योग, जहाज बांधणी उद्योग, धातुकाम उद्योग यांचाही विकास मोठ्या प्रमाणात घडून आला. विविध उद्योग हस्तव्यवसाय यांचा विकास झाल्यामुळे परकीय व राज्यांतर्गत व्यापारातही प्रचंड वृद्धी झालेली दिसून येते. परकीय व्यापारासाठी कोकण किनारपट्टी वरील विविध शहरांचा विकास घडून आला. मध्ययुगीन महाराष्ट्राचा परदेशी व्यापार ही विविध देशांशी चालत असे. या व्यापारामध्ये मसाल्याचे पदार्थ, अन्नधान्य, तांबे हे निर्यात होई तर रथ, घोडे, दारुगोळा, शिसे, काच वगैरे पदार्थ आयात होत. एकूणच मध्यकालीन महाराष्ट्रातला व्यापार हा अतिशय सुव्यवस्थित व संपन्नतेकडे वाटचाल करणारा होता. व्यापाराची भरभराट झाल्यामुळे चलनाची आवक-जावक देखील वाढली. त्यामुळे चलनव्यवस्था आणि अधिकोष पद्धती देखील निर्माण करण्यात आली. या सर्व घटकांच्या आधारे तत्कालिन आर्थिक जीवनाचा आकृतीबंध जाणून घेणे योग्य ठरेल.

४.१ व्यापाराची केंद्रे :

प्राचीन काळापासून भारताचा अंतर्गत व्यापार त्याचबरोबर परकीय देशांशीही व्यापार वाढत होता. दक्षिण आणि मध्य भारतातील अनेक व्यापारी केंद्रे परदेशी व्यापारासाठी प्रसिद्ध होती. मध्ययुगीन विशेषतः मराठेकाळात महाराष्ट्रातील अनेक शहरांचा व्यापार युरोपियन व आखाती देशांशी चालत असे. त्यामुळे मराठे काळात विविध व्यापारी केंद्रांचा

उदय झाला होता. विविध परकीय देशांशी चालणारा व्यापार आणि अंतर्गत व्यापार यामुळे विविध शहरे व्यापारीदृष्ट्या उदयास आली. शिवकालीन व्यापारी केंद्राबद्दल पुढील प्रमाणे माहिती सांगता येईल :

४.१.१ शिवकालीन व्यापारी केंद्रे :

मध्ययुगीन महाराष्ट्र हा सुरुवातीला यादवांनंतर बराच काळ मुसलमानी अंमलाखाली होता. त्यानंतर शिवाजी महाराजांनी स्वराज्य स्थापन केल्यानंतर शिवकाळात कोकण प्रदेश व्यापारासाठी भरभराटीला आलेला प्रदेश होता. इंग्लिश फॅक्टरी रेकॉर्डस नुसार चौल, दाभोळ, कल्याण, भिवंडी वेंगुर्ला, पेण, डहाणू, वसई, वांद्रा ही बंदरे शिवकाळात उदयास आली.

अ) समुद्र किनाऱ्यावरील व्यापारी केंद्रे:

शिवकाळात उदयाला आलेली समुद्रकिनाऱ्यावरील व्यापारी केंद्र पुढील प्रमाणे सांगता येतील :

१) चौल :

अलिबाग तालुक्यातील चौल बंदर शिवकाळात व्यापाराकरिता भरभराटीला आलेले महत्त्वाचे बंदर होते. त्याची लोकसंख्यादेखील जास्त होती. असे गर्दीचे बंदर शिवाजी महाराजांनी १६७० साली आपल्या ताब्यात घेतले. डिसेंबर ते मार्च या कालावधीत येथील व्यापार अतिशय जलद होता. मलबार व इतर ठिकाणाहून येणारी जहाजे चौल बंदरावर थांबत असत व ही जहाजे मसाले, सुपाऱ्या, नारळ, औषधे, ताडगूळ, मेण, पारा, हिंगुळ, तांबे हा व्यापारी माल घेऊन येत असत. या वस्तूंना महाराष्ट्रात मोठी मागणी होती व यातील काही वस्तू खंबायत व गुजरात येथे नेण्यात येत असत. मलबारी व्यापारी परतीच्या प्रवासात चौल येथून मोठ्या प्रमाणावर कापड, गहू, धान्य, तलम मलमल, सुती कापड घेऊन जात असत. व्यापारी लोक महाराष्ट्रात विणलेले कापड चौलमार्गेच अरबस्थान व इराण येथे घेऊन जात असत.

डॉ. फ्रायर या इंग्रज प्रवाशाने सन १६७२ ते १६७५ या दरम्यान चौल बंदराला दिलेल्या भेटीचे वर्णन करताना म्हणतो की, ''दक्षिणेकडून येणाऱ्या मालाची ही एक उत्कृष्ट बाजारपेठ आहे. पण शिवाजी महाराज व मोगल यांच्यातील सततच्या होणाऱ्या युद्धामुळे या पेठेची अगदी वाताहत झाली आहे. पण ब्रिटिश फॅक्टरी रेकॉर्डस्‌मध्ये असे दिसते की, सन १६७४ च्या दरम्यान काही अपघाताने अचानक लागलेल्या आगीमुळे जवळ–जवळ ३००० घरे जळून भस्मसात झाल्याने चौल मधील रहिवासी व व्यापारी यांनी मुंबई बंदरात आश्रय घेतला होता.

२) दाभोळ :

दाभोळ हे कोकण किनारपट्टीवरील भरभराटीला आलेले एक बंदर. मध्ययुगीन काळात येथेही व्यापार उदीम मोठ्या प्रमाणावर वाढलेला होता. पूर्व आफ्रिका, इराण या देशांबरोबर दाभोळचे व्यापारी संबंध होते. दाभोळला मक्का, एडन येथून येणारी जहाजे भेट देत असत. तसेच खंबायत, दीव, मलबार येथूनही तांबे,पारा, हिंगुळचा लाल रंग यांनी भरलेली जहाजे येत असत. या वस्तू देशांतर्गत भागात विक्रीसाठी पाठविण्यात येत असत.

विल्यम फॉस्त लिखित "English Record on Shivaji" मधील संदर्भानुसार सन १६६२ मध्ये दाभोळ बंदर शिवाजी महाराजांच्या अंमलाखाली आले आणि शिवाजींची व्यापारी जहाजे दाभोळ ते मुंबई दरम्यानच्या सागरामध्ये व्यापाराच्या निमित्ताने संचार करु लागली दाभोळ मुंबई येथे ईस्ट इंडियाहून कंपनीला मिरे, लाख आणि सुरतेपेक्षा कमी भावात जाडेभरडे कापड या वस्तू विकल्या जात असत. दाभोळचा मलबार व खंबायत बरोबर सुद्धा व्यापार चालत असे.

३) कल्याण व भिंवडी :

'इंग्लिश रेकॉर्डस् ऑन शिवाजी' या ग्रंथात विल्यम फोस्टरने असे नमूद केलेले आहे की, १७ व्या शतकात कल्याण हे व्यापारी दृष्टिकोनातून अतिशय महत्त्वाचे केंद्र होते. या केंद्रात हिंदुस्थानच्या सर्व भागातून तसेच गोवळकोंडा, कोरोमंडल यासारख्या प्रदेशातून व्यापारी येत असत. डॉ. फ्रायर यांच्या मते, मुंबई मार्गे शिवाजी

महाराजांच्या प्रदेशात प्रवेश करण्याचे 'कल्याण' हे प्रवेशद्वार होते. कल्याणला लागून असलेले भिवंडी हे १७ व्या शतकातील महत्त्वाचे व्यापारी केंद्र होते. येथे विणकामाचा व्यवसाय मोठ्या प्रमाणावर चालत होता. 'इंग्लिश फॅक्टरी रेकॉर्डस्'प्रमाणे कल्याण व भिवंडी परिसरातील विणकरांना इंग्रजांनी आपला व्यवसाय मुंबई येथे आणण्याची विंनती केली होती; परंतु विणकरांनी इंग्रजांची विनंती अमान्य केली. मात्र, विणलेले कापड भरपूर प्रमाणात इंग्रजांना पुरविण्याचे आश्वासन दिले. इ.स.१६७० साली शिवाजी महाराजांनी मोगलांकडून कल्याण व भिवंडी जिंकून घेतले व आपला अंमल प्रस्थापित केला. कल्याण व भिवंडी परिसरात लाकडाची भरपूर उपलब्धता पाहून शिवाजी महाराजांनी जहाजबांधणीच्या व्यवसायास प्रोत्साहन दिले. कारण शिवाजी महाराजांना आरमारी सामर्थ्याचे महत्त्व पटलेले होते.

इ.स. १६७० त शिवाजीराजांनी मोगलांकडून कल्याण व भिवंडी जिंकून घेवून १६७० च्या दरम्यान तेथे आपला पूर्ण अंमल बसविला. सभासद बखरकार म्हणतात की, ''कल्याण व भिंवडी येथे शिवाजी गुराबा, गलबत, सिबार, तरांडे, तारु व पगार, अशी सहा प्रकारची जहाजे बांधीत असे.

४) राजापूर :

राजापूर हे एक रत्नागिरी जिल्ह्यातील शिवकाळातील एक महत्त्वाचे व्यापारी केंद्र होते. सन १६६० साली हेन्री रिव्हिंगस्टन याच्या नेतृत्वाखाली इंग्रजांनी विजापूरच्या आदिलशहाची परवानगी घेऊन राजापूर येथे वखार स्थापन केली. १६६८ साली फ्रेंचांनीही आपली वखार स्थापन केली. शिवाजी महाराजांनी या दोन्ही परकीय व्यापाऱ्यांना व्यापार करण्यासाठी परवानगी दिली होती. फ्रेंच व्यापारी राजापूर येथून शिसे व लोखंडाचा व्यापार करीत असत. तसेच अनेक हिंदू व परकीय लोक देखील व्यापाऱ्याच्या निमित्ताने येथे येऊन राहिलेले होते. राजापूर बंदरातून मिरे, वेलदोडे, सुती कापड, सुती धागा, मीठ, कागद यांचा व्यापार चालत असे.

फ्रेंच प्रवासी अॅबेकॅरे म्हणतो की, ''राजापूरमध्ये असे अनेक श्रीमंत व्यापारी होते की, ज्यांची मालवाहतूक जहाजे तांबडा समुद्र व इराण (पर्शिया) मधील बसरा या ठिकाणी जात असत. तसेच या बंदरातून सर्व हिंदुस्थानात मालाचा पुरवठा होत असे.''

जेव्हा राजापूर शिवाजी महाराजांच्या ताब्यात आले त्यावेळी शिवाजींनी इंग्रजांची तेथील वखार लुटली, त्याच्या भरपाईबद्दलची बोलणी अनेक दिवस चालली होती. पण शिवाजींनी इंग्रजांना दाद दिली नाही. संभाजीनेही इंग्रजांना नुकसान भरपाई दिली नाही. शेवटी १६८२ मध्ये इंग्रजांनी राजापूर येथील आपली वखार बंद केली.

५) वेंगुर्ला :

१७ व्या शतकातील भरभराटीला आलेले हे आणखी एक व्यापारी केंद्र. या ठिकाणी डचांनी आपली वखार स्थापन केलेली होती. १६६० च्या दरम्यान बटाव्हिया, जपान, सिलोन, इराण, अरबस्थान येथून येणारी जहाजे भेट देत असत.

६) इतर व्यापारी केंद्रे :

वरील महत्त्वाच्या व्यापारी व औद्योगिक केंद्रांशिवाय शिवकाळात महाड, कोल्हापूर, आष्टी, चिपळून, केळशी, पेठा, नागोठणे इत्यादी अनेक शहरांतून व बंदरांतून व्यापार चालत असे आणि या ठिकाणांहून चालणारा व्यापार ''इंग्लिश फॅक्टरी रेकॉर्ड'' मधील संदर्भाप्रमाणे मुंबईकर इंग्रजांना सुरतेपेक्षा सोईस्कर व स्वस्त वाटत असे.

ब) अंतर्गत व्यापारी केंद्रे :

अनेक नागरी केंद्रे व बाजारपेठा यांचे अस्तित्त्व हे व्यापाराचा भरभराटीकरता आवश्यक असते. अशा अंतर्गत बाजारपेठेवर किंवा व्यापारी केंद्रावर राज्याच्या व्यापाराचे मान अवलंबून असते. इतर ठिकाणाप्रमाणेच शिवकाळाम धील महाराष्ट्रात निरनिराळ्या व्यापारी केंद्रांची वाढ झाल्याचे दिसते. या अंतर्गत व्यापारी केंद्रांमध्ये आठवड्याचे बाजार, कसबा किंवा पेठा यांचा समावेश होताना दिसतो.

१) आठवड्याचे बाजार (आठवडी बाजार) :

विविध गावात व पेठेत भरणारे आठवड्याचे बाजार हे शिवकाळातील व्यापारी केंद्र होते. महाराष्ट्रातील विविध गावात व शहरात आठवड्यातून एक वेळ किंवा दोन वेळ बाजार भरत असे. आसपासच्या गावातील लोक अशा बाजारात आपल्या वस्तू विकावयास आणित असत. शेतकरी, लहान व्यापारी, यांचा समावेश आठवड्याच्या बाजारात होत असे. तसेच स्थानिक व्यापारी देखील अशा बाजारात आपल्याकडील वस्तू विकावयास आणत असत. विविध प्रकारचे धान्य, कपडे, बेकरीतील वस्तू, फळे व भाजीपाला,नारळ, किराणा माल, अशा विविध वस्तूंची विक्री या बाजारात होत असे.

२) कसबा किंवा पेठा :

कसबा किंवा पेठ ही आकाराने मोठी असलेली शिवकालीन व्यापारी केंद्रे होती. पेठेला कायम स्वरूपाची दुकाने असत. तेल विक्री करणारे, तेल गाळणारे, पादत्राणे तयार करणारे चांभार, कापडाचे व्यापारी, कापड तयार करणारे विणकर, शिंपी, दारू गाळणारे व विकणारे कलाल यांचा समावेश पेठेत होत असे. शेटे हा पेठेवर नियंत्रण ठेवणारा व्यापारी होता. पेठेच्या विकासाची कामगिरी शेटे याला पार पाडावी लागत असे. शिवकाळात नवीन बाजारपेठा वसविण्यासाठी सरकारकडून प्रोत्साहन दिले जात असे. नवीन पेठांचा विकास व शांतता व सुरक्षितता या दोन घटकांवर अवलंबून असल्याने शिवाजी महाराजांनी विशेष लक्ष दिलेले होते.

शिवकाळात नवीन व्यापारी पेठा वसवण्याकरिता सरकार तर्फे प्रोत्साहन दिले जात असे. काही वेळेला राज्यकर्त्यांकडून नवीन पेठा वसवण्यासंबंधी एखाद्या व्यक्तीला सनद दिली जात असे. शिवचरित्र साहित्य (खंड ६ प.क्र. ९१९) तील संदर्भानुसार पाषाण, जिजापुरा, मलपुरा, खेळपुरा, किठापुरा अशा अनेक पेठा शिवकाळात वसवल्या गेल्याचे संदर्भ मिळतात.

नवीन पेठांचा विकास शांतता व सुरक्षितता या दोन्ही गोष्टींवर अवलंबून असे. त्यामुळे शिवाजीराजांनी या दोन्हीकडे लक्ष दिल्याचे आढळते. चोर दरोडेखोर व शत्रूचे हल्ले यांच्यापासून व्यापाऱ्यांचे संरक्षण करण्यासाठी शिवाजी महाराज सतत दक्ष असत तसेच आपल्या राज्यातील व्यापार भरभराटीला यावा म्हणून शिवाजी महाराजांनी व्यापाऱ्यांना अनेक सवलती दिल्या होत्या.

पेठ वसवल्यानंतर काही काळाने त्या पेठेत बाहेरच्या नवीन व्यापाऱ्यांना आपला धंदा करण्याची परवानगी देवून पेठेच्या विकास करण्याचे प्रयत्न शिवकाळात दिसतात. पण अशा वेळी नवीन व्यापारी व जुने व्यापारी यांच्या नोंदी वेगळ्या ठेवल्या जातात. ''शिवचरित्र खंड ५ पत्र क्र. ९१९ मध्ये असणाऱ्या नोंदीनुसार इंदापूर पेठेत जुन्या व नव्या व्यापाऱ्यांची नोंद आढळते. त्यानुसार तीन सराफ, एक सोनार, पाच तेली आणि दोन शिंपी हे जुने व्यापारी होते. त्यात नव्याने पाच सराफ, दोन सोनार व नऊ तेली यांची भर पडल्याचा संदर्भ मिळतो.

४.१.२ पेशवेकालीन व्यापारी केंद्रे :

पेशवेकालीन महाराष्ट्रामध्ये चालत आलेल्या सागरी व जमिनीवरील व्यापार निरनिराळ्या ठिकाणी भरभरटीला आलेले उद्योगधंदे आणि जलमार्ग व खुष्कीचे मार्ग यांचे जाळे यामुळे आणि सरकारच्या विशेष प्रयत्नामुळे शहरांची व गावांची आणि बंदरांची वाढ झाली. अशा औद्योगिक व व्यापारी केंद्रांचे उल्लेख मराठी कागदपत्रामध्ये परदेशी प्रवाश्यांच्या वृतान्तामध्ये व भारतातील परकीय सत्तांच्या कागदपत्रांत सापडतात.

अ) समुद्र किनाऱ्यावरील व्यापारी केंद्रे :

शिवकाळाप्रमाणेच पेशवेकाळातही सागरी मार्गाने व्यापार चालत असे पेशवेकाळात चालू असलेल्या व्यापारी केंद्रे पुढील प्रमाणे :

चौल, दाभोळ, कल्याण, भिवंडी, राजापूर, केळशी, विजयदुर्ग, सिंधुदुर्ग ही कोकण किनाऱ्यावरील बंदरे व्यापार व उद्योगांसाठी प्रसिध्द होती. शिवकाळाप्रमाणे पेशवेकाळातही या बंदरांना व्यापारी दृष्टिकोनातून महत्त्व होते. या बंदरातून रेशमी कपडे, अफू, नीळ, सुती कापड, मिरे, धान्य, लाख या वस्तू निर्यात होत असत. या बंदरातून महाराष्ट्राचा परदेशाशी व्यापार चालत होता. पेशव्यांच्या अंमलाखाली महाराष्ट्रात साखर, मसाले व सुका मेवा या वस्तू युरोपीय व्यापाऱ्यांमार्फत चीन, अफगाणिस्तान, इराण, येथून आयात केल्या जात असत. कोकण किनाऱ्यावरील बंदरांशिवाय नागोठणा, मालाड, चिपळूण, रत्नागिरी, वेंगुर्ला, मालवण, बेलापूर, पनवेल, कळंबोली यासारखी लहान बंदरे होती. या बंदरातून आयात-निर्यात मोठ्या प्रमाणावर चालत असे. मेणबत्त्या, गुलाबपाणी,रंगीत काचा व आरसे, तसेच विविध चैनीच्या वस्तू मुंबई, दमण व इतर बंदरातून पोर्तुगीज किंवा डच व्यापाऱ्यांकडून पेशवे खरेदी करत असत. घडयाळे, चष्मे, कॅमेरे, होकायंत्रे, कुलूपे, कागद, चहा व घोडागाड्या या वस्तू लहान प्रमाणात पेशवे व उच्चभ्रू लोक खरेदी करत असत. त्याचप्रमाणे चहा पिणे हे त्या काळातील उच्चभ्रू लोकांचे लक्षण मानले जाई, पेशवे चहाची खरेदी परकीय व्यापारांकडून करीत असत. हा सर्व व्यापार कोकणपट्टीच्या किनाऱ्यालगत असलेल्या बंदरातून हेात असे.

पोर्तुगीजांकडून वसई व साष्टी जिंकल्यानंतर पेशव्यांनी ही बंदरे विकसित करण्याचा प्रयत्न केला. 'पेशवा रोजनिशी' मधील संदर्भानुसार सन १७४४ मध्ये दोन शेणवी, व्यापारी विठोजी कृष्णा कामत व पुंडलिक कृष्णा कामत यांना त्यांची पाच जहाजे घेवून वसई प्रांताच्या अधिकाऱ्याला पेशव्यांनी या जहाजातून व्यापारासाठी नेल्या जाणाऱ्या मालावरील जकात करात थोडी माफी देण्याचे आदेश देण्यात आले होते. त्याचप्रमाणे पुंडलिक कृष्णा कामत यांचा पालखी व मानाची वस्त्रे देवून गौरव करण्यास सांगितले व त्याच्या राहणीसाठी व गोदामासाठी व्यवस्था करण्यास सांगितले होते. वसई व साष्टी येथे स्थायिक होवून दुकाने उघडण्याच्या तीन व्यापारांना राहण्यासाठी त्यांना घरे देण्यात आली व त्यांच्या वस्तूवरील जकात करात अर्धी माफी देण्यात आली.

ब) अंतर्गत बाजारपेठा व व्यापारी केंद्रे :

पेशवेकालीन महाराष्ट्रात निरनिराळ्या शहरांची व्यापारी केंद्रे म्हणून भरभराट झालेली होती. या भरभराटीस अनेक कारणे होती. पुणे, सातारा, कोल्हापूर ही राजधानीची शहरे असल्याने व्यापारासाठी या शहरांनी पुढाकार घेतला. कायगाव-टोका, नाशिक, पैठण, पंढरपूर यांची तीर्थक्षेत्रे म्हणून वाढ झाली तर येवला, सोलापूर, नागपूर ही शहरे औद्योगिक क्षेत्रे म्हणून विकसित झाली. जुन्नर आणि नंदूरबार या नगरांची महत्त्वाची जागा म्हणून मोठ्या प्रमाणावर वाढ झाली व बऱ्हाणपूर व मिरज यांची महामार्गावर वसलेली शहरे म्हणून वाढ झाली. कोल्हापूर हे मराठी राज्याची राजधानी होते तसेच ते तीर्थक्षेत्रही होते. एकेकाळी पैठण हे औद्योगिक केंद्र होते तसेच ते तीर्थक्षेत्रही होती. अशाप्रकारे मुख्यत्वेकरून राजकीय, धार्मिक व औद्योगिक हेतू हे शहरांच्या वाढीसाठी कारणीभूत ठरले. प्रत्येक शहर हेच एक बाजारपेठ असल्याने व्यापार व उद्योगधंदे यांना उत्तेजन मिळाले. पेशव्यांनी व्यापाऱ्यांना आणि लोकांना नवी उपनगरे वसविण्यासाठी, पेठा व बाजार उभारण्यासाठी तसेच जुन्या व्यवसायांच्या नूतनीकरणासाठी प्रोत्साहन दिल्याचा उल्लेख पेशवे दफ्तरात सापडतो.

१) ग्रामीण बाजारपेठा :

पेशवेकाळामध्ये काही महत्त्वाच्या खेड्यांमध्ये आठवड्यातून एकदा किंवा दोनदा बाजार भरत असे. शेतकरी व लहान व्यापारी त्यांच्याकडील वस्तू बैलावर लादून किंवा बैलगाड्यांच्या माध्यमातून वाहून आणत असत. वस्तूंची देवघेव होत असे मात्र हा स्थानिक बाजार होता. त्यामुळे त्याचे स्वरुप लहान होते.

२) शहरी बाजार पेठा :

पेशवेकालीन प्रत्येक शहर हे बाजारपेठ असे. पुणे व कल्याण ही ठिकाणे म्हणजे घाटातून आणल्या जाणाऱ्या वस्तूंची बाजारपेठ म्हणून वापरली जात असे काही शहरामध्ये अनेक बाजार अथवा पेठा असत. त्यावरुन त्या ठिकाणी असलेली व्यापाराची भरभराटीची अवस्था लक्षात येते अशी काही शहरे पुढील प्रमाणे सांगता येतील.

i) पुणे :

पुणे हे मराठा साम्राज्याची राजधानी होती. गणेशपेठ, गंजपेठ, मुसाफर गंजपेठ, शुक्रवार पेठ, शनिवार पेठ, रविवार पेठ, बुधवार पेठ, नागेश पेठ, नवी पेठ, नवपुरा, भवानी पेठ, नरसिंह पेठ, व मस्तानी पेठ अशा विविध पेठा होत्या. बुधवार पेठेत अनेक कारागीर होते. गवळी, पाथरट,कोळशाची वखार चालवणारे, चुना तयार करणारे, काड्यापेट्या बनविण्यारे, लाकूड विकणारे, लोहार असे अनेक व्यावसायिक राहात होते. बुधवार पेठेतून अनेक वस्तूंची निर्यात होत असे व गरजेप्रमाणे अनेक वस्तू आयात केल्या जात असत. घरावरील कर आणि जकातकर गोळा करण्यासाठी काही लोकांना विशिष्ट कालावधीसाठी काम दिले होते. अनेक वेळेला प्रतिष्ठित वतनदार व्यापारी स्वत:ची बाजारपेठ सुरू करीत असत व या पेठेचे स्वामित्व आपल्याकडेच राहावे यासाठी कायदेशीर परवानगी घ्यावी लागत असे. काही वेळेला सरकार काही व्यक्तींना नवीन व्यापारी नगरे वसवण्यास सांगत असत. शिवकाळापासूनच मराठ्यांनी हे धोरण आखले होते. पहिल्या बाजीरावाच्या सूचनेनुसार हरशेट व सोमशेट वीरकर या दोन व्यापाऱ्यांनी पुण्यात शुक्रवार पेठेत व्यापारी पेठ वसवली. सन १७६८ साली महादजी लिमये याला भवानी पेठ या नावाचे व्यापारी उपनगर वसवण्याची परवानगी दिली गेली. परिणामी, पेशव्यांच्या सकारात्मक व्यापारी दृष्टिकोनामुळे पुण्यातील व्यापार भरभराटीला आला.

ii) शिवापूर :

पुण्याप्रमाणेच इतर शहरांची सुध्दा नवीन पेठ वसवल्यामुळे आणि सरकारच्या प्रोत्साहक दृष्टिकोनामुळे वाढ होत गेली. पहिल्या बाजीरावाच्या काळात शिवापूर येथे बाजार भरविण्यात येत असे. शिवापूर हे काळाच्या ओघात व्यापारी केंद्र बनले. त्यानंतर काही कारणांमुळे शिवापूर या बाजारपेठेचा ऱ्हास झाला. १७४१ साली नानासाहेब पेशव्यांनी या केंद्राची परत वाढ करण्यासाठी काही व्यापाऱ्यांना ७ वर्षासाठी करांमध्ये सवलती दिल्या.

iii) इतर व्यापारी केंद्रे :

पुणे, शिवापूर प्रमाणेच नाशिक, धारवाड, नायगाव, अहमदनगर, देवगिरी ही केंद्रे वसविण्यासाठी पेशव्यांनी पुढाकार घेतलेला होता. काही ठिकाणी टाकसाळी उघडलेल्या असल्याने ती शहरे पुढे औद्योगिक व व्यापारी केंद्रे म्हणून प्रसिध्दीस आली. काही टाकसाळी पेशव्यांनी स्वत:च्या ताब्यात ठेवलेल्या होत्या. तर काही टांकसाळी मक्त्याने सावकारांना दिलेल्या होत्या. पेशवेकाळात टांकसाळी नाशिक, चिंचवड, चांदवड, तळेगाव दाभाडे, पुणे, धारवाड, वसई, दौलताबाद, रहिमतपूर, मलकापूर, नागोठणे, या ठिकाणी होत्या. या उद्योगाच्या निमित्ताने लोहार, सोनार, घणकरी, भातेकरी, यांचा व्यवसाय तेजीत आलेला होता. तसेच साताऱ्याचे छत्रपती तसेच पेशवे, यांच्या प्रोत्साहनामुळे विणकलेचा प्रसार महाराष्ट्रात होऊ लागला. परिणामी, कापड उद्योगास चालना मिळाली. कापडाचे उत्पादन करणारी व्यापारी केंद्रे उदयास आली. पेशवेकाळात कापडासाठी अनेक व्यापारी पेठा प्रसिध्द होत्या. पैठण, चंदेरी, नागपूर, सोलापूर, चांदवड, महेश्वर, खंबायत, धनवड, बऱ्हाणपूर, सासवड, गंगासागर, बागलकोट ही कापड उद्योगांची विविध केंद्रे होती. जालना हे सुती व रेशमी कापडासाठी प्रसिध्द होते. एकूणातच असे दिसून येते की पेशवेकालीन व्यापार व व्यापारी केंद्रे ही व्यापारामुळे भरभराटीला आलेली होती.

४.२ व्यापाराचे मार्ग :

मराठाकालीन व्यापार हा देशांतर्गत आणि परकीय अशा स्वरूपाचा होता. सर्वसाधारणपणे हा व्यापार करण्यासाठी सागरी मार्ग, नदीमार्ग, खुष्कीचे मार्ग, घाटमार्ग यांचा वापर होत असे. व्यापारी मार्गाचा अभ्यास करताना शिवकालीन व्यापारी मार्ग व पेशवेकालीन व्यापारी मार्ग यांचा अभ्यास करावा लागतो.

४.२.१ शिवकालीन व्यापारी मार्ग :

१३व्या शतकातील यादवांचा काळ सोडल्यास १७व्या शतकापर्यंत महाराष्ट्रावर परकीय मुस्लिम सत्तांचे वर्चस्व होते. व्यापारी वृत्तीस पोषक असे वातावरण त्यावेळेस निर्माण होऊ शकत नाही त्यातच महाराष्ट्राची भौगोलिक परिस्थिती ही खडकाळ व निकृष्ट जमीन, जलवाहतुकीस योग्य अशा बारमाही नद्यांचा अभाव यांमुळे महाराष्ट्रात व्यापार कधी भरभराटीला आला नाही, पण मराठी लोकांना त्यांच्या स्वत:तील सामर्थ्याचा परिचय करून देणारी घटना जी क्रांतीकारक होती ती १७ व्या शतकाच्या मध्यात घडून आली तो बदल म्हणजे शिवाजी महाराजांनी महाराष्ट्रात केलेली स्वराज्याची स्थापना होय. स्वराज्य स्थापनेमुळे महाराष्ट्रात व्यापार व उद्योगाच्या नवीन संधी प्राप्त झाल्या व शिवकाळात महाराष्ट्राचा व्यापार वाढला.

अ) शिवकाळातील सागरी व्यापार :

शिवकाळातील महाराष्ट्राच्या व्यापारात सागरी मार्गाचा अवलंब केला गेला या व्यापारात क्रयवस्तू तसेच चैनीच्या वस्तूंचा अंतर्भाव होता. अन्नपदार्थ, कापड, मसाले, औषधे, घोडे, तांबे, पारा, यांसारख्या क्रयवस्तू सागरीमार्गाने विविध ठिकाणी पाठविल्या जात असत. मलमल, रेशमी कापड, मौल्यवान दागिने, मोती यांचा चैनीच्या वस्तूत समावेश केला होता. गुजरात आणि मलबार याप्रमाणे महाराष्ट्राला सागरी किनाऱ्याचे वरदान मिळालेले होते. विशेषत: कोकण किनाऱ्यावरील बंदराचा व्यापारासाठी वापर करण्यात आला. शिवकाळात कोकण प्रदेश व्यापारासाठी भरभराटीला आलेला होता. कोकण किनाऱ्यावरील चौल, दाभोळ, कल्याण व भिवंडी, पेण, डहाणू, तारापूर, केळवा, राजापूर, वांद्रा, माहीम, खारेपाटण ही बंदरे व्यापारी दृष्टिकोनातून उपयोगात आणली गेली. शिवाजी महाराजांनी सागरी व्यापाराकडे अधिक लक्ष केंद्रित केलेले होते. शिवाजी महाराजांचा आरमार स्थापनेचा उद्देश व्यापार वृध्दी करणे हा होता.

गुजरात आणि मलबार प्रमाणेच महाराष्ट्रातही कोकण किनाऱ्यावरील चांगल्या बंदराचे वरदान मिळाले होते. शिवकाळात कोकण प्रदेश व्यापारासाठी भरभराटीला आलेला प्रदेश होता. कोकण किनाऱ्यावरील चौल, दाभोळ, कल्याण-भिवंडी, वेंगुर्ला, पेण, डहाणू, तारापूर, केळवा, माहिम, बांद्रा राजापूर, खारेपट्टण ही बंदरे शिवकाळात व्यापारी दृष्ट्या भरभराटीला आलेली होती. चौल बंदरात मलबार व इतर ठिकाणाहून मालवाहू जहाजे येत असत. मलबार येथून येणारी जहाजे, मसाले, सुपारी, नारळ, औषधे पारा, हिंगुळ तांबे हा व्यापारी माल लावून येत असत. दाभोळ बंदरातून पडन, मक्का या परदेशातील बंदरांशी व्यापार होत असे. कापड, गहू, धान्य डाळी यावरुन या बंदरातून निर्यात होते. राजापूर येथे मिरी, वेलदरोडे, सुती कापड, सुती धागा यांचा व्यापार चालत असे. राजापूरचे तांबडा समुद्र व इराणमधील बसरा यांच्या बरोबर त्यावारी संबंध होते. वेंगुर्ला येथून जपान सिलोन, इराण अरबस्तान, या देशांशी आयात-निर्यात व्यापार चालत असे.

शिवाजी महाराजांनी सागरी व्यापाराकडे अधिक लक्ष दिले होते. शिवाजी महाराजांच्या आरमार स्थापनेचा व्यापार वृद्धी हा एक उद्देश होता. त्यांच्या युद्धनौकांमध्ये मचवा, शिवार, तरांडी, पगार या नौका केवळ व्यापारी उद्देशानेच बांधल्या होत्या शिवाजी महाराजांच्या युद्धनौका परदेशाशी व्यापार करण्याकरिता तसेच भारताच्या समुद्रकिनाऱ्यावर माल वाहून नेण्याकरिता वापरण्यात येत असत.

ब) अंतर्गत व्यापारी मार्ग :

शिवकाळात अंतर्गत व्यापार दोन प्रकारचा होता. नदीमार्गाने होणारा व्यापार व खुष्किच्या मार्गाने केला जाणारा व्यापार.

१) नदीच्या मार्गाने चालणारा व्यापार :

महाराष्ट्रात गोदावरी व कृष्णा या दोन मोठ्या नद्या सोडल्या तर इतर नद्या फारशा मोठ्या नाहीत. गोदावरी नदी पश्चिमेकडून पूर्वेकडे वाहते व महाराष्ट्रातील ३०० मैलांचा प्रदेश व्यापते. ही नदी प्रामुख्याने नाशिक, अहमदनगर, औरंगाबाद, नांदेड या जिल्ह्यातून वाहते तसेच भीमा आणि निरा या नद्यांचा देखील महाराष्ट्राच्या आर्थिक विकासात महत्त्वाचा वाटा आहे. शिवकाळात या नद्यांच्या मार्गाने व्यापार चालत असे. 'इंग्लिश फॅक्टरी रेकॉर्डस' प्रमाणे शिवकाळात पेण, कुलाबा जिल्ह्यातील आंबा व नागोठणा या नद्यांमधून व्यापारी मालाची वाहतूक होत असे. मुंबईतील इंग्रजी व्यापारी तसेच मराठेही या नद्यांमधून मालाची वाहतूक करून व्यापार करीत असत.

२) खुष्कीच्या व घाटमार्गाने होणारा व्यापार :

सागरी मार्गाप्रमाणे खुष्कीच्या व घाटमार्गाने व्यापार चालत असे. शिवकाळात बऱ्हाणपूर ते गोवळकोंडा या राजमार्गा व्यतिरिक्त महाराष्ट्रात एकही मोठा रस्ता नव्हता. बैलगाडीचे रस्ते व छोट्या वाटा मात्र होत्या. या मार्गाने शिवकाळात मोठ्या प्रमाणात व्यापार चालत असे.

शिवकाळात कोकण आणि देश यांना जोडणारे घाटमार्ग भरपूर होते. महाराष्ट्रातील पठार, पश्चिम वायव्य आणि उत्तर या बाजूला सह्याद्री, विध्यं, सातपुडां पर्वत यांनी बंद झालेले आहे. तत्कालीन उपलब्ध कागदपत्रांवरुन आपल्याला पर्वतरांगा मधील घाटमार्गाच्या जाळ्याची माहिती मिळते. शिवकाळात जुन्नर व कोंकण यांना जोडणारा पारघाट, आंबाघाट, फोंडाघाट, आंबोली घाट, जुन्नर व मुरबाड यांना जोडणारा नाणेघाट इत्यादी अनेक घाटमार्ग वाहतूकीला वापरले जात.

या घाटमार्गावरील वाहतुकीचे नियंत्रण करण्यासाठी प्रवाशांना संरक्षण देण्यासाठी हा वाहतुक कराची वसूली करायला या रस्त्यांवर ठिकठिकाणी चौक्या किंवा जकात नाके होते. व प्रत्येक ठिकाणी घाटपांडे नावाचा अधिकारी होता. त्याचे पद वंशपरंपरागत असे. त्याचे काम जकात कर गोळा करणे, रस्त्याची देखभाल करणे, रस्ता वाहतूकीस योग्य ठेवणे ही होती. त्यांच्या मदतीला पथकी, डांगी, पानसरे, मांघवी व मेटकरी हे अधिकारी असत.

३) वाहतुकीची साधने :

शिवकाळात आजच्या सारखी प्रगत वाहतूकीची साधने नव्हती. परिस्थितीनुसार माल अथवा वस्तू वाहतूकीसाठी बैल गाढव, म्हैस, उंट, पालख्या, डोली यांचा उपयोग केला जाई पसंगी स्त्री-पुरुष आपल्या डोक्यावरुन ही मालाची वाहतूक करत. घाटमार्गातून होणाऱ्या वाहतुकीसाठी व जड मालासाठी सामान्यपणे बैलाचा वापर केला जात असे. मालाने भरलेली पोती बैलावर लादून व्यापारांचा तांडां एका ठिकाणाहून दुसऱ्या ठिकाणी जात असे. डॉ. फ्रायर हा युरोपियन प्रवासी म्हणतो की, विविध घाटातून प्रवास करीत असताना मिठाची वाहतूक करणारे ३०० बैल मी पाहिले. इतर प्राण्यांमध्ये घोडा, गाढव, म्हैस व उंट यांचा वाहतुकीसाठी वापर होई पुन्हाळगडावर ३० तोफा वाहून नेण्याकरिता म्हशींचा वापर केला होता. तुकारामांच्या साहित्यात उंटाचा उपयोग केल्याचे उल्लेख आढळतात. काही वेळेला मानवी श्रमही माल वाहतुकी करता उपयोगी पडलेले दिसून येतात. डोक्यावरुन माल वाहतूक करणाऱ्यांना ओझेकरी बेगर असे म्हणले जाई. ही वाहतूक प्राण्यांच्या तुलनेने स्वस्त होती. कोकणात तांदूळ, नागली, मीठ आणि इतर मालाच्या वाहतुकीकरता लहान-लहान होडयांचा उपयोग होई. पालखी हे ही शिवकाळात प्रवासाचे सोईचे साधन होते. पण चोर, दरोडेखोरांची भिती असल्याने याचा प्रवास धोकादायक असे. पालखी हे फक्त श्रीमंतांचे वाहन होते. एकूणातच विचार केल्यास शिवकाळात दळणवळणाची व वाहतुकीची साधने अतिशय मागासलेली व तुटपुंजी दिसतात. म्हणून ॲबेकॅरे हा फ्रेंच प्रवासी म्हणतो की, महाराष्ट्रात समुद्रमार्ग किंवा जमिनीवरुन प्रवास करणे अतिशय अवघड गोष्ट होती.

४.२.२ पेशवेकालीन व्यापारी मार्ग :

शिवाजी महाराजांपासून चालत आलेल्या पुढील सर्व राज्यकर्त्यांनी सागरी व्यापार वाढीचे धोरण सुरु ठेवले होते. पेशव्यांनी इतर पश्चिम किनाऱ्यावरील उत्तरेकडील दमणपासून दक्षिणेकडील गोव्यापर्यंत चालणाऱ्या व्यापारीचे नियंत्रण केले होते. शिवकाळाप्रमाणेच व्यापार व सागरी व खुष्कीच्या मार्गाने होत असे.

अ) सागरी व्यापार मार्ग :

पेशवेकाळात महाराष्ट्रात साखर, मसाले, व सुका मेवा या वस्तू युरोपिनांमार्फत, चीन, अफगाणिस्तान व इराण येथून आयात करण्यात येत होत्या. कोकण किनाऱ्याचा चौल, दाभोळ, राजापूर, ही मोठी बंदरे होती. तर नागोठणे, मालाड, चिपळूण, रत्नागिरी, मालवण, वेंगुर्ला, बेलापूर, जंबूसार, बलसार, पेण, पनवेल, कळंबोली, ही लहान-लहान बंदरे होती. कल्याण, भिवंडी येथे एक बंदर होते, या बंदरावर अनेक व्यापारी जहाजे भेट देत असत. आवश्यक अशा वस्तू या बंदरावर उतरविल्या जात असत व देशांतर्गत दूर अंतरावर निरनिराळ्या बाजारपेठेत आणल्या जात. १७३५ साली मस्कत येथील अरब प्रमुखांच्या विनंतीवरून अरबांना भारताबरोबर व्यापार करण्याची परवानगी देण्यात आली. पेशवे सरकारने बंदराच्या वाढीला उत्तेजन दिल्याचे दिसते. पोर्तुगीजांकडून वसई व साष्टी जिंकल्यानंतर पेशव्यांनी बंदरांचा विकास करण्यास सुरूवात केली व अनेक व्यापाऱ्यांना सवलती दिल्या.

ब) अंतर्गत व्यापारी मार्ग :

शिवकाळाप्रमाणेच पेशवेकाळात देखील अंतर्गत व्यापार नदीच्या मार्गाने व घाटमार्गाने होत असे.

१) नदीच्या मार्गाने होणारा व्यापार :

महाराष्ट्रात नद्यांचे तीन विभाग होते. कृष्णा नदीचा विभाग, भिमा नदीचा विभाग, गोदावरी नदीचा विभाग, कृष्णा, भिमा, गोदावरी वरील व त्यांच्या उपनद्या पश्चिमेकडून पूर्वेकडे वाहतात व पूर्वेकडे रूंद होतात व आंध्रप्रदेशात जाऊन बंगालच्या उपसागराला मिळतात. अरबी समुद्रात मिळणाऱ्या नद्या या विभागात नव्हत्या. परंतु सह्याद्रीमधून लहान नद्यांमध्ये २० मैलापर्यंत मोठी नेणे शक्य होते. पूर्वेकडे वाहणाऱ्या नद्यांमधून छोट्या बोटींतून वाहतूक चालत असे. सह्याद्री पर्वतामधून पश्चिमेकडे दाभोळ, चौल या बंदरात परदेशात पाठवण्यासाठी वस्तू न्याव्या लागत असत. अशा वस्तूंच्या वाहतुकीसाठी पश्चिम घाटात असलेल्या नद्यांचा वापर केला गेला. तसेच पेशवेकाळात माहीम परगण्यात दंतिवारे या ठिकाणी नावेतून वाहतूक चालत असे. पौडखोरे मार्गे जामगावकर्डे परगण्यातील सिन्नर, मांडवी खाडीवरील उंदेरी तालुका तसेच घोडबंदर ठाणे, भोगुर, नाशिक, संगमनेर, राहुरी, बेलापूर, देपूर या ठिकाणी वाहतूक चालत असे. यावरून असे आढळते की पेशव्यांनी गोदावरी, प्रवरा, घोडनदी, भीमा व कृष्णा या नद्यांचा वापर व्यापारासाठी केलेला होता.

२) घाटमार्गाने होणारा व्यापार :

शिवकाळाप्रमाणे पेशवेकाळात देखील घाटमार्ग व खुष्कीच्या मार्गांचा अवलंब व्यापारासाठी केला गेला. घाटमार्गांचा वरचा भाग व घाटमार्गांचा खालचा भाग या दोन गटात विभागले गेले होते. सह्याद्रीच्या रांगांमधून काही डोंगराळ रस्ते आंबाघाट, आंबोली घाट, उंबर्ली, केलधोने, कुंभर्ली, कमठा, तोरण, नाणे, फोंडा, भीमाशंकर, रंगणा व सालपा येथे घाटमार्ग होते. विंध्य पर्वताच्या रांगामध्ये अजंठा, इवोटावारी, गणेश, गोतावला, चांदोरी पिंपळगाव, बालाघाट, राजापूर, खेतबारी, लरासिग, सोमाटणा हे घाटमार्ग होते. या घाटमार्गावरील वाहतुकीचे नियंत्रण करण्यासाठी व व्यापाऱ्यांना संरक्षण देण्यासाठी तसेच वाहतूक कराची वसुली करण्यासाठी घाटातील प्रत्येक रस्त्यावर ठिकठिकाणी जकातनाकी होती. प्रत्येक घाटावर घाटपांडे नावाचा अधिकारी पेशव्यांनी नियुक्त

केलेला होता. त्याला मदत करण्यासाठी मोधवी, पानसडे, पथकदार, बिडवई, गुजर व गुमास्ते हे अधिकारी व शिपाई मदत करीत असत. घाटातील रस्ते सुस्थितीत ठेवणे हे मोधवी या अधिकाऱ्याचे काम होते. एका चौकीपासून दुसऱ्या चौकीपर्यंतच्या घाटातील रस्त्यावर प्रवाशांना संरक्षण देणे हे पथकीचे काम होते. पथकीला गुजरशिपाई मदत करीत असत. बिडवई हा घाटमार्गावरून ये–जा करणाऱ्या फिरत्या व्यापाऱ्यांची नोंद ठेवीत असे. गुमास्ते हा घाटपांडेचा कारकून होता. प्रवाशांना सरंक्षण देणे व वाहतूक कर जमा करणे ही कामे चौक्यांना करावी लागत असत. वाहनाचा प्रकार आणि मालाचे वजन यावर जकात अवलंबून होती. निरनिराळ्या प्रांतात कामविसदार हेच जकात अधिकारी म्हणून काम करीत असत.

३) **खुष्कीच्या मार्गाने होणारा व्यापार :**

पेशवेकाळात मराठा साम्राज्याचा केंद्रबिंदू असलेल्या पुण्यापासून पाच प्रमुख रस्ते फुटत असत. पहिला बोरघाट मधून मुंबईला जात असे, दुसरा नाशिक, बऱ्हाणपूर, उज्जयिनी, झाशी, ग्वाल्हेर मार्गे उत्तरेकडे दिल्लीला जात असे, तिसरा रस्ता सातारा, मिरज, बंकापूर व दोहु बळापूर वरुन दक्षिणेकडे रामेश्वरला जात असे. असे हे पाच महत्त्वाचे रस्ते होते. या महत्त्वाच्या रस्त्याखेरीज अनेक लहान–लहान रस्ते थोड्या अंतरापर्यंत जात व ते महामार्गाला मिळत असत. एका जागेहून दुसऱ्या जागी बातमी पाठविण्यासाठी पेशवेकाळात टपालसेवा उपलब्ध होती. निरोप किंवा जासूद खुष्कीच्या मार्गे पाठविण्यात येत असत. सागरी मार्गाने जाणारी पात्रे जहाजातून जात असत. सुरुवातीच्या काळामध्ये दोन प्रकारे टपाल जात असे सरकारी टपाल व व्यापारी टपाल काही ठिकाणी उंटावरुन टपाल वाहतूक करण्यात येत असे.

४.२.३ वाहतुकीची साधने :

भौगोलिक परिस्थितीनुसार व्यापारासाठी वस्तू इकडून तिकडे नेण्यासाठी प्रवासाची अनेक साधने वापरण्यात येत असत. घाटावर जिथे चांगले रस्ते नव्हते; परंतु फक्त डोंगराळ भाग होता तिथे ओझेवाहु प्राणी यांचा वापर होई. समतल जमिनीवर व्यापारासाठी ओझेवाहू प्राणी तसेच बैलगाड्यांचा उंटाचा वापर होत असे. जल मार्गावर नावा आण्यिा जहाजे ही जलवाहतुकीची साधने होती तर खाड्या व समुद्रामध्ये तरांडे, गुराबा यांसारख्या निरनिराळ्या आकाराच्या जहाजांचा वापर होत असे. शिकालीन व पेशवेकालीन व्यापारी मार्गाचा विचार केला तर असा निकर्ष काढण्यास वाव आहे की, पेशव्यांनी व शिवाजी महाराजांनी व्यापार वृद्धी कडे विशेष लक्ष दिले होते की ज्यामुळे तात्कालीन महाराष्ट्राची भरभराट होण्यास मदत झाली.

४.३ मोठे आणि लघु उद्योग :

मराठेकालीन महाराष्ट्राची अर्थव्यवस्था ही प्रामुख्याने कृषी आधारीत होती, स्वयंपूर्ण होती. अर्थात कृषी आधारीत अर्थव्यवस्था असली तरी सुद्धा या काळात महाराष्ट्रात विविध उद्योगांचा विकास झालेला दिसून येतो. सर्व साधारणपणे या काळातील महाराष्ट्रामध्ये उपलब्ध उल्लेखांनुसार कापड उद्योग, रेशीम उद्योग, लोकरीची पांघरुणे, धातुआधारीत उद्योग, जहाज बांधणी, साखर उद्योग, तेल गिरण्या, लाकुड काम या उद्योगांचे उल्लेख मिळतात. मराठेकालीन लघु आणि बृहद् उद्योगांची माहिती पुढील प्रमाणे पाहता येईल :

४.३.१ मराठेकालीन बृहत् उद्योग :

मराठेकालीन बृहत् उद्योग पुढील प्रमाणे सांगता येतील :

अ) वस्त्रोद्योग :

१७ व्या शतकाच्या उत्तरार्धापासून ते १९ व्या शतकाच्या सुरुवातीपर्यंतच्या भारतातील मराठा काळात कापड उद्योगाने या प्रदेशाच्या आर्थिक आणि सांस्कृतिक जीवनात महत्त्वपूर्ण भूमिका बजावली. मराठा साम्राज्य, छत्रपती

शिवाजी महाराज आणि नंतर त्यांच्या उत्तराधिकाऱ्यांच्या नेतृत्वाखाली, वस्त्रोद्योग क्षेत्रासह कृषी, व्यापार आणि उद्योगातील विविध घडामोडींचे साक्षीदार होते.

१) सुती कापड :

मराठा राजवटीत अनेक प्रदेशात कापूस हे प्रमुख पीक होते आणि वस्त्रोद्योग हे प्रमुख उद्योग होते. महाराष्ट्र, गुजरात आणि सध्याच्या मध्य प्रदेशातील काही भाग त्यांच्या कापूस लागवडीसाठी आणि विणण्याच्या परंपरेसाठी ओळखले जात होते.

२) विणकाम केंद्रे :

मराठ्यांच्या काळात अनेक विणकाम केंद्रे भरभराटीस आली, ज्यामुळे विविध प्रकारच्या सुती कापडांचे उत्पादन झाले. बुरहानपूर, सुरत आणि अहमदाबाद ही ठिकाणे त्यांच्या कापड उत्पादनासाठी प्रसिद्ध होती.

३) रंगीत छापील कापड आणि मलमल उत्पादन :

रंगीत छापील कापड या मुद्रित आणि रंगकाम केलेल्या कापड रचनेचा प्रकार या काळात लोकप्रिय झाला. मलमल, बारीक विणलेल्या सुती कापडाचे उत्पादनही मोठ्या प्रमाणात होते. या कापडांना केवळ स्थानिक बाजारपेठेतच नव्हे तर परदेशी व्यापारातही मागणी होती.

४) व्यापार आणि वाणिज्य :

मराठे मोठ्या प्रमाणावर व्यापारात गुंतले होते आणि कापड हा त्यांच्या व्यावसायिक क्रियाकलापांचा एक महत्त्वाचा घटक होता. मराठा प्रदेशातील कापड उत्पादनांना उपखंडात आणि त्यापुढील प्रदेशात बाजारपेठा मिळाल्या, ज्यामुळे साम्राज्याच्या आर्थिक भरभराटीला हातभार लागला.

५) युरोपियन व्यापाऱ्यांचा प्रभाव :

मराठ्यांच्या काळात ब्रिटीश आणि पोर्तुगीजांसारख्या युरोपीय व्यापाऱ्यांनी भारतात आपले अस्तित्व प्रस्थापित केले होते. भारतीय कापड हे युरोप आणि जगाच्या इतर भागात निर्यात करण्यात या व्यापाऱ्यांची भूमिका होती.

६) सामाजिक–सांस्कृतिक जीवनातील भूमिका :

कापडांना सांस्कृतिक महत्त्व होते आणि विविध समुदायांमध्ये त्यांची विणकाम आणि भरतकामाची वेगळी परंपरा होती. लोक परिधान केलेले कपडे आणि कापड त्यांची सामाजिक स्थिती प्रतिबिंबित करतात आणि राजेशाही व खानदानी लोकांच्या पोशाखांवर विशेष लक्ष दिले जाते.

ब) मीठ व साखर उद्योग :

मराठाकालीन उद्योगधंद्यात मिठाचे उत्पादन करणारा विभाग म्हणून कोकण किनारा ओळखला जात असे. ठाणे व कुलाबा जिल्ह्यातील पेण, पनवेल, नागोठणे, रेवदंडा ही १७ व्या शतकातील मीठ उत्पादनाची प्रमुख केंद्रे होती. शिवकाळात मीठ व्यवसाय दुय्यम दर्जाचा मानला गेला होता. सुगी संपल्यानंतर शेतात काम करणारे कामगार मीठ उद्योगाकडे वळत असत. 'इंग्लिश रेकॉर्डस ऑन शिवाजी' मधील संदर्भानुसार शिवकाळात तळकोकणातून देशाच्या सर्व भागात मिठाचा व्यापार चालत असे. तसेच परदेशातही मीठ निर्यात केले जाई. पण महाराष्ट्रात कोकणात तयार होणाऱ्या मिठाला पोर्तुगीजांकडून येणाऱ्या मिठाशी स्पर्धा करावी लागली. शिवाजी महाराजांना मिठाचा स्थानिक उद्योग वाचवायचा होता. परिणामी शिवाजी महाराजांनी पोर्तुगीज मीठावर जबरदस्त कर आकारला. शिवाजी महाराजांच्या या व्यापार धोरणाचा दुहेरी फायदा झाला. एक म्हणजे मिठाच्या स्थानिक उद्योगाला उर्जितावस्था आली व बाहेरून आणल्या जाणाऱ्या मिठाच्या आयातील आळा बसला आणि सरकारी खजिन्यात मोठ्या प्रमाणावर भर पडली. पेशवेकाळात मिठाचे उत्पादन कोकणात चालूच राहीले. मिठाप्रमाणे

साखर उद्योगही चांगलाच तेजीत होता. साखरेचे उत्पादन साष्टी प्रांतात मोठ्या प्रमाणावर होत होते. साखरेचे तीन प्रकार होते i) पांढरी साखर, ii) खडी साखर व iii) तपकिरी कच्ची साखर किंवा गूळ. मराठाकालीन समाजात श्रीमंत लोक पांढरी साखर वापरीत व गरीब लोक गूळ वापरत असत.

क) धातु उद्योग :

नित्योपयोगी वस्तू बनवण्यासाठी सोने, चांदी, तांबे, पितळ व लोखंड या मुख्य धातूंचा मराठेकाळात वापर केला जात असे. मराठेकालीन धातू उद्योगाची माहिती पुढीलप्रमाणे पाहता येईल.

१) लोहोद्योग :

मराठेकाळामध्ये अतिशय महत्त्वाचा व जीवनातील विविध दृष्टीने उपयोगी पडणारा असा हा उद्योग होता. लोह या धातूचा उपयोग मराठेकाळात दैनंदिन जीवनात त्याचप्रमाणे शेती मध्ये आणि शस्त्रास्त्रे बनवण्यासाठी करता येत असे. तत्कालीन महाराष्ट्रामध्ये कालाघाट आणि वज्रेश्वरी टेकड्यांच्या परिसरात लोहखनिजाच्या खाणी होत्या. त्यामुळे लोहाचे शुद्धिकरण करुन त्यापासून विविध वस्तू तयार करण्याचे काम स्थानिक पातळीवर आणि विविध ठिकाणी चालत असे. त्याचप्रमाणे लोहापासून तयार झालेल्या विविध वस्तुंची निर्यातही असते. १६६० मधील एका नोंदी वरुन असे दिसते की, कोरोमंडल किनाऱ्यावरील डच व्यापारांना कच्चे लोह, लोहाच्या पट्ट्या, लोखंडी सळ्या आणि तोफगोळे यांची आवश्यकता होती आणि त्यांनी ही सर्व वस्तू व हत्यारे महाराष्ट्राकडून हवी होती. एकूणच लोह उद्योग या काळात विकसित झालेला होता. यावरून महाराष्ट्रातील जे लोहाचे कारखाने (उद्योग) होते त्यातील कुशलता ही विविध वस्तू निर्यात करण्याइतकी चांगली होती. केवळ शास्त्रस्त्राशिवाय लोहाचा उपयोग हा दैनंदिन जीवनातही केला जात असे. घोड्यासाठी तसेच बैल या प्राण्यांकरिता नाल तयार करण्याकरिता याचा उपयोग होत असे. या प्रकारच्या वस्तू तयार करण्याचे आदेश १७५१ मध्ये नारायणगाव, वडगाव, सुपे, सासवड व बेलसर येथील लोहारांना देण्यात आले होते. सन १७५० मधील नोंदी नुसार जाड लोखंडी तवे, कोयते, विळे, कुऱ्हाड, लोखंडी पळी यांचे उल्लेख येतात. एकूणच विविध धातुकाम उद्योगांपैकी लोह उद्योग हा या काळातील एक महत्त्वाचा उद्योग होता.

२) तांबे व पितळ उद्योग :

लोहोद्योगानंतर मराठेकाळामध्ये भरभराटीला आलेला दुसरा धातू आधारीत उद्योग म्हणजे तांबे व पितळ उद्योग. या उद्योगात काम करणाऱ्या कारागिरांना तांबट म्हणले जाई. या कारागिरांना प्रत्येक ठिकाणी गावात स्थिर रहिवासांना बोलवले जाई. हे कारागिर दैनंदिन आयुष्यामध्ये उपयुक्त ठरणारी विविध भांडी तसेच शोभेच्या वस्तू तयार करण्याचे काम करीत. प्रा. गाडगीळ यांच्या पुण्याच्या सामाजिक आर्थिक सर्वेक्षणानुसार केवळ भांड्यांच्या व्यतिरिक्त मराठेकालीन समजातील लोक तांब्यापितळ्यापासून तयार झालेल्या क्लीपा, बांगड्या यांच्यासाठी वापर करत. उपलब्ध पुराव्यानुसार खुद्द पेशव्यांनी त्यांच्या अधिकाऱ्यांना शेजारील प्रदेशातून या कारागिरांना आणून पुण्यात वसवण्यास सांगितले होते. आर्थिक दृष्ट्या संपन्न असणाऱ्या लोकांकडून या प्रकारच्या भांड्यांना दिवसेंदिवस अधिक मागणी होती. तांबे-पितळ्याच्या वस्तू तयार करण्यासाठीची जी विविध ठिकाणे होती त्यांपैकी कल्याण हे सुप्रसिद्ध ठिकाण होते. इ.स. १७७१ मध्ये स्थानिक कारखान्यात तयार झालेली तांबे-पितळ्याची तपेली, पातेली, खेळणी व परात इत्यादी भांडी खरेदी करण्यात आल्याचा उल्लेख तत्कालीन कागदपत्रामध्ये मिळतो. या व्यतिरिक्त १७७२ मध्ये तर्फ नागोढणे येथे सात तांबट तोफा तयार करत असल्याचे पुरावे सापडतात. त्याचप्रमाणे तांब्याचा उपयोग देवळामध्ये कळसाच्या वरचे भाग बनवण्यासाठी व हलकी नाणी तयार करण्यासाठी केला जात असे. तांब्यापासून तोफगोळे तयार करण्याचे कारखाने पुण्यामध्ये होते. तांबे-पितळ उद्योगासाठी आवश्यक असणारा कच्चा माल मुंबई मधून आणला जाई.

३) सोने-चांदी धातू आधारीत उद्योग :

हा उद्योग जरी तत्कालीन महाराष्ट्रामधील प्रत्येक गावात असला तरीसुद्धा पेशवेकाळामध्ये या उद्योग व्यवसायाला शहरी उद्योगाचे स्वरुप प्राप्त झाले. तत्कालीन समाजातील उच्चभ्रू वर्गाकडून सोने-चांदीच्या दागिन्यांना मोठ्या प्रमाणात मागणी होती. अतिशय उत्तम आणि कुशल सोनार हे केवळ दागिन्यांव्यतिरिक्त देवी-देवतांच्या प्रतिमा, मूर्ती देखील तयार करत असत. राघोबा दादांची बायको आनंदीबाई यांच्याकडे त्यांच्या वाड्यातील देव्हारात अशाप्रकारे गणपती, पार्वती, शारदा आणि इतर देवांच्या सोन्या-चांदीच्या मूर्ती आणि प्रतिमा असल्याचे दिसते. त्याचप्रमाणे तत्कालीन शहरांमधील आणि गावातील श्रीमंत वर्गातील लोक अनेक शोभेच्या वस्तू तयार करण्यासाठी देखील सोने-चांदीचा वापर करीत असत. या उद्योग व्यवसायातील वाढत जाणारा विकास पाहून पेशव्यांनी प्रत्येक सराफावरती कर आकारलेला होता. वा. कृ. भावे यांच्या म्हणण्यानुसार सराफाच्या प्रत्येक दुकानावरती पेशव्यांत कमीत कमी ३ रु. इतका कर आकारलेला होता. खाजगीवाले, वैद्य आणि तुळशीबाग वाले यांच्या नोंदीमधून दागिन्यांची आणि सोन्या-चांदीपासून तयार केलेल्या विविध वस्तूंची यादी सापडते. तत्कालीन कागदपत्रांमध्ये सोन्याची कडी, बांगड्या, नथनी, बाळ्या, गळ्यात घालण्याचे सर, माळा, नथनी कानातली, मंगळसूत्रे तसेच इतर विविध प्रकारचे दागिने तयार केल्याचे पुरावे मिळतात. तसेच सोन्या-चांदीच्या दागिन्यांमध्ये हिरे, रत्ने यांचाही वापर केल्याचे पुरावे या काळात सापडतात.

४) लाकूडकाम व जहाज बांधणी :

शिवकाळ व पेशवेकाळाचा विचार करताना इमारतीच्या लाकडाचा कोठे कारखाना होता? याची निश्चित अशी कारखान्याबद्दल कोठेही माहिती मिळत नाही; परंतु जेव्हा घरबांधणीचे काम केले जाई तेव्हा इमारतीच्या लाकडाची गरज भासत असे. स्थानिक लाकूड उद्योग ही गरज पूर्ण करीत असत. इमारती लाकूड वसई येथे तयार होत असे. त्यात १० हात लांबीच्या तुळया, खांब, छपराच्या वापरासाठी लांब सरसोट, जाड तुकडे, माळवदासाठी कड्या यांचा समावेश होत असे. रांधाव व आजमपूर येथील कुरणाच्या प्रमुख अधिकाऱ्यांना असे सांगितले होते की, त्यांनी जुन्नर प्रांतातील रयतेला झाडे तोडून घरबांधणीसाठी लाकूड नेण्यास परवानगी दिली जावी. मराठा राजवटीत जहाजबांधणीचा उद्योग होता. कल्याण व भिवंडी येथे सत्ता स्थापन केल्यापासून शिवाजी महाराजांनी जहाजबांधणीला उत्तेजन दिले. कोकण किनाऱ्यावरील कल्याण, भिवंडी, पनवेल, राजापूर, देवगड, मालवण अशा बंदरात शिवाजी महाराजांचा जहाजबांधणी व जहाज दुरुस्तीचा व्यवसाय सुरू होता. जहाजबांधणीसाठी आवश्यक असणारे सागाचे लाकूड कोकणच्या जंगलात विपुल प्रमाणात उपलब्ध होते. स्थानिक कारागिरांप्रमाणेच काही पोर्तुगीज कारागीर देखील शिवाजी महाराजांनी पदरी ठेवले होते. शिवकाळाप्रमाणे पेशवेकाळातही जहाजबांधणीचा व्यवसाय वसई, ठाणे, कल्याण, भिवंडी, विजयदुर्ग आणि मालवण येथे चालत असे. अलिबाग, विजयदुर्ग येथे जहाजबांधणीची गोदी होती.

५) जडजवाहीर :

सुती कापडाप्रमाणे पेशवाईत जडजवाहीराचा उद्योग तेजीत होता. सर्वोत्तम जडजवाहीरासाठी पेशवे व उच्चभ्रू वर्गाकडून मागणी मोठ्या प्रमाणावर असे. राजपुत्र व पेशवे यांचे विवाह समारंभ महत्त्वपूर्ण समारंभात साधारणपणे जडजवाहीर, सोन्याचे दागिने, मौल्यवान कापड, तसेच मोत्याचा कंठा, माणिक, पाचू, हिरे व पोवळे या वस्तू देणगीदाखल देण्याचा प्रघात होता. पेशव्यांच्या ताब्यात असलेल्या प्रदेशात तीन ठिकाणी हिऱ्यांच्या खाणी होत्या. बुंदेलखंड, चंदेरी व यसरे परगण्यातील डाकोर येथील हिऱ्यांच्या खाणी पेशव्यांच्या ताब्यात होत्या.

६) रेशीमोद्योग :

मराठेकाळात भरभराटीला आलेला हा आणखीन एक व्यवसाय होता. असे म्हटले जाते की, रघुजी नाईक यांनी गुजरात मधून रेशीम व्यवसायात कुशल असलेल्या कारागिरांना प्रोत्साहन देवून, सोयी–सुविधा उपलब्ध करुन नाशिक आणि परिसरात स्थिर केले. त्यामुळेच स्वाभाविकपणेच येवला हे नाशिक मधील शहर या व्यवसायासाठी प्रसिद्ध झाले व या शहराने या व्यवसायात आपली मक्तेदारी निर्माण केली असेही म्हणले जाते की, साधारणपणे १८ व्या शतकापर्यंत पुण्यामध्ये रेशीम उद्योग अस्तित्वात नव्हता, पण पेशव्यांच्या प्रयत्नांमुळे पुण्यामध्ये रेशीम उद्योगास सुरुवात झाली. ज्याप्रमाणे रघुजी नाईक यांनी नाशिकमध्ये या उद्योगाला प्रोत्साहन दिले त्याप्रमाणेच चौल येथे आंग्रे यांनी या व्यवसायाला उत्तेजन दिले. स्वाभाविकच चौल हे या व्यवसायाचे केंद्र बनले. त्याचप्रमाणे औरंगाबाद जवळील पैठण हे ही या उद्योगाचे महत्त्वाचे केंद्र होते. येथे तयार होणारी पैठणी साडी ही सर्वात मनमोहक व आकर्षक समजली जाई. त्या काळामध्ये या साडीचे स्त्रियांमध्ये खूप आकर्षण होते. या व्यतिरिक्त या काळात जालनपूर किंवा जालना हे अन्य केंद्र या रेशीम उद्योगासाठी उदयाला आले, पण पैठण इतकी प्रसिद्धी नाही मिळाली. या व्यवसायासाठी आवश्यक असणारा कच्चा माल हा जरी कर्नाटक येथे उपलब्ध होणारा असला, तरी सुद्धा बंगाल, चीन आणि पार्शी येथूनही या व्यवसायासाठी आवश्यक कच्चा माल मागवला जाई.

ड) चर्मोद्योग :

मराठ्यांच्या काळात चर्मोद्योगाने त्यांच्या अधिपत्याखाली असलेल्या विविध प्रदेशात महत्त्वाची भूमिका बजावली. या कालखंडातील चर्मोद्योगाचे प्रमुख पैलू पुढील प्रमाणे आहेत :

१) प्रादेशिक विशेषीकरण :

चर्मोद्योगाच्या विविध पैलूंमध्ये विविध क्षेत्रे विशेष आहेत. उदाहरणार्थ, कोल्हापूर चामड्याच्या पादत्राणांच्या कलाकुसरीच्या कौशल्यासाठी ओळखले जात होते, तर इतर क्षेत्रे चामड्यांवर प्रक्रिया करणे किंवा चामड्याच्या वस्तूंचे उत्पादन यावर लक्ष केंद्रित करत होते.

२) चर्मशोधन आणि प्रक्रिया :

कातडे आणि कातडे चर्मशोधन करून त्यांचे लेदरमध्ये रूपांतर करणे हा या उद्योगाचा एक महत्त्वाचा भाग होता. प्राण्यांच्या कातड्यांवर प्रक्रिया करण्यासाठी पारंपारिक पद्धती वापरून अनेक प्रदेशांमध्ये चर्मशोधन केंद्रे स्थापन करण्यात आली.

३) कुशल कारागिरी :

कुशल कारागीर हे चर्मोद्योगात गुंतलेले होते, पिढ्यानपिढ्या पारंपारिक तंत्रांचा वापर करत होते. त्यांच्या कौशल्यामुळे पादत्राणे, खोगीर आणि इतर चामड्याच्या उत्पादनांसह उच्च–गुणवत्तेच्या चामड्याच्या वस्तूंच्या उत्पादनास चालना मिळाली.

४) लष्करी आणि नागरी संदर्भात वापर :

चामड्याच्या वस्तू, जसे की शूज, सॅडल, बेल्ट आणि पिशव्या या केवळ नागरी जीवनातच वापरल्या जात नाहीत तर लष्करी संदर्भातही आवश्यक होत्या. मराठा सैन्य सैनिक आणि घोडे यांच्यासाठी चामड्यावर आधारित उपकरणे यावर अवलंबून होते.

५) आर्थिक महत्त्व :

विविध प्रदेशांच्या अर्थव्यवस्थेत चर्मोद्योगाचे मोठे योगदान आहे. याने कारागीर, कामगार आणि चामड्याच्या उत्पादनाच्या विविध टप्प्यांत गुंतलेल्या कामगारांना, चर्मशोधनपासून ते तयार वस्तू तयार करण्यापर्यंत रोजगाराच्या संधी उपलब्ध करून दिल्या.

६) राज्यकर्त्यांचे कारागीरांना संरक्षण :

मराठा राज्यकर्त्यांनी कारागीरांना संरक्षण देऊन चर्मोद्योगाला पाठिंबा दिला. त्यांनी या उद्योगांच्या विकासाला प्रोत्साहन, व्यापार मार्गांचे संरक्षण आणि उत्पादनासाठी अनुकूल वातावरण निर्माण करून प्रोत्साहन दिले.

७) स्थानिक आणि निर्यात बाजार :

मराठ्यांच्या काळात उत्पादित झालेल्या चामड्याच्या वस्तूंची विक्री स्थानिक बाजारपेठेत आणि त्यापुढील काळात होत असे. काही प्रदेशांमध्ये चामड्याच्या उत्पादनांसाठी भरभराटीची बाजारपेठ होती आणि त्यांचा व्यापार प्रादेशिक आणि आंतरराष्ट्रीय बाजारातही होत असे.

८) सांस्कृतिक प्रभाव :

या काळातील चामड्याच्या वस्तू आणि कारागिरी या प्रदेशातील सांस्कृतिक वारसा आणि परंपरा प्रतिबिंबित करतात. उत्पादनांमध्ये विशिष्ट कारागीर आणि ते जेथे उत्पादित केले गेले होते त्या प्रदेशांसाठी विशिष्ट शैली, रचना आणि तंत्रे होती.

९) ब्रिटिश प्रभाव :

मराठा काळाच्या उत्तरार्धात ब्रिटिशांच्या प्रभावाचा चामड्याच्या उद्योगावर परिणाम होऊ लागला. ब्रिटीश धोरणे आणि ब्रिटीश व्यापार नेटवर्कच्या स्थापनेमुळे लेदर उद्योगातील पारंपारिक पद्धती आणि व्यापार पद्धतींवर परिणाम झाला.

१०) परंपरा चालू ठेवणे :

उत्क्रांत प्रभाव असूनही, चर्मोद्योगाने मराठा काळात पारंपारिक तंत्रे आणि कारागिरीचे समर्थन करणे, कारागिरांचा वारसा आणि कौशल्य जतन करणे व प्रादेशिक अर्थव्यवस्थेत योगदान देणे सुरू ठेवले.

ई) कापूस उद्योग :

मराठ्यांच्या काळात कापूस उद्योग हा त्यांच्या अधिपत्याखालील विविध प्रदेशांतील अर्थव्यवस्थेचा महत्त्वाचा घटक होता. या काळातील कापूस उद्योगाचे प्रमुख पैलू पुढील प्रमाणे आहेत :

१) कापूस लागवड :

मराठ्यांच्या अधिपत्याखालील प्रदेश कापूस लागवडीसाठी प्रसिद्ध होते. नागपूर, बेरार, महाराष्ट्रातील काही भाग आणि गुजरात यासारखे क्षेत्र कापूस शेतीमध्ये प्रमुख होते, ज्यामुळे कच्च्या कापसाचे मोठ्या प्रमाणात उत्पादन होत असे.

२) सुती कापडांची विविधता :

कापूस उद्योगाने विविध प्रकारच्या सुती कापडांचे उत्पादन केले, ज्यात रोजच्या कपड्यांसाठी खडबडीत कापड, बारीक मलमल आणि गुंतागुंतीचे नमुने यांचा समावेश होतो. विविध प्रदेश त्यांच्या विणण्याचे तंत्र आणि कारागिरीच्या आधारे विशिष्ट प्रकारच्या सुती कापडांमध्ये वैशिष्ट्यपूर्ण होते.

३) विणकाम केंद्रे :

कापूस-कापड उत्पादनात खास मराठा प्रदेशात अनेक विणकाम केंद्रे होती. या केंद्रांमध्ये कुशल विणकरांची नियुक्ती केली गेली ज्यांनी जटिल रचना आणि विणकाम पद्धतींद्वारे त्यांची कारागिरी प्रदर्शित केली.

४) व्यापार आणि बाजाराचा प्रभाव :

मराठा प्रदेशात उत्पादित होणाऱ्या कापडाचा स्थानिक, प्रादेशिक आणि आंतरराष्ट्रीय बाजारपेठेत मोठ्या प्रमाणावर व्यापार होत असे. सुरत सारख्या केंद्रांमध्ये वस्त्रोद्योगाची भरभराट बाजारपेठ होती, ज्यामुळे आग्नेय आशिया आणि मध्य पूर्वेसारख्या विविध प्रदेशांद्वारे व्यापार सुलभ झाला.

५) रोजगार आणि आर्थिक परिणाम :

कापूस उद्योगाने कापूस उत्पादनाच्या विविध टप्प्यांत, शेती आणि जिनिंगपासून विणकामापर्यंत मोठ्या संख्येने लोकांना रोजगाराच्या संधी उपलब्ध करून दिल्या. प्रादेशिक अर्थव्यवस्थेत आणि व्यापारात त्याचा मोठा वाटा आहे.

६) नवोन्मेष आणि परंपरा :

पारंपारिक कापूस विणण्याच्या तंत्राचा आधार घेत असताना, उद्योगाने मराठा काळात विणण्याच्या पद्धती, रचना आणि नमुन्यांमध्ये काही नवनवीन शोध देखील पाहिले, जे परंपरेचे मिश्रण आणि बदलत्या बाजाराच्या मागणीशी जुळवून घेतात.

७) राज्यकर्त्यांचे संरक्षण :

मराठा राज्यकर्त्यांनी विणकर, कारागीर आणि कापूस उत्पादक शेतकऱ्यांना संरक्षण देऊन कापूस उद्योगाला पाठिंबा दिला. त्यांनी या उद्योगांच्या विकासाला पाठिंबा, व्यापार मार्गांचे संरक्षण आणि उत्पादनासाठी अनुकूल वातावरण निर्माण करून प्रोत्साहन दिले.

८) सांस्कृतिक महत्त्व :

या काळात सुती कापडांना सांस्कृतिक महत्त्व होते, जे प्रदेशातील स्थानिक वारसा आणि परंपरांचे प्रतिनिधित्व करते. यात प्रादेशिक शैली, रचना आणि कलाकुसर प्रतिबिंबित होते, जी समृद्ध सांस्कृतिक विविधता दर्शवते.

९) ब्रिटिश प्रभाव :

मराठा काळाच्या उत्तरार्धात ब्रिटिशांच्या प्रभावाचा कापूस उद्योगावर परिणाम होऊ लागला. ब्रिटीश वसाहतवादी धोरणे आणि ब्रिटिश कापड गिरण्यांच्या स्थापनेमुळे कापूस उद्योगातील पारंपारिक पद्धती, व्यापार पद्धती आणि बाजारातील गतिशीलता प्रभावित झाली.

१०) सतत वारसा :

उत्क्रांत प्रभाव असूनही, कापूस उद्योग मराठा काळात एक महत्त्वपूर्ण आर्थिक क्षेत्र म्हणून चालू राहिला. बदलत्या बाजाराच्या मागणी आणि बाह्य प्रभावांशी जुळवून घेत त्याने पारंपारिक तंत्रे टिकवून ठेवली.

४.३.२ मराठेकालीन लघु उद्योग :

मराठे कालीन लघु उद्योग पुढीलप्रमाणे :

१) काच व कुलूप उद्योग :

पुरातन काळापासून हिंदुस्थानात काचेचे उत्पादन होत असे. या काळात वापरात असलेल्या बांगड्या काच उद्योगाची साक्ष देतात. विविध प्रकारच्या बांगड्या पुणे, सासवड, जालना, येथे तयार केल्या जात. काचेपासून आरसे बनविण्याचे कौशल्य मराठ्यांनी अवगत केलेले असूनही पेशवाईच्या उत्तरार्धात काच उद्योगाचा म्हणावा तसा विकास झाला नाही. कारण काचेची पारदर्शक भिंगे पेशव्यांनी गोवा व मुंबई येथील बंदरातून विकत घेतल्याचा उल्लेख 'पेशव्यांच्या दफ्तरात' सापडतो. मराठी राजवटीत कुलूपे तयार होत असत; परंतु ही कुलूपे सुबक नव्हती. सुबक आणि मजबूत कुलूपे पेशव्यांनी इंग्रजांकडून विकत घेतल्याचा उल्लेख पेशव्यांच्या दफ्तरात सापडतो.

२) वस्त्रांचे रंगकाम :

कापड उद्योग, रेशीमोद्योग आणि विणकाम या उद्योगांबरोबरच पेशव्यांच्या राजधानीत नवीन सुरु झालेला व्यवसाय म्हणजे वस्त्रप्रावरणांचे रंगकाम (Dyeing or Colouring) होय. १७६५-६६ मध्ये सापडणाऱ्या

नोंदी नुसार पुण्यातील इतर कोणत्याही उद्योग व्यवसायापेक्षा हा व्यवसाय जास्त विकसित झालेला होता. या व्यवसायासाठी शेट्ये नावाचा एक अधिकारी होता. अर्थात या व्यवसायाबद्दल विस्तृतपणे विवेचन उपलब्ध नसले, तरी राज्यव्यवहार कोशामध्ये चामडे रंगवणाऱ्या व्यवसायाबद्दल माहिती मिळते की, जो व्यवसाय प्रत्येक गावात अस्तित्त्वात होता.

३) गुळ तयार करण्याचा व्यवसाय :

ग्रामीण महाराष्ट्रातला कृषी आधारीत हा व्यवसाय होता. या साठीचा लागणारा कच्चा माल म्हणजे ऊस होय. आजच्या महाराष्ट्रातला पश्चिम महाराष्ट्रात मोडणारा व त्याकाळी पश्चिम घाट म्हणून ओळखला जाणारा सांगली, कोल्हापूर, सातारा, पुणे, सोलापूर आणि अहमदनगर हा प्रदेश या व्यवसायांसाठी प्रसिद्ध होता. गुळ तयार करणे हा हंगामी व्यवसाय होता. सरकारने या व्यवसायावरती कर आकारला होता आणि तो गुळाच्या स्वरुपात वसूल केला जाई.

४) तेल गिरण्या :

तत्कालीन महाराष्ट्रातला हा आणखीन एक लघु उद्योग, ग्रामीण स्थानिक भाषेत त्याला तेलघाणा म्हणले जाई. या उद्योगात असणाऱ्या व्यावसायिकांना तेली असे म्हणले जाई. शेंगदाणे, तीळ, नारळ, सूर्यफूल, कापसाच्या बिया यापासून विविध प्रकारचे तेल गाळले जात असे. संपूर्ण मराठाराज्यभर या तेलगिरण्या पसरलेल्या होत्या. या गिरण्यांवरती देखील सरकारने वर्षाला पाच ते सात रुपये इतका कर आकारलेला होता. तत्कालीन महाराष्ट्रातील सोलापूर, बार्शी, जुन्नर आणि पुणे या प्रसिद्ध तेल उत्पादन करणाऱ्या गिरण्या होत्या.

५) कागद व मच्छीमारी उद्योग :

मराठी राजवटीत जुन्नर, औरंगाबाद येथे कागदाचे उत्पादन मोठ्या प्रमाणावर केले जात होते. बांबूच्या लगद्यापासून कागद तयार करण्याची कला शिवकाळात अवगत होती. बांबूपासून तयार केल्या जाणारा कागदाचा रंग पिवळसर असे. पांढरा कागद मध्यप्रदेशातून मागविला जाई. मच्छीमारीचा व्यवसाय महाराष्ट्रात किरकोळ स्वरुपात होता. कोकणात मच्छीमारीच्या व्यवसायाने भरभराट मिळवली होती. रोहा, पेण, पनवेल, नागोठणे, कल्याण व पश्चिम किनाऱ्यावरील बंदराचे मासेमारी हे वैशिष्ट्य होते. सुकविलेले मासे येथूनच निरनिराळ्या ठिकाणी विकायला पाठविले जात असत.

६) ग्रामीण उद्योग :

महाराष्ट्रात शिवकाळ व पेशवेकाळात जनसामान्यांचा शेती हाच प्रमुख व्यवसाय होता. मराठाकालीन खेडे हे स्वयंपूर्ण होते. शेतीच्या अनुषंगाने खेड्यात अनेक उद्योग चालत असत. खेड्यातील लोक आपल्या दैनंदिन गरजा भागविण्यासाठी गावातील कारागिरांवरच अवलंबून होते. कारागीर गावातच राहावेत यासाठी त्यांच्या उदरनिर्वाहाची व्यवस्था सर्व गाव तसेच राज्यकर्ते करीत असत. शिवकाळातील अशा कारागिरांची व त्यांच्या उद्योगांची माहिती परमानंदाने 'शिवभारत' या ग्रंथात दिलेली आहे. परमानंदाने उल्लेख केल्याप्रमाणे, शिवकालीन खेड्यात सोनार, लोहार, तांब्याची भांडी तयार करणारे तांबट, सुतार, चांभार,कुंभार, विणकर, तिरकमठे बनविणारे व दोरखंड वळणारे तेली, मांग, घोंगड्या विकणारे धनगर, कळकाच्या बांबूपासून वस्तू तयार करणारे बुरूड किंवा कोमती, शिंपी, न्हावी, परिट, माळी, कोळी, गवंडी, रंगारी असे अनेक कारागीर विविध प्रकारच्या उद्योगांमार्फत आपली उपजीविका करीत असत. दारू काढणारे व विकणारे कलाल. बांगड्यांचा व्यवसाय करणारे कासार, मूर्ती तयार करणारे मूर्तिकार असे असंख्य कारागीर हस्तव्यवसाय करून आपली उपजीविका करीत असत. या कारागिरांपैकी जे कुशल कारागीर होते ते आपल्या वस्तू आठवड्याच्या बाजारात विकायला आणत असत.

खेड्यातील बहुतांशी कारागिरांचा व्यवसाय जातीवर आधारित होता. त्यामुळे या उद्योगांना विशिष्ट प्रकारची सुरक्षितता लाभलेली होती. सोनाराचा व्यवसाय अत्यंत तेजीत होता व सोनार समाज हा १७ व्या शतकातील सर्वत श्रीमंत असा कारागिर होता. खेड्यातील विविध व्यवसाय पेशव्यांच्या काळात सुरू होते; परंतु १८ व्या शतकाच्या उत्तरार्धात परकीयांनी आपल्या सुंदर, सुबक व स्वस्त मालाने महाराष्ट्राची बाजारपेठ मोठ्या प्रमाणावर काबीज केली. परिणामी, या व्यवसायांचा हळूहळू ऱ्हास झाला. परकीयांच्या तुलनेत स्वकीयांची कारागिरी कमी पडू लागल्याचे हे द्योतक होते.

४.४ हस्तव्यवसाय :

मध्ययुगीन महाराष्ट्रामध्ये असणारे हस्तव्यवसाय हे आधुनिक महाराष्ट्रातील एक संपन्न सांस्कृतिक वारश्याचे प्रतिक समजले जातात. तत्कालीन महाराष्ट्रामध्ये विविध व्यापारी केंद्रे व शहरे यांचा विकास झाला होता. पण ग्रामीण भाग मात्र हस्तव्यवसायाच्या माध्यमातून स्वतःची वाटचाल करत होता. तत्कालीन महाराष्ट्रातील हस्तव्यवसाय पुढीलप्रमाणे :

१) लाकूड काम :

या प्रकारच्या हस्तव्यवसायाला तत्कालीन महाराष्ट्रामध्ये मोठ्या प्रमाणात मागणी होती. यामध्ये लाकडापासून तयार केलेले फर्निचर, बैलगाड्या, पालख्या, मेणे यांचा मोठ्या प्रमाणात समावेश होता. समाजातील प्रतिष्ठित आणि सरंजामी वर्गामुळे की ज्यांना स्वतःचे महाल–वाडे सजवण्याची गरज वाटत होती, त्यांच्यामुळे या हस्तव्यवसायाला चालना मिळाली. शनिवारवाडा, शिंदे, होळकर, घोरपडे या सारख्या सरदारांचे वाडे हे या लाकडी व शोभेच्या वस्तूंसाठी प्रसिद्ध आहेत. या व्यवसायासाठी लागणारे लाकूड व अन्य कच्चा माल हा कल्याण, भिवंडी, जव्हारचे जंगल येथून आणला जात असे.

२) हस्तिदंतापासून विविध वस्तू तयार करणे :

मध्ययुगीन महाराष्ट्रातील हस्तव्यवसाय असणारा हा व्यवसाय नंतरच्या काळात उद्योग रुपात विकसित झाला. हस्तिदंता पासून तयार झालेल्या सुबक व शोभेच्या वस्तूंना वाढती मागणी लक्षात घेवून पुण्यामध्ये उपलब्ध पुराव्यानुसार आबाजी आवा नावाच्या एका सुताराने सवाई माधवरावांच्या काळात याचा कारखाना उभारला. त्याचप्रमाणे हस्तिदंती कंगवे बनवण्याचा उद्योग औधुतराव पालकर नावाच्या व्यक्तीने पुण्यात सुरु केला. यासाठी लागणारा कच्चा माल मुंबईहून मागवण्यात येत असे. एकूणच सुबक व शोभीवंत वस्तू बनवणारा हा उद्योग असूनसुद्धा या व्यवसायाशी संबंधित किती कारागीर होते किंवा त्यांना मानधन मदत पैशांच्या स्वरूपात कशी दिली जाई याबद्दल सविस्तर माहिती उपलब्ध होत नाही.

३) चर्मोद्योग :

संपूर्ण महाराष्ट्रभर पसरलेला हा एक महत्त्वाचा हस्तव्यवसाय होता. चप्पला बनवणारे, चांभार आणि पारंपरिक कारागिर यांचा या हस्तव्यवसायात समावेश होत होता. ते वेगवेगळ्या प्रकारच्या चपला घोड्यांच्या पाठीवरचे खोगीर तसेच शेतीत आवश्यक असलेल्या विविध गोष्टींचे निर्माण हे करत असत. चाफेकर यांनी म्हणल्याप्रमाणे दिवसेंदिवस चर्मोद्योगला होत जाणारी वाढ पाहून शासनाने त्याच्यावर कर आकारायला सुरुवात केली.

४) दोरखंड बनवणे :

कृषी व्यवसायाला पूरक उद्योग म्हणून या व्यवसायाकडे पाहिले जाते. गावातील एक विशिष्ट समुदाय या व्यवसायात गुंतलेला असायचा या व्यवसायासाठी लागणारा कच्चा माल हा अंबाडीचे झाड, नारळाच्या काथ्या, घायपात यांपासून गोळा केला जात असे. ज्युट आणि तंतुमय पदार्थ यासाठी आवश्यक होते. हळूहळू या

हस्तव्यवसायातून तयार होणाऱ्या विविध वस्तूंचे मागणी वाढत असलेली पाहून त्याचे एका उद्योगात रुपांतर झाले. शासनाने अन्य उद्योगांप्रमाणे यावरही कर आकारलेला होता.

५) **विणकाम :**

अन्य कोणत्याही हस्तोदयोगापेक्षा तत्कालीन महाराष्ट्रातील महत्त्वाचा हस्तोद्योग म्हणजे विणकाम की ज्याला इतिहासात वर्षानुवर्षाची परंपरा होती. कोल्हापूर, पुणे, औरंगाबाद, पैठण या परिसरात हातमागावर कापड विणून विविध वस्त्रे तयार करीत की, ज्याची गुणवत्ता आणि संकल्पना खूप उत्तम व दर्जेदार असत. आजच्याही काळात उपलब्ध होणारी पैठणी साडी ही या उद्योगाचा जवळजवळ २००० वर्षे इतका जुना इतिहास सांगते.

एकूणच मराठेकालीन महाराष्ट्र हा हस्तोद्योगाच्या बाबतीत महाराष्ट्र हा संपन्न होता. पण १८ व्या शतकाच्या उत्तरार्धात परकीयांनी आपल्या सुंदर, सुबक व स्वस्त मालाने महाराष्ट्राची बाजारपेठ काबीज केली. परिणामी या व्यवसाय उद्योगांचा हळूहळू ऱ्हास होत गेला.

४.५ नाणी आणि टांकसाळ :

१७ व्या शतकात दख्खनच्या देशातल्यात महाराष्ट्र, आंध्र प्रदेश, कर्नाटक प्रांत मोडतात. विविध प्रकारची नाणी प्रचलित होती. उपलब्ध ऐतिहासिक पुराव्यांवरुन दिसून येते. ऐतिहासिक दस्तऐवज आणि बखरीतून शिवराई होन, फनम, च्रक्रम, बादशाही होन या प्रकारची नाणी यामध्ये दिसून येतात. विजयनरायच्या साम्राज्याचा १६ व्या शतकात अस्त झालेला होता. अच्युतराई, रामचंद्रराई, देवराई इत्यादी सोन्याची नाणी या सत्तेची होती. सामान्यतः नाणी पाडण्याचे काम प्रस्थापित सत्ता करत असते. पण महध्ययुगात अशा प्रकारचे नाणे पाडण्याचे काम खाजगी व्यक्ती सुद्धा करत असत. मराठेकालीन चलन व्यवस्थेचा अभ्यास करत असताना. त्या काळातील नाण्यांच्या प्रकारांचा अभ्यास करणे आवश्यक ठरत.

४.५.१ शिवकालीन नाण्यांचे प्रकार :

महाराष्ट्रात शिवाजी महाराजांच्या कारकीर्दीतील नाणी मोठ्या प्रमाणावर महाराष्ट्राबाहेरील टाकसाळीतून पाडलेल्या नाण्यांपैकी होती. महाराष्ट्रात फार कमी प्रमाणात नाणी पाडली होती. एकूणच सततच्या युद्ध-लढाईच्या अस्थिर परिस्थितीमुळे शिवाजी महाराजांना नाण्यासारख्या विषयाकडे पाहता आले नाही. पण असे असले तरी १६७४ मध्ये राज्याभिषेक झाल्यानंतर स्वतःची नाणी शिवाजी महाराजांनी पाडली होती. शिवकालीन नाण्यांचे वर्गीकरण १) सोन्याची नाणी २) चांदी नाणी व ३) तांब्याची नाणी असे करावे लागते.

अ) शिवकालीन सोन्याची नाणी :

शिवकालीन सोन्याची नाणी बद्दलची यादी कृष्णाजी अनंत सभासद यांनी दिलेली आहे. त्याचप्रमाणे समकालीन कागदपत्रे, परकीय प्रवाशांचे वृतान्त आणि फॅक्टरी रेकॉर्डस यामध्येही शिवाजी महाराजांच्या कारकीर्दीतील सोन्याच्या नाण्यांची माहिती आलेली आहे. सभासद यांनी दिलेल्या सर्वच नाण्यांची ओळख पटणे अवघड आहे. कारण या बखरीत फक्त नाण्यांची नावे दिलेली आहेत. शिवराई होन हे नाणं वगळता बाकी सर्वच नाणी महाराष्ट्राबाहेरुन आलेली होती ही सोन्याची नाणी पुढील प्रमाणे होती.

१) **गंबर :**

गंबर होन हे नाणे मुंबईत प्रचलित होते. डॉ. सेन यांनी गंबर या नाण्यांचा उल्लेख 'गंबर होन' असा केलेला आहे. शिवकाळात त्यांची बाजार किंमत ३ रुपये १२ आणे ६ पैसे एवढी होती.

२) मोहोर :

मोहोर हे सोन्याचे नाणे प्रामुख्याने राजाला भेट देण्यासाठी उपयोगात आणले जात असे. मोहोर होन हे शिवकाळातील सोन्याचा रूपया होता. याची बाजार किंमत १३ रु. होती.

३) पुतळी होन :

पुतळी होन हे लहान वर्तुळाकृती सोन्याच्या केलेल्या असत व त्यांचा वापर चलनापेक्षा दागिन्यांसाठी केला जात असे. एका पुतळी होनाची किंमत ४ रु. होती.

४) देवराई, अच्युतराई व रामचंद्राई होन :

देवराई, अच्युतराई व रामचंद्राई हे होन विजयनगरचे राजे अनुक्रमे देवराय, अच्युतराय व रामदेवराय या राजांनी चलनात आणलेले होते. या होनांची जडणघडण विजयनगरच्या 'वराह' नाण्याशी मिळती जुळती होती. शिवकाळात वापरात आलेले काही होन हे त्यांच्या टाकसाळीच्या नावावरून ओळखले जात असत. याचे काही नमुने म्हणजे कावेरीपाक, गुत्ती, धारवाडी, आदवनी, गडमल, सणगीरी, चांदवडी, वेल्लोरी, रामनाथ पुरी, शैलगुटी, वेल्लोरी होन ही नाणी विजापूरच्या अदिलशहाने पाडलेली होते. तर गुत्ती, शैलगुटी होन गोवळकोंड्याच्या कुतूबशहाने पाडलेले होते.

५) पॅगोडा होन :

तत्कालीन इंग्रज, डच व पोर्तुगीज लेखकांनी केलेल्या उल्लेखामध्ये होन किंवा पॅगोडा नावाचा नाण्याबद्दल इतर नावेही आढळतात. अर्थात पॅगोडा मूळचे हिंदू नाणे, त्याला वराह असेही म्हणत. परकीय व्यापारी येथील राज्यकर्त्यांच्या परवानगीने ही नाणी आपापल्या वखारीतील टाकसाळीत पाडून घेत असत. या प्रकारची नाणी येथील राजांच्या नाण्यांशी व त्यांच्या नमुण्याशी पूर्णपणे जुळणारी असत.

इॅव्हेनिअर हा युरोपियन प्रवासी म्हणतो की, पॅगोडा होन हे नाणे सोन्याचे असून त्याचा आकार करंगळीवरील नखाएवढा असे ही नाणी इंग्रज व डच व्यापारी तेथील राज्याच्या परवानगीने पाडत असत. डच पॅगोडा होनची किंमत १/२ टक्क्याने इंग्लिश पॅगोडा नाण्यापेक्षा जास्त असे यावरुन असे दिसते की, पॅगोडा व होन ही एकाच किंमतीची नाणी असली पाहिजेत.

६) शिवराई होन :

शिवराई होन हे शिवाजी महाराजांचे स्वत:चे नाणे होते. शिवराई हे नाव शिवाजींच्या नावाशी निगडित होते. सभासद बखरीत असे नमूद केलेले आहे की, शिवाजी महाराजांच्या खजिन्यात त्यांच्या मृत्यूच्या वेळी ४ लाख शिवराई होन होते. शिवराई होनाचे वजन ४२.१२ ग्रेन व नाण्याच्या मुख्य बाजूस 'श्री राजा शिव' असे मुद्रीत केलेले होते.

७) पादशाही होन :

हे नाणे पिजापूरच्या राज्यकर्त्याकडून पाडले जात असले पाहिजे. कारण मुघल राजांनी कधीच होन हे नाणे पाडले नव्हते. पादशाही होन हे संपूर्ण दक्षिण भारतात औरंगजेबाचे दक्षिणेवर स्वारी होईपर्यत चालू होते. महाराष्ट्रात प्रचलित असलेले आणखीन एक विजापुरी नाणे म्हणजे महमदशाही होन होय. विजापुरी आदिलशाहीत महम दशाहा सुलतान याच्या सारख्या नावाचा दुसरा कोणीही सुलतान होऊन गेला नाही व महमदशहा शिवाय दुसऱ्या कोणत्याही सुलतानाने स्वतःच्या नावाची नाणी पाडली नाहीत, असे उपलब्ध कागदपत्रांवरुन दिसते. त्यामुळे पादशाही होन म्हणजेच महमदशाही होन असले पाहिजेत. पादशाही होन हे स्वतंत्र नाणे नव्हते असे इटालियन प्रवासी निकोलाय मनुची म्हणतो.

८) हुक्केरी होन :

हुक्केरी होन हे नाव बेळगाव जिल्ह्यातील हुक्केरी गावाच्या नावावरून आलेले आहे. हुक्केरी पाच्छापूर या गावातील टाकसाळीत हे नाणे तयार झाले होते. या होनाची बाजारी किंमत सोन्याची शुध्दता आणि वजनावर अवलंबून होती. मनुची या इटालियन प्रवाशाच्या मते हुक्केरी होनाची किंमत ३।। रु. एवढी होती. तर ॲबे कॅरे यांच्या मते हुक्केरी होनाची किंमत ४ रु. होती.

९) होन नाण्यांची लहान नाणी व त्यांची परिमाणे :

शिवाजी महाराजांच्या काळात 'राज्यव्यवहारकोष' या ग्रंथात नमूद केलेली वराह किंवा होन या सुवर्ण नाण्यांची लहान नाणी म्हणजे प्रताप, दरण, चवल, दुबल, पल व वीस ही होती. यांचे परिमाण पुढीलप्रमाणे होते.

१ होन	=	२ प्रताप
१ प्रताप	=	२ दरण
१ दरण	=	२ चवल
१ चवल	=	२ दुबल
१ दुबल	=	२ पल
१ पल	=	२ वीस

विजयनगरची नाणे पद्धती आणि शिवकालीन नाणे पद्धती यात बरेच साम्य आहे.

१०) क्रॅकम नाणी :

सभासद बखरकाराने व युरोपियन प्रवाशांनी आपल्या लिखाणात या कमी प्रतीच्या नाण्याचा उल्लेख केला आहे. क्रॅकम हे सोन्याचे नाणे होते. पण त्यात इतर धातूंचे मिश्रण जास्त असे. ॲबेकॅरे याने एका फणम किंवा क्रॅकमची किंमत ६ पेन्स दिलेली आहे. तसेच ३६ फणम = १ पॅगोडा किंवा होन होत असे, असे तो म्हणतो, पण दाभाडे दप्तरातील कागदपत्राच्या संदर्भावरुन असे दिसते की, १६ फणम = १ पॅगोडा होन असे या दप्तरात फणम व क्रॅकम यांच्या किंमती पुढीलप्रमाणे दिल्या आहेत. त्या बरोबर वाटतात.

१०० होन = १६० क्रॅकम

१ होन = १६ फणम

१ क्रॅकम = १० फणम

११) निशाणी होन :

निशाणी होन हे महाराष्ट्रातील आणखी एक आदिलशाही होन होय. आदिलशाही राज्यात काही खासगी व्यक्तींनी आपल्या स्वतःच्या टाकसाळीत पाडलेल्या सोन्याच्या नाण्याचा निशाणी होन असे नाव होते. निशाणी म्हणजे चिन्ह. अशा एखाद्या नाण्यावर एखादे चिन्ह असे. बहुतेक राज्याच्या परवानगीने असे नाणे सोनार लोक पाडत असत.

ब) शिवकालीन चांदीची नाणी :

शिवाजी महाराजांनी चांदीची नाणी जवळजवळ पाडलेलीच नव्हती. त्यांच्या काळातील चलनात आलेली चांदीची नाणी बहुतांशी राज्याबाहेरुन म्हणजे हिंदुस्थानातील अन्य राजवटीतून किंवा परकीय राजवटींनी बनवलेली असत. शिवकाळात रुपया, लारी, वटका ही चांदीची नाणी अत्यंत लोकप्रिय होती. या शिवाय अश्रफी, अब्बासी, रियाल, महमुदी ही चांदीची नाणीही प्रचलित होती.

१) रुपया :

रुपयामध्ये शहाजनी रुपया, आलमगिरी रुपया, चलनी रुपया, खजानी रुपया या प्रकारची नाणी आढळत. चलनी रुपया म्हणजे चलनात असलेला रुपया, खजानी रुपया म्हणजे जास्त वापरून झिजलेला रुपया होय. परिणामी, याची किंमत कमी झालेली असून तो खजिनाजमा होत असे. शिवकाळातील रुपयाचे वजन १८० ग्रेन म्हणजे १ तोळा होते. या रुपयावर हिजरी सन लिहिलेला असे. रुपयाचा खरेदी विक्रीचा दर वेगवेगळा होता.

उदा. आलमगिरी रुपयाचा खरेदीचा दर १६ तनका व १५ दाम असे व विक्रीचा दर १६ तनका ९ दाम असे सराफ लोक असा खरेदी विक्रीचा धंदा करुन नफा कमवित असत.

२) अश्रफी :

'झेरोफीन' या पोर्तुगीज नाण्याच्या नावाचा अपभ्रंश म्हणजे अश्रफी होय. त्याची किंमत ३०० रु. किंवा १ शिलिंग ६ पेन्स एवढी होती.

३) अब्बासी :

अब्बासी हे विदेशी नाणे होते. ते पर्शिया देशाचा राज्यकर्ता शहा अब्बास याच्या नावावरुन पाडलेले होते. अब्बासी या नाण्याची किंमत १६ पेन्स होती असे डॉ. रॉयर म्हणतो. थिवेनॉट म्हणतो की, सुरत शहरात हे नाणे मोठ्या प्रमाणात चलनात असल्याचे दिसते. थिवेनॉट याची किंमत १८ पेन्स होती असे सांगतो.

४) महमुदी :

विजापुरचा मुहंमद आदिलशहा याच्या नावाने पाडलेले नाणे म्हणजे महमुदी नाणे होय. थिबेनॉट, डॉ. फ्रायर व ट्रॅव्हेरनियर या युरोपियन प्रवाशांच्या लिखाणात व दक्षिण भारताच्या फॅक्टरी रेकॉर्डसमध्ये महमुदी या नाण्यांचा उल्लेख आलेला आहे. थिबेनॉट यांच्या मते महमुदी नाण्यांची किंमत रुपयाच्या २/५ इतकी होती.

५) लारी :

लारी हे चांदीचे नाणे इराणच्या आखातीतील लारी या गावी पाडलेले होते; परंतु पुढील काळात या प्रकारची नाणी इतरत्र तसेच भारतातील चौल, दाभोळ, भिवंडी येथे पाडली जाऊ लागली. दाभोळ, चौल व भिवंडी ही गावे शिवाजी महाराजांनी जिकून घेतल्यानंतर तेथील टाकसाळीतून लारी हे नाणे पाडण्याचे धोरण शिवाजी महाराजांनी सुरू ठेवले. लारी या नाण्याची बाजार किंमत ६ पेन्स एवढी होती व वजन ५२ ग्रेन होते.

६) रियाल :

रियाल हे चांदीचे नाणे स्पॅनिश होते व त्याची विनिमयाची किंमत २ रु. इतकी होती.

७) टका :

शिवकाळातील आणखी एक महत्त्वाचे चांदीचे नाणे म्हणजे टका. या नाण्याला टक्का असेही संबोधिले जात होते. मराठा कागदपत्रांमध्ये टका हे चांदीचे नाणे असल्याचा व ते चलनात प्रचलित असल्याचा अनेक ठिकाणी संदर्भ मिळतो. १२ टका = १ होन असे परिमाण होते.

क) शिवकालीन तांब्याची नाणी :

शिवकाळात सोने, चांदी या नाण्यांबरोबरच तांब्याची नाणी चलनात होती. या तांब्याच्या नाण्यात शिवराई, राजराणी, तिरुका/त्रिरुका, रुका, पैसा, दाम, अडका, जितल या नाण्यांचा समावेश होतो. ॲबॅट या प्रवाशानी २५ हजार तांब्याची नाणी गोळा करुन ती पारखली होती. फॅक्टरी रेकॉर्डस मधील संदर्भानुसार असे दिसते की, दक्षिण भारतात नाणी तयार करण्यासाठी तांब्याचा वापर मोठ्या प्रमाणात केला जात असावा. या धातूचा पुरवठा बहुतेक इंग्रजांकडूनच केला जात असे.

१) पैसा :

तांब्याची नाणी आकाराने वेगवेगळी असतात. शिवकाळात पैसा हे नाणे वेगवेगळ्या प्रकारचे होते. एका बाजूला 'श्री राजा शिवछत्रपती' असे छापलेले होते. तर दुसऱ्या बाजूला विविध चित्र होते. फूल, तलवार, सूर्य, बाण, चंद्र, बेलाची पाने, ग्रह, तारे इत्यादी या नाण्याचे वजन १/४, ३/४ किंवा १ तोळा असे वेगवेगळे होते. १/४ तोळा वजन असलेल्या नाण्यांना 'रूका' व ३/४ वजन असलेल्या नाण्यांना 'शिवराई' असे ओळखत असत.

रुपयांचा आणा, अर्धा आणा, पैसा ही लहान नाणी महाराष्ट्रात कधी चलनात आली या संबंधी निश्चित माहिती आढळत नाही. इटालियन प्रवासी निकोलाय मनुची आपल्या ग्रंथात म्हणतो की, ही नाणी महाराष्ट्रात १६०८ च्या दरम्यान आली असावीत. पैसा, दाम ही लहान नाणी मोगल व इतर मुस्लिम राज्यकर्त्यांची नाणी होती. ही हिंदूस्थानच्या विविध भागांमधून महाराष्ट्रात येत असत. डॉ. फ्रायर म्हणतो की, ही तांब्याची नाणी, जास्त प्रमाणात गरीब लोकांकडे असत. एका महमुदी रुपयाची किंमत १२ ते २४ पैशा पर्यंत प्रत्येक ठिकाणी वेगवेगळी होती. असे डॉ. फ्रॉयर म्हणतो.

२) शिवराई पैसा :

शिवाजी महाराजांच्या प्रदेशात सर्वत्र प्रचलित असलेले तांब्याचे नाणे म्हणजे 'शिवराई पैसा' होय. त्याचे वजन १० मासे होते असे मत न्यायमूर्ती रानडे यांनी व्यक्त केलेले आहे. एका शिवराई पैशाची किंमत ६ रूपये होती. काही कागदपत्रात सजगणी या तांब्याच्या नाण्याची किंमतही ६ रूपये असल्याचे नमूद केलेले आहे.

३) छत्रपती पैसा व तिरूका पैसा :

छत्रपती पैसा हा ढब्बू पैसा नावाने ओळखला जात असे. त्याचा आकार व वजन तिरूका पैशाच्या दुप्पट होते. म्हणून 'छत्रपती पैशाला' मोठा पैसा व 'तिरूका पैशाला' छोटा पैसा असे संबोधले जात असे.

४) जितल किंवा बाझारूक्को :

शिवकाळात जितल हे तांब्याचे नाणे प्रचलित होते. याला सितल असेही म्हणले जात असे. या नाण्याची किंमत रूका या नाण्याइतकीच होती. विल्सन या इंग्रजी लेखकाच्या मते, जितल म्हणजे आधुनिक काळातील १ पैसा. बाझारूक्को हे गोव्यातून आलेले तांब्याचे नाणे होते व ते कथिल, शिसे या धातूंपासून बनविण्यात येत असे.

५) चांदीचा रुपया व तांब्याची नाणी यांचे परिमाण :

मराठा कागदपत्रातील संदर्भानुसार १२ रुपये म्हणजे चांदीचा १/४ टका रुपया होत असे. म्हणजेच ४८ रुके १ टका रुपया बना असे. दुसऱ्या एका कागदपत्रातील संदर्भानुसार रुका त्रिरुका व छत्रपती पैसा यांचे परस्पर परिमाण व त्यांची टका रुपयाशी असलेली किंमत पुढील प्रमाणे आहे.

३ रुके	=	१ त्रिरुका/तिरुका
२ रुके	=	१ छत्रपती/शिवराई/सजगणी
८ छत्रपती	=	१ टका रुपया/४८ रु.

४.५.२ पेशवेकालीन नाण्यांचे प्रकार :

समकालीन कागदपत्रातील उल्लेखावरुन महाराष्ट्रात पेशवेकाळात चलनात असलेली नाणी अनेक प्रकारची होती त्यात रहिमतपुरी, मलकापुरी, चांदवड, चिंचवड, सुरती, इंग्लिश, बागलकोटी, महंमदशाही, जुन्या पंचमेल, अमदाबादी, लातुरी, औरंगाबाद, नवी गंजीकोट, अकीट, मिटे, मल्हारशाही, हालीसिंका, कोरे-फरुशी, त्रिशुली, गजापुरी, मुंबई वगैरे इतर प्रकारचीही नाणी होती. पेशव्यांच्या काळात महाराष्ट्रात चलनात असलेल्या नाण्यांची यादी येथेच पूर्ण होत नाही. रुपयांच्या नाण्याची अशी गोंधळ निर्माण करणारी सरमिसळ जरी असली तरी त्यापैकी फारच थोडी नाणी

पेशव्यांच्या टांकसाळीत पाडली जात होती व असली तरी ती नाणी केवळ नक्कल असत. या नाण्यांचे व्यवस्थित वर्गीकरण करणे, त्यांची ओळख पटविणे व त्यांची बरोबर किंमत ठरवणे ही गोष्ट अवघड आहे. तरी साधारणपणे या नाण्यांचे वर्गीकरण पुढील प्रमाणे करता येईल.

अ) पेशवेकालीन सुवर्ण नाणी :

पेशवेकालीन सुवर्णनाणी पुढीलप्रमाणे होती.

१) मोहरा :

पेशवेकाळात मोहरा हे सर्वांत श्रेष्ठ प्रतीचे नाणे हे अल्मदाबादी, पुणेरी, औरंगाबादी, जयनगरी, चिंचवडी, अलमशाही, शेरशाही, बऱ्हाणपुरी, तळेगावी व अहमदशाही या नावाने ओळखले जात असे. मोहरा या नाण्याचे नाव बहुतेक त्या–त्या ठिकाणाच्या टाकसाळीवरुन घेतलेली आहेत. मोहरेचे वजन पाऊण तोळा, पावणे दोन मासे व एक गुंज इतके असे.

२) होन :

मोहरेपेक्षा होन हे नाणे अधिक गावी पाडले जात असे. एलोरी, हैदरी, सनगिरी, धारवाडी, दुर्गी, सावनुरी, नागरपट्टणी, अच्युतराई, हरपनहळ्ली, व्यंकटपती, महमदशाही इत्यादी होन नाणी पेशवेकाळात चलनात होती. होन साडेतीन माशाचा असावा असा रिवाज होता.

मोहरा व होन यांच्यावरील नावावरुन असे दिसते की, मोहरा मुख्यतः उत्तर हिंदूस्थानात व होन कर्नाटकात तयार होत असत. कदाचित मोहरा हे नाणे उत्तर हिंदुस्थानी व होन हे दुविडी असेल. याशिवाय सुवर्ण पुतळ्यांचीही नाणी म्हणून वापर होत असे.

ब) पेशवेकालीन इतर नाणी :

पेशवेकालीन इतर नाणी पुढीलप्रमाणे :

१) टांकसाळीच्या नावाने ओळखली जाणारी नाणी :

पेशवेकाळातील नाण्यांपैकी पुष्कळशी नाणी ही त्यांच्या टांकसाळीच्या नावावरुन ओळखली जात असत. उदा. रहिमतपुरी, मलकापुरी, चांदवड, बागल कोटी, भडोची, दौलताबादी, तळोगावी इत्यादी.

२) राज्यकर्त्यांच्या नावाने ओळखली जाणारी नाणी :

काही नाणी त्यांच्या राज्यकर्त्यांच्या नावाने ओळखली जात असत. उदा. महमदशाही, शिवराई, मल्हारशाही ही नाणी अनुक्रमे महमंद आदिलशहा, शिवाजीराजे, मल्हारराव होळकर यांच्या नावाने ओळखली जात.

३) चिन्हावरुन ओळखली जाणारी नाणी :

काही नाण्यांची नावे त्यांच्या मुख्य बाजूवरील चिन्हावरुन पडलेली होती. त्रिशुली नाण्यावर त्रिशुलाचे चिन्ह असे. फरशी या नाण्याच्या मुख्य बाजूला फरशी कुऱ्हाडीचे चिन्ह (परशू) असे आणि 'तुऱ्याचा रुपया' या नाण्यावर पिसाचे चिन्ह असे.

४) सरकारी चलन :

चलनातील काही नाणी सरकारी चलन म्हणून जाहीर केली जात असत व सरकारी देणी या नाण्यांच्याच रुपाने स्वीकारली जात. अशी नाणी सरकारी चलन म्हणून ओळखली जात. उदा. 'पोतेचाल' नावाची चलनी नाणी सरकारी खजिन्यात स्वीकारली जाणार होती. अशा नाण्यांतील धातूचे प्रमाण व नाण्याचा नमुना पेशवे सरकारने ठरवून दिलेला असे.

५) कोरीव नाणी :

काही नाण्यांना कोरीव नाणी असे खास नाव होते. उदा. छापी चांदव हे नाणे चांदवड येथील टकसाळीत पाडलेले व त्यावर कोरीव काम केलेले असे वारंवार हाताळली गेल्यामुळे या नाण्यावरील छापलेला मजकूर पुसट होवून निघून जात असे. अशी झिजलेली नाणी किंवा अर्धवट झिजलेली नाणी बाजारात कमी किंमतीची ठरत असत व त्याचा विनिमय दर कमी होत असे. अशावेळी अशा झिजवट नाण्यावरील मजकुर पुन्हा कोरुन अगर छापवून घेतला जाई. त्यासाठी त्यात थोडासा धातू मिसळला जाई व या कामासाठी काही पैशाची आकारणी केली जात असे. त्याला बट्टा किंवा बटा असे म्हणतात. जुनी औरंगाबादी, नवी औरंगाबादी यावरुन असे सूचित होते की, लोक जुनी झिजलेली नाणी व नवीन नाणी यांच्यात भेद करत असते व यामुळेच जुनी नाणी पुन्हा नव्या नाण्याबरोबरच्या किंमतीची करण्यासाठी प्रयत्न होत असतं.

६) दोन–दोन टाकसाळींच्या नावावरुन ओळखली जाणारी नाणी:

काही नाण्यांची नावे दोन–दोन टाकसाळींच्या नावावरून पडलेली असत. उदा. अर्काट–फुलचरी, अर्काटगंजीकोट, मिरजी, मलकापुरी, ग्वाल्हेर, गंजीकोट इत्यादी अर्काट रुपयाचे नाणे एका ब्रिटिश टांकसाळीत पाडले जात असे तर फुलचारी हे नाणे बहुधा फ्रेचांनी पाँडेचरीच्या टाकसाळीत पाडलेले होते. ही नाणी अगदी प्रमाणभूत मानली जात नाहीत. ''रुपये पाडावयाचे ते फुलचेरी प्रमाणे असे पेशव्यांनी टांकसाळीच्या व्यवस्थापकांना दिलेल्या सूचनेमध्ये म्हणल्याचा संदर्भ ऐतिहासिक लेख संग्रहा'' मधील एका पत्रात आला आहे. त्याच पत्रातील संदर्भानुसार असे दिसते की ही नाणी कारागिरीच्या दृष्टीने चांगल्या दर्जाची असल्याने पेशव्यांनी आपल्या धारवाड, नाशिक व चांदवड येथील टांकसाळींना त्यांच्या नमुन्याप्रमाणे नाणी पाडण्यासाठी हुकूम दिले होते.

७) शिक्का अगर सिका या नावाने ओळखली जाणारी नाणी :

पेशवेकाळातील काही नाणी शिक्का अगर सिका या नावांनी ओळखली जाणारी होती. जसे हाली–सिका, शाहू–शिक्का, वाई– सिक्का, पुणे–सिका, व कल्याण–सिक्का. सिक्का किंवा सिका हा शब्द बहुतांशी टांकसाळी या अर्थी वापरला जाई. वाई–सिक्का याचा अर्थ 'वाई येथील टांकसाळीत पाडलेले नाणे' असा होतो. किंवा असे नाणे की ज्यावरील 'सिक्का' अथवा 'छाप' वाई येथे छापलेला असे. हाली–सिक्का म्हणजे मात्र नवी नाणी असा अर्थ होत असे. किंवा त्याचा अर्थ 'अधिक किंमतीची नाणी' असाही होत असे.

८) रुपयापेक्षा लहान नाणी :

रुपयाच्या लहान भागाची नाणी म्हणजे साधारणतः अथेली (चांदी नाणे), पावली (चांदीचे नाणे) व पैसा (तांब्याचे नाणे) ही नाणी होती. पैशातही ढब्बू पैसा, आलमगिरी पैसा, शिवराई पैसा इत्यादी प्रकार होत.

९) चांदीच्या रुपयांचे वजन व विनिमयाचा दर :

चांदीच्या रुपयाचे प्रमाणित वजन १८० ग्रेन म्हणजे ११ मासे २ गुंजा एवढे असे. भातवडी रुपयाचे नाणे २७१.३ ग्रेन वजनाचे होते. फरशी रुपया १७५ ग्रेन वजनाचा असे. रुपयाची नाणर सोन्याच्या नाण्यात बदलून घेण्यासाठी विनिमयाचा दर साधारणपणे १६.१ असा होता.

४.५.३ टांकसाळ :

साम्राज्याच्या आर्थिक स्थैर्य, सार्वभौमत्व आणि आर्थिक व्यवस्थेत मराठ्यांच्या हाताखालील टांकसाळांनी महत्त्वपूर्ण भूमिका बजावली.

१) सार्वभौमत्व आणि नाणे प्राधिकरण :

आर्थिक व्यवस्थेवर त्यांचे सार्वभौमत्व आणि अधिकार सांगण्यासाठी मराठ्यांनी त्यांच्या वर्चस्वावर अनेक टांकसाळी स्थापन केल्या. पुणे, अहमदनगर, सातारा आणि बुर्हाणपूर यासारख्या प्रमुख शहरांमध्ये आणि प्रदेशांमध्ये

या टांकसाळ्या धोरणात्मकदृष्ट्या स्थित होत्या, ज्यामुळे त्यांच्या नाण्यांवर आणि आर्थिक धोरणांवर साम्राज्याचे नियंत्रण होते.

२) **नाणे मानकीकरण :**
प्रमाणित वजन, मापे आणि रचनेला चिकटलेली नाणी टाकण्यासाठी टांकसाळी जबाबदार होती. साम्राज्यात आणि त्याच्या सीमेपलीकडे व्यापार व आर्थिक व्यवहारांना चालना देण्यासाठी, साम्राज्याने विविध प्रदेशांमध्ये त्याची स्वीकृती आणि वैधता सुनिश्चित करण्यासाठी नाण्यांमध्ये एकसमानता राखली.

३) **विविध नाणी आणि धातू :**
मराठ्यांनी सोने, चांदी, तांबे आणि मिश्र धातुंसारखे विविध धातू वापरून नाणी तयार केली. सोन्याची नाणी मोहुर, चांदीचे रूपये आणि तांब्याची नाणी प्रचलित होती. या नाण्यांवर संस्कृत, पर्शियन आणि इतर प्रादेशिक भाषांमधील शिलालेख आहेत, जे साम्राज्याची सांस्कृतिक विविधता दर्शवतात.

४) **शाही प्राधिकरणाचे प्रतीक :**
या टांकसाळीत टाकलेल्या नाण्यांवर सम्राटाचे नाव, पदव्या आणि चिन्हे होती, जी त्यांचा अधिकार आणि वैधता दर्शवितात. नाण्यांमध्ये अनेकदा शासकाचे चित्र, शाही चिन्ह किंवा धार्मिक किंवा सांस्कृतिक महत्त्व दर्शविणारी चिन्हे, साम्राज्याच्या सार्वभौमत्वाला बळकटी देणारी चिन्हे दर्शविली जात.

५) **व्यापार आणि वाणिज्य सुविधा :**
प्रमाणित नाण्यांच्या टांकणीमुळे साम्राज्यात आणि त्याच्या सीमेपलीकडे व्यापार आणि वाणिज्य सुलभ झाला. ही नाणी देवाणघेवाणीचे विश्वसनीय माध्यम, आर्थिक क्रियाकलापांना प्रोत्साहन देणारे आणि प्रादेशिक व आंतरराष्ट्रीय व्यापार नेटवर्कला उत्तेजन देणारे म्हणून स्वीकारले गेले.

६) **आर्थिक स्थिरता आणि नियंत्रण :**
टांकसाळांच्या स्थापनेमुळे मराठ्यांना आर्थिक व्यवस्थेवर नियंत्रण ठेवता आले. त्याने चलनाची स्थिरता सुनिश्चित केली, नाण्यांचा पुरवठा नियंत्रित केला आणि बनावट पद्धतींना प्रतिबंध केला, साम्राज्याच्या आर्थिक स्थिरतेमध्ये आणि आर्थिक विश्वासार्हतेला हातभार लावला.

७) **वारसा आणि प्रभाव :**
मराठा टांकसाळीने एक चिरस्थायी वारसा सोडला, ज्यामुळे या प्रदेशातील नंतरच्या चलन प्रणालींवर परिणाम झाला. मराठ्यांनी सुरू केलेल्या प्रमाणित नाणे आणि टांकसाळ पद्धतींचा मराठोत्तर काळात नाणे आणि चलनविषयक धोरणांवर प्रभाव पडत राहिला.

८) **सांस्कृतिक आणि ऐतिहासिक महत्त्व :**
मराठा काळातील नाणी अमूल्य ऐतिहासिक कलाकृती म्हणून काम करतात, साम्राज्याच्या सांस्कृतिक, राजकीय आणि आर्थिक पैलूंबाबत माहिती देतात. ते इतिहासकार आणि मुद्राशास्त्रज्ञांना साम्राज्याच्या कारभाराचे, व्यापार संबंधांचे आणि सांस्कृतिक देवाणघेवाणीचे आवश्यक पुरावे देतात.

४.६ अधिकोष पद्धती :

ठेवी स्वीकारणे, व्याजाने पैसे कर्जाऊ देणे ही जी पतपेढीची प्रमुख कामे असतात, तशा तऱ्हेच्या पतपेढ्या किंवा बँका मध्ययुगात होत्या असे म्हणता येणार नाही. स्थानिक धनवान मंडळी गरजूंना जमीन अथवा दागिन्यांच्या तारणावर व्याजाचा व्यवहार करीत असावेत. महाराष्ट्रात १७व्या शतकात शेटे, महाजन, देशपांडे हा सावकरीचा धंदा करीत असत. ऋणको आणि धनको यांच्या परस्परांना मान्य अशी बोलणी झाल्यावर कर्जासंबंधीचा कागद तयार होई त्यास कर्जपत्र अथवा कर्जरोखा असे म्हणत.

४.६.१ शिवकालीन अधिकोष पद्धत :

अ) कर्ज देण्याची पद्धत :

शिवकालीन समाजात कर्ज देण्याची पद्धत पुढीलप्रमाणे होती.

१) कर्जरोखा :

जेव्हा कर्जाचा व्यवहार होत असे तेव्हा धनको आणि ऋणको ठरलेल्या सर्व गोष्टी एका कागदावर लिहिण्याची पद्धत होती. या कागदपत्राला कर्जरोखा, कर्जखत, कर्जकतबा, कर्जपत्र असे ही म्हटले जात असे. कर्जरोखा म्हणजे धनको व ऋणको यांच्यातील एक प्रकारचा लिखित करार होता. या कर्जरोख्यात कर्ज देणाऱ्यांचे नाव कर्ज घेणाऱ्यांचे नाव, कर्जाची मूळ रक्कम, व्याजदर, कर्ज घेण्याचा उद्देश, कर्जाची मुदत तसेच मुदतीनंतर कर्जफेड केली तर वसूल करायची रक्कम व मुदतपूर्व कर्जफेड केली तर धनकोने ऋणकोला द्यावयाची सूट अशा बारीक गोष्टी लिहून ठेवल्या जात असत.

२) जामीनदार :

काही वेळेला धनको हा जामीनदाराशिवाय ऋणकोला कर्ज देत नसे. अशा व्यवहारात जर कर्जदाराने कर्जाची व्याजासह फेड केली नाही तर सावकार ते कर्ज जामीनदाराकडून वसूल करीत असे. एका अशा कर्जव्यवहारात देशकुलकर्ण्यांने शेतकऱ्याला दिलेल्या कर्जासाठी खेड्यातील कुलकर्ण्याचा जामीन घेतला होता असा कागदपत्रांमध्ये उल्लेख सापडतो.

३) साक्षीदार :

कर्जासंबंधीचा कोणताही व्यवहार किंवा कोणतेही कागदपत्र साक्षीदाराच्या सल्ल्याशिवाय पूर्ण तयार केले जात नसे. साक्षीदारांची संख्या ही कर्जाची रक्कम व कर्ज घेताना तारण म्हणून दिलेली मालमत्ता यांच्या स्वरूपावर अवलंबून होती. साक्षीदारांनी संख्या कमीतकमी दोन व जास्तीतजास्त नऊ इतकी ठरवली गेली होती. तुकाराम महाराजांनी देखील साक्षीदाराचे महत्त्व आपल्या साहित्यात स्पष्ट केले आहे. कर्ज जर सामान्य प्रकारचे असेल तर संबंधित गावातील पाटील आणि कुलकर्णी किंवा इतर प्रतिष्ठित व्यक्ती साक्षीदार म्हणून कर्जरोख्यावर सही करू शकत असे. परंतु कर्जदाराने जर आपली जमीन तारण ठेवली असेल तर साक्षीदारांची संख्या वाढवली जात असे. अशा व्यवहारात देशमुख, देशकुलकर्णी, शेटे, महाजन, जोशी, पाटील, पानसरे ,डांगे यांच्या सह्या आवश्यक मानल्या गेल्या होत्या. जर अशी इनाम जमीन कर्जदाराच्या वैयक्तिक मालकीची नसेल व वंशपरंपरागत एखाद्या कुटुंबाकडे आलेली असेल तर त्या कुटुंबातील प्रमुख व्यक्तींना आणि त्या गावातील प्रतिष्ठित व्यक्तींना रितसर नोटीस पाठवली जात असे. कर्जरोख्याने महत्त्वपूर्ण वैशिष्ट्य म्हणजे कर्जदाराला कर्जरोख्यावर ''मी स्वत:हून स्वखुशीने हे सर्व लिहून देतो आहे'' असा उल्लेख करावा लागे.

४) वरात :

'वरात' हे शिवकालीन अधिकोष (बँकिंग) पद्धतीचे वैशिष्ट्य मानले जाते. वरात म्हणजे, सावकारी पेढीवर काढलेली हुंडी. सभासद बखरकाराच्या मते शिवाजी सरनौबत, मुजुमदार, कारकून, शरीरसंरक्षक दलातील सैनिक यांचे पगार राज्यातील निरनिराळ्या सहकारी पेढयांतून हुंडी काढून केले जात असत. सॅम्युअल ऑस्टिन यांच्या मते, शिवाजी महाराजांनी खरेदी केलेल्या ब्रिटिश मालाचे पैसे देण्यासाठी कल्याण व भिवंडी येथील पेढीवर वरात काढलेली होती. अशी हुंडी किंवा वरात वटण्यासाठी साधारणत: तीन वर्षाचा काळ लागत असे. परिणामी, इंग्रज व्यापारी शिवाजी महाराजांकडून रोख रक्कम मागीत असत. शिवकाळात लोक सावकाराकडून विविध कारणांसाठी कर्जे घेत असत.

ब) कर्जाचे उद्देश :

शिवकाळात लोक सावकारांकडून निरनिराळ्या कारणांसाठी कर्ज घेत असत हे कर्जाचे उद्देश पुढील प्रमाणे :

१) कोर्ट कचेरीच्या खर्चासाठी :

खेडेगावात शिवकाळात जमिनी संबंधी अनेक दावे चालत असत. या दाव्यापाशी लोकांचा अतोनात खर्च होत असे. अशावेळी दाव्यांचा खर्च भागवण्यासाठी लोक सावकाराकडून कर्ज काढत असत. देशमुख, कुलकर्णी व इतर लोक वतनाच्या खटल्यांचा खर्च भागवण्याकरिता सावकाराकडून कर्ज घेत असल्याचा उल्लेख मिळतो.

२) नैसर्गिक आपत्ती :

काही वेळा दुष्काळ, अवर्षण, टंचाई किंवा अतिवृष्टी अशा नैसर्गिक संकटांच्या वेळी लोक आपली उपजीविका करण्यासाठी सावकाराकडून कर्ज घेत असत अशा संकटाच्या वेळी काही वेळा धान्याच्या रुपाने कर्ज घेतले जात असे. काही वेळा दुसऱ्या शेजारच्या किंवा दुसऱ्या गावातील सावकाराकडूनही लोक कर्ज आणीत असत. बाहेरगावाच्या सावकाराकडून आणलेले कर्ज सावकार ज्यावेळी परत फेडीची मागणी करीत असे त्यावेळी ते ऋणकोला परत करावे लागे.

३) खंडणी देण्यासाठी घ्यावे लागणारे कर्ज :

काही वेळा शत्रूच्या ताब्यातून सुटका करुन घेण्यासाठी घ्यावी लागणारी खंडणी लोक सावकाराकडून कर्ज देत असत. ''शिवचरित्र साहित्य'' मधील संदर्भानुसार असे दिसते की, सिद्दीखात (विजापुरी सरदार) राजापूरावर हल्ला करुन तेथील काही कुणबी कुटूंबातील सदस्यांना त्याने पकडून नेले व त्यांच्या सुटकेसाठी खंडणीची मागणी केली. तेव्हा कुणब्यांनी शेणवी नावाच्या सावकाराकडून सिद्दीखानला देण्यासाठी २०० रु. व ५० रु. इतर खर्चासाठी घेतले असे २१० रुपयांचे कर्ज घेतले.

फलटणचे बजाजी नाईक निंबाळकर व त्यांची पत्नी सावित्री बाई यांना अफझलखानाने ओलीस ठेवून २ लाख खंडणीची मागणी केली. त्यावेळी बजाजी निंबाळकर यांनी मलवडीच्या सावकाराकडून ६०,००० होनांचे कर्ज घेऊन आपली सुटका करुन घेतली.

शिवकाळात एखाद्याने व्यापारासाठी किंवा उद्योगधंद्यासाठी कर्ज घेतल्याचा संदर्भ मिळत नाहीत किंवा त्यासाठी एखादा सावकार प्रयत्नशील असल्याचे दिसत नाही.

क) व्याजाचे दर :

शिवकालीन अधिकोष पद्धतीत कर्जाचे व्यवहार मोठ्या प्रमाणावर होत असत. साहाजिकच धनको हा ऋणकोला कर्जे देताना व्याज आकारीत असे सर्वसाधारणपणे व्याज दर आकारत असताना धनको काही धोरणे ठरवीत होता. शिवकालीन व्याजाचे दर व वैशिष्ट्ये पुढीलप्रमाणे सांगता येतील.

१) निश्चित काळासाठी कर्ज :

शिवकाळात ६ महिने ते १ वर्ष एवढ्या काळासाठीच सावकार मंडळी लोकांना कर्ज देत असत, काही वेळा यापेक्षाही कर्जाची मुदत कमी असे. अशी लहान मुदतीची कर्जे बहुतेक शेतकरी वर्ग शेतीसाठी व इतर किरकोळ कारणासाठी घेत असत. अशा वेळी शेतकरी सुगी संपल्यानंतर शिमगा सणाच्या वेळी किंवा वर्ष प्रतिपदेच्या वेळी असे कर्ज व्याजासह परत केले जात असे, पण ज्यावेळी अशा कर्जाची मुदत एक वर्षापासून ५ वर्षांपर्यंत असे.

२) दरमहा व्याजदर :

शिवकाळात व्याजाचा दर दरमहा प्रमाणे निश्चित केला जात असे. याचाच अर्थ व्याज दरमहा आकारले जात असे. जर कर्ज रुपयात दिले गेले असेल तर व्याजाचा दर १०० रुपयाला एका महिन्यात रुपयात आकारला जात

असे. जर कर्ज 'होन' नाण्यामध्ये दिले असेल तर प्रत्येक होनला दरमहा टका किंवा रुका यात आकारले जात असे. प्राचीन काळी भारतात व्याजाचा दर प्राचीन काळापेक्षा भरमसाठ दिसतो. पण शिवकाळात मात्र कर्जाचा व्याज दर प्राचीन काळापेक्षा भरमसाठ दिसतो. शिवकाळामध्ये कर्जदाराची आर्थिक परिस्थिती त्याचे सामाजिक स्थान यावर व्याजाचा दर अवलंबून असे. समकालीन कागदपत्रावरुन असे दिसते की, शिवकाळात व्याजाचा दर दरमहा दर शेकडा ३७ १/२ % होता तर काही कर्ज प्रकरणात तो ६०% होता. ''शिवचरित्र साहित्य'' मधील संदर्भानुसार एक तेल्याने एका व्यक्तीला दरमहा मधील संदर्भानुसार एक तेल्याने एका व्यक्तीला दरमहा दर होनला १ पल याप्रमाणे व्याज आकारल्याचे दिसते याचाच अर्थ दरसाल दरशेकडा व्याजदर ३७ १/२% होता. बजाजी नाईक निंबाळकराने घेतलेल्या ६०,००० होनाचा व्याजाचा दर लाख कर्जरोख्यात दर्शवल्याप्रमाणे दरसाल दरशेकडा ६०% म्हणजे ६० रुके इतका होत.

३) कर्ज मुदतीच्या बंधनाचा अभाव :

काही वेळा कर्जदाराकडून घेतलेल्या कर्जावर मुदतीचे बंधन नसे. अशा वेळी धनको पहिल्या काही महिन्यात अशा रकमेवर जास्त व्याज आकारीत असे व नंतर पुढील काही महिन्यात व्याजाचा दर कमी केला जात असे, उद्देश असा की, ऋणकोने ते कर्ज लवकर फेडू नये. सावकार शेतकऱ्यांना धान्याच्या स्वरुपात ६ महिन्याच्या मुदतीकरीता कर्ज देत असत व नंतर ते दुपटीने वसूल करीत असत.

४) धनकोच्या सोईप्रमाणे कर्जवसूली :

काही प्रकरणांमध्ये सावकारांनी दीर्घ मुदतीची कर्जे देवून ती सोईच्या हप्त्याने वसूल केल्याचेही दिसते. एका कुलकर्ण्याने सावकाराकडून १५० होन कर्जाऊ आणले होते. त्याची मुदत ६ वर्षाची होती व व्याजाचा दर दरसाल दर शेकडा २५ होन इतका होता. दुसऱ्या अशाच कर्जप्रकरणात ऋणकोला कर्ज व त्यावरील व्याज फेडता न आल्याने त्याला आपले वतन गमवावे लागले. जर ऋणकोने कर्ज रोख्यात नमूद केलेल्या मुदतीच्या आत व्याजासह कर्ज फेडले नाही तर त्याच्याकडून शिक्षा म्हणून दंड वसूल केला जात असे. कर्ज रोख्यातील कराराप्रमाणे जर ऋणको कर्जफेड करण्यात अपयशी ठरला तर त्याच्याकडून दुप्पट रक्कम वसूल केली जात असे.

एकूणातच शिवकाळात कर्जफेड करणे हे नैतिक कर्तव्य मानले जात असे. थकबाकीदाराला पुन्हा कर्ज मिळत नसे दिलेल्या मुदतीत ऋणकोने कर्ज फेडले नाही तर एका गोष्टीचे किंवा ब्रह्महत्येचे पाप लागले अशी समजूत असल्याने लोक सहसा कर्जफेड चुकवत नसत.

५) सरकारी कर्ज :

सरकारकडून तिच्या प्रजेला शिवकाळात शेतीकरीता व इतर उद्योगाकरिता तगाईच्या रुपाने कर्ज दिले जात असे; परंतु या कर्जासंबंधीची फारशी माहिती मिळत नाही. तथापि शिवाजींनी कोकणातील प्रभावळीच्या सुभेदाराला पाठविलेल्या एका पत्रात असे म्हणले आहे की, शेतकऱ्यांना टंचाईच्या काळात शेतीची अवजारे, बी-बियाणे, जनावरे खरेदी करण्याकरिता बिगर व्याजी कर्ज द्यावे व ते त्यांच्या सोईनुसार हप्त्याहप्त्याने फेडून घ्यावे. मुद्दलापेक्षा त्यांच्याकडून जास्ती घेवू नये.

वरील पत्रावरुन असे दिसते की, गरजू शेतकऱ्यांना तगाईच्या रुपाने बिगर व्याजी अगर कमी व्याज दराने कर्ज दिले जात असे. शिवाजी महाराजांना सावकारी पाशातून शेतकऱ्यांची सुटका करावयाची होती. म्हणूनच त्यांनी कर्जाच्या बाबतीत उदार धोरण स्वीकारलेले होते.

४.६.२ पेशवेकालीन अधिकोष व्यवस्था :

शिवकाळापासून थेट पेशवाईच्या अखेरपर्यंत बँकिंग व्यवस्थेने किंवा पेढी व्यवहाराने एक महत्त्वाची भूमिका बजावली होती असे दिसते. तथापी शिवकाळापेक्षा पेशवेकाळात या व्यवसायाची चांगली वाढ झाली. पेशवेकाळात महाराष्ट्रात

पेढी व्यवहार करणाऱ्या पुष्कळ संस्थांची स्थापना झाली व त्यांच्या शाखा भारतातील इतर भागातही निघाल्या होत्या. त्यामुळे पेशवेकाळात पेढ्यांचे व्यवहार भरभराटीस आलेले होते.

१) पेशवेकालीन अधिकोष पद्धतीचा विकास :

पेशवेकाळात पेढी व्यवहार फारच भरभराटीला आला होता. राज्यातले बहुतेक निम्मेअधिक आर्थिक व्यवहार पेढीमार्फत चालत असत. सन १७२५ पासून १ ल्या बाजीरावाने पुणे येथे राजधानी आणल्यामुळे पुणे शहराची वाढ होण्यास सुरूवात झाली. त्याचबरोबर सावकारी व्यवसायाचीही पुणे व आसपासच्या प्रदेशात वाढ होवू लागली. पेशवे व त्यांचे सरदार यांना लष्करी मोहिमांसाठी आणि नेहमीच्या राज्यकारभारासाठी वारंवार पैशाची आवश्यकता भासू लागली. त्यामुळे राज्यकर्ते, युद्धकर्ते व व्यापारी, सावकार यांच्यात जवळचे संबंध येऊ लागले. पेशव्यांच्या राज्यविस्ताराच्या धोरणामुळे त्यांना सावकारावरच पैशासाठी अवलंबून राहावे लागत असे. कारण त्या काळात पैसा उभारणीची इतर कोणतीही साधने उपलब्ध नव्हती. राज्यकर्त्यांना सुद्धा पैशासाठी सावकारावर अवलंबून राहावे लागत होते. सामान्य माणसाला तर दुसरा पर्यायच नव्हता. त्यामुळे महाराष्ट्रात सावकारीचा धंदा वाढीस लागला. त्यामुळे पेशवेकाळात बँकिंग किंवा पेढीचा व्यवहार करणारी अनेक घराणी उदयास आली. या सावकार घराण्यांचे महाराष्ट्राबाहेरही आर्थिक व्यवहार होवू लागले. सरकारी व इतर दप्तरखान्यात उपलब्ध असलेल्या या संबंधीच्या कागदपत्रावरून पेढी व्यवहाराच्या हुंडणावळीचे दर, व्याजाचे दर, पेढ्यांचे अंतर्गत व्यवस्थापन इत्यादी बद्दलची बरीच उपयुक्त माहिती मिळते.

२) अधिकोष व्यवस्थेचे रोजचे व्यवहार :

पेढीचे रोजचे व्यवहार एका रोजकिर्दीत लिहिले जात असत. त्यामध्ये पैशाच्या देवघेवीच्या नोंदी दोन वेगवेगळ्या खात्यामध्ये केल्या जात. ही खाती म्हणजे पोते व परभारे पोते खाते म्हणजे ज्यात सर्व रोखीचे व्यवहार नोंदले जात व परभारे खाते म्हणजे, ज्यात सर्व देवघेवीचे व्यवहार नोंदवले जात. या पेढ्यांची वर्षभरातील उलाढाल फार मोठ्या प्रमाणात होत असे. सन १७६९ मध्ये दिक्षित-पटवर्धनांच्या पेढीमध्ये रू. ३३, ८७ आणि ३८१ आणि ३ व ९ पैसे एवढ्या रकमेचा भरणा झाला. तर खातेदारांना दिलेल्या रकमांची बेरीज रू. ३०, ७७, ९७ आणि ११ पैसे इतकी झाली होती.

३) हिशोब खाते :

त्या काळातील आवश्यकतेप्रमाणे या पेढ्यांतून निरनिराळ्या प्रकारचे हिशेब ठेवले जात असत. अशी हिशोबाची खाती म्हणजे नफा, सूट, तोटा, मनोनी, सरदारांची वर्षासने, मसाले, भेटी किंवा बक्षीसे, न्यायालयीन दंड, इजारा, मामलनीची मोकासा गावे, पेशवे, दुकानांचे भाडे, व्यक्तिगत किंवा खासगी खर्च, किंमती वस्तुंची खरेदी, संजायित इत्यादी होती.

४) व्याजाचा दर :

शिवकाळाप्रमाणेच कर्जावर आकारला जाणारा व्याजाचा दर पेशवेकाळातही भरमसाठ होता. त्याकाळी कर्जरोख्यामध्ये व्याजाचा दर दरसालासाठी नसून दरमहा आकारला जाई. तो दरशेकडा दरमहा १ टक्क्यापासून ५ टक्क्यांपर्यंत बदलत असे. म्हणजेच दरसाल दरशेकडा १२% पासून ते ६०% पर्यंत असे. हा व्याजाचा दर खरोखरच भरमसाठ होता. व्याजाची रक्कम फारच थकल्यास साधारणपणे त्या रकमेच्या १/१२ इतकीच रक्कम व्याज म्हणून दिली जात असे. काही प्रकरणात अशी सवलत ठेवून सुद्धा काही व्याजाची रक्कम येणे राहात असे. त्यावेळी ती रक्कम सूट म्हणून कमी करून त्या कर्जदाराचे खाते बंद करून टाकल्याचे आढळते. काही प्रसंगी कर्जावरील व्याज पैशाच्या रूपाने न देता वस्तुंच्या रूपाने दिले जात असे.

८ ऑक्टोबर १७६८ रोजी झालेल्या एका नमुनेदार गहाण खतामध्ये ऋणको शिवाजी नरहर सहस्त्रबुद्धे देशमुख यांनी धनको रामाजी बल्लाळ जोशी याला लिहून दिलेल्या पुढील तपशीलाची नोंद आढळते. त्यावरून व्याजाच्या दरासंबंधी अधिक माहिती मिळते. ८,६००० रू. चे कर्ज दरमहा दरशेकडा १% व्याजदराने घेण्यात आले होते. व्याज कसे परत फेडायचे याबद्दल अगर अंशतः व्याज परत करण्याबद्दल काहीच अट घातलेली नाही. कर्जाची परतफेड अर्काटी नाण्यामध्ये करावयाची होती. कर्ज ५ महिन्यांच्या मुदतीसाठी घेतले होते. कर्जाचा दर दरमल दर शेकडा १% ठरलेला होता पण कर्ज व्याजासह वरील मुदतीत परत न केल्यास, कुठे व्याजाचा दर दरमहा दर शेकडा २% पडणार होता. हा व्यवहार करीत असताना दोन साक्षीदार हजर होते. हे कर्ज २००० रू. चे दागिने, एक घर व ओंकारेश्वर मंदिराजवळील मोकळी जागा यांच्या तारणावर दिलेले होते.

वरील तपशीलावरून पेढ्यांच्या आर्थिक व्यवहारावर व व्याजाच्या आकारणीवरही प्रकाश पडतो.

५) कर्जरोखा :

खासगी व्यक्तींना कर्ज देताना ते सोने, जमीन व घरासारख्या मिळकतीच्या तारणावर दिले जात असे. ऋणको अशा व्यवहारामध्ये धनको पेढीदारांना बहुधा कर्जरोखे लिहून देत असत. त्या रोख्यामध्ये कर्ज फेडीबद्दलचे वजन व कर्ज फेडण्याची पद्धत यांचा अंतर्भाव केलेला असतो. हे कर्जरोखे ३ प्रकारचे असतात.

i) कर्जरोख :

यात ऋणकोने धनकोला लिहून दिलेल्या साध्या वचनचिठ्ठीचा समावेश असे. व्यवहार समक्ष झाल्याबद्दल साक्षीदारांच्या त्यावर सह्या असत.

ii) वादारोखा :

या दस्तऐवजात ऋणको आणि धनको यांच्यात व्यवहारापूर्वी काही अटी मान्य केलेल्या असत. त्या अटी म्हणजे ऋणको ठराविक हप्त्यामध्ये व ठराविक कालावधीत कर्जफेडीची हमी लिहून देत असे यात वायद्याचा समावेश असे. त्यामुळे याला वादारोखा म्हणण्याचा प्रघात होता.

iii) शरकत रोखा :

शरकत रोख्यामध्ये सावकार अगर धनको व ऋणको म्हणजे बहुधा एखादा शेतकरी यांच्यात शेतीमधील उत्पन्न होणाऱ्या मालाची अर्धी वाटणी करण्याबद्दलचा भागीदाराचा करार केलेला असे.

६) पेशवेकालीन बँकांची अथवा पेढ्यांची कामे :

पेशवेकालीन अधिकोष व्यवस्थेची कामे पुढीलप्रमाणे आहेत.

i) हुंड्यांच्या रुपाने पैसा उपलब्ध करुन देणे :

पेशवेकालीन महाराष्ट्रात अधिकोषाच्या कामापैकी एक महत्त्वाचे काम म्हणजे हुंड्यांच्या रुपाने पैशाची उपलब्धता करुन देण्याचे होते. हुंड्यांच्या देवघेवीने मोठमोठ्या रकमांच्या देवेघेवी, उलाढाली होवू शकत असत. पेढ्यांना हुंड्यांच्या रोख रकमांच्या वटणावळीच्या रुपाने पैशाची प्राप्ती होत असे. हुंडी म्हणजे मालाची विक्री करणाऱ्या 'व्यापाऱ्याने माल खरेदी करणाऱ्या माणसाच्या नावाने केलेला एक उधारीचा दस्तऐवज असे. हुंडी सादर करणाऱ्या व्यक्तीला विकत घेतलेल्या मालाची रोख देण्यासंबंधीची सूचना हुंडी देणारा व्यापारी माल विकत घेणाऱ्या व्यापाऱ्याला अशा हुंडीच्या रुपाने देत असे. मध्ययुगीन काळामध्ये अशा हुंडीला एक प्रकारे आजकालच्या डिमांड ड्राफ्टचे स्वरुप असे आपल्या एखाद्या ग्राहकाकडून रोख रक्कम घेवून एखाद्या पेढीचा प्रतिनिधी, दुसऱ्या शहरातील दुसऱ्या एखाद्या पेढीच्या प्रतिनिधीला सदरहू रक्कम सदरच्या ग्राहकाला त्या शहरात रोखीच्या रुपाने देण्याबद्दलची सूचना अशा हुंडीच्या रुपाने देत असे. पेशवेकाळात दर्शनी हुंडी, मुदती हुंडी व लहान हुंडी असे हुंड्यांचे प्रकार होते.

हुंडी व्यवहारामुळे पेशवेकाळात व्यापाराला सुलभता आली. एका ठिकाणाहून दुसऱ्या ठिकाणी गल्ला वाहून नेण्याचे जे धोके असतात ते या हुंडी व्यवहारामुळे नष्ट झाले. व्याजाची बाजारात पत निर्माण झाली व खरेदी विक्रीचे व्यवहार सुरळीतपणे पार पडू लागले.

ii) 'वरातच्या' माध्यमातून सरकारच्या आर्थिक व्यवहारांत सुलभता:

जेव्हा सरकारी नोकराकडून, व्यापाऱ्या कडून अथवा इतर खासगी व्यक्तींकडून सरकारला मोठ्या रकमांचे येणे वसूल करावयाचे असे तेव्हा हुंड्या काढल्या जात असत. सरकारने काढलेल्या या हुंड्यांना 'वरात' असे म्हणत. कमाविसदारांना आगाऊ दिलेल्या रक्कमा म्हणजे रसद रक्कमा ज्यावेळी वसूल करुन घ्यावयाच्या असत तेव्हा अशा 'वरात' काढल्या जात असत, अशा प्रकरणामध्ये रसद म्हणून दिलेल्या रकमेएवढी किंमतीची वरात सरकारकडून सदर कमाविसदाराचे नावे काढली जाई. ही वरात तिच्या दिलेल्या रकमेप्रमाणेची किंमत सरकारला देवून एखादी पेढी ती विकत घेत असे. काही वेळा सरकार आपल्या राज्यातील काही प्रांतांच्या अधिकाऱ्याकडून रक्कमा कर्जाऊ घेत असे व त्याकरिता भावी काळातील रसद बदली म्हणून धरली जाई. असे व्यवहार करताना सुद्धा 'वरात' काढून केले जात. अशा प्रकारे आर्थिक व्यवहारात सुलभता येवून सरकारला पैशाची देवघेव करणे सोईचे जात असे.

iii) व्यापार, उद्योगाकरिता भांडवलाची उभारणी :

या पेढ्यांचे आणखी एक कामकाज म्हणजे आपल्या ग्राहकांना प्रसंगी एखादा व्यापार वा उद्योग सुरु करण्यासाठी कर्ज देवून भांडवलाची उभारणी करणे हे होते. राघोबा दाखे नावाच्या एका माणसाने अशा रीतीने कर्जे देण्याविषयी वैद्य बंधुंच्या पेढीकडे कर्ज केल्याबद्दलची २ डिसेंबर १७४० ची नोंद आढळते.

भारत इतिहास संशोधन मंडळात दिक्षित–पटवर्धन या सावकार घराण्यातील सन १७५० ते १८३६ या काळातील ज्या हिशोबाच्या वह्या आहेत त्यातील संदर्भानुसार सावकाराकडून व्यापारी, शेतकरी, व्यावसायिक, कमाविसदार सैन्याचे अधिकारी व सरकार यांना मोठमोठ्या रक्कमा कर्जाऊ देण्यात आल्याचे दिसले.

पेढ्यांच्या अशा प्रकारच्या व्यवहारामुळे पेशवेकाळात व्यापार उद्योगाकरिता भांडवलाची उभारणी करणे शक्य झाल्यामुळे व्यापार–उद्योग वाढीस लागले.

iv) कर्जपुरवठा करणाऱ्या आधुनिक बँका :

पेशवेकाळातील पेढ्या सरकारला निरनिराळ्या कामासाठी रक्कमा कर्जाऊ देत असत. सन १७४० च्या सुमारास सरकारला कर्ज पुरविणारे सुमारे १५० छोटे–मोठे सावकार एकट्या पुण्यात व्यवसाय करीत असावेत असे पेशवे दप्तरातील प्रकाशित निवडक उताऱ्यात आलेल्या उल्लेखावरुन दिसते. सन १७६८–६९ च्या एका उपलब्ध यादीत पेशवे सरकारला कर्ज दिलेल्या ९ सावकारी पेढ्यांचे नावे आढळतात. त्या सर्वांनी मिळून त्यावेळी १७ १/२ लाख रुपयांचे कर्ज सरकारला दिले होते.

पेशवेकाळात सरकारच्या युद्धखर्च, युद्ध खंडणी, खरेदी इत्यादी करिता पैशाची मोठ्या प्रमाणात आवश्यकता भासत असे, अशा वेळी पेशवे सरकार पेढ्यांकडून कर्ज घेत असत. पेढीवाले पेशवे सरकारशी दोन प्रकारे कर्जाचे व्यवहार करीत असत. पहिल्या प्रकारात पेशव्यांकडून कोणत्याही प्रकारचे तारण किंवा हमी न घेता कर्ज दिले जाई. पेशव्यांनी फक्त कर्जाऊ घेतलेल्या रकमेबद्दलचा आणि ठरलेल्या व्याजदाराबद्दलचा कर्जरोखा लिहून घ्यावयाचा असे ठरलेले असे. दुसरा प्रकार म्हणजे सरकारला मिळणाऱ्या महसुलाच्या तारणावर दरसाल दरशेकडा १२% प्रमाणे कर्जाऊ रक्कम दिली जात असे. या दुसऱ्या प्रकारच्या कर्जामध्ये पेढीवाले तारण असलेल्या महसुलापैकी काही महसूल स्वतःच वसूल करीत असत. पेशवेसरकार त्यांच्या महसूल अधिकाऱ्यांना सावकाराच्या नावाने हुंड्या देत असत. त्यात वसूल महसूल सावकाराला त्यांच्या कर्जापोटी जमा करण्याचे आदेश अधिकाऱ्यांना दिले जात असत. या प्रकारच्या कर्जांना मालमत्तेवरील कर्जे असेही म्हणत.

४.६.३ अधिकोष व्यवस्थेची भूमिका :

मराठाकालीन अधिकोष व्यवस्थेची भूमिका खालील मुद्यांद्वारे स्पष्ट करता येईल :

१) आर्थिक केंद्रे आणि मुद्रा कर्ज :

पुणे, सुरत, अहमदाबाद आणि बुरहानपूर यासारख्या प्रमुख शहरांमध्ये अधिकोष व्यवस्था प्रमुख आर्थिक केंद्रे म्हणून उदयास आली. त्यांनी व्यापारी, व्यावसायिक, खानदानी आणि सरकार यांच्या गरजा भागवून सावकारी, पतपुरवठा आणि आर्थिक व्यवहार सुलभ केले.

२) व्यापार आणि वाणिज्यमध्ये भूमिका :

व्यापारी आणि व्यावसायिकांना कर्ज, देवाणघेवाण आणि पत सुविधा यासारख्या वित्तीय सेवा प्रदान करून व्यापार आणि वाणिज्य सुलभ करण्यासाठी अधिकोष व्यवस्था महत्त्वपूर्ण होत्या. त्यांनी व्यावसायिक व्यवहारांमध्ये मध्यस्थ म्हणून काम केले, निधीचा सुरळीत प्रवाह सुनिश्चित केला आणि सीमापार व्यापार सुलभ केला.

३) शेती आणि उद्योगांना वित्तपुरवठा :

या वित्तीय संस्थांनी शेतकरी, कारागीर आणि उद्योगपतींना कर्जे दिली, कृषी क्रियाकलाप, हस्तकला आणि लघुउद्योगांना मदत केली. त्यांनी जमीन सुधारणा, कृषी उपकरणे आणि औद्योगिक पायाभूत सुविधांसाठी आर्थिक सहाय्य प्रदान करण्यात महत्त्वपूर्ण भूमिका बजावली.

४) संपत्ती व्यवस्थापन आणि गुंतवणूक :

अधिकोष व्यवस्थेने संपत्ती व्यवस्थापन सेवा, गुंतवणुकीत सहाय्य, विभागीय विविधीकरण आणि श्रीमंत संरक्षक व व्यापाऱ्यांसाठी मालमत्ता व्यवस्थापन देखील प्रदान केले. त्यांनी आर्थिक वृद्धी आणि भांडवल निर्मितीला हातभार लावत विविध क्षेत्रातील गुंतवणूक सुलभ केली.

५) विश्वास आणि प्रतिष्ठा :

अधिकोष व्यवस्थेसाठी विश्वास आणि प्रतिष्ठा सर्वोपरि होती. त्यांनी विश्वास, विश्वासार्हता आणि सचोटीवर आधारित मजबूत संबंध निर्माण केले, जे अशा युगात आवश्यक होते जेथे वैयक्तिक संबंध आणि विश्वासार्हता आर्थिक व्यवहारांचा आधार बनली होती.

६) नियमन आणि नियंत्रण :

अधिकोष व्यवस्था स्वायत्तपणे चालत असताना, त्या सत्ताधारी अधिकाऱ्यांनी लादलेल्या काही नियमांच्या आणि नियंत्रणांच्या अधीन होत्या. या नियमांचा उद्देश आर्थिक स्थिरता राखणे, फसवणूक रोखणे आणि वित्तीय संस्थांचे योग्य कार्य सुनिश्चित करणे हे होते.

७) सांस्कृतिक आणि सामाजिक प्रभाव :

अधिकोष व्यवस्थेने कला, साहित्य आणि सांस्कृतिक कार्यक्रमांना संरक्षण देऊन सामाजिक-सांस्कृतिक क्षेत्रात योगदान दिले. त्यांच्या संरक्षकांनी अनेकदा कलाकार, विद्वान आणि सांस्कृतिक प्रयत्नांना पाठिंबा दिला, ज्यामुळे सांस्कृतिक आणि बौद्धिक क्षेत्रांवर महत्त्वपूर्ण प्रभाव पडला.

८) वारसा आणि शाश्वत प्रभाव :

मराठा साम्राज्याच्या काळातील अधिकोष व्यवस्थेचा वारसा नंतरच्या काळात आर्थिक व्यवहार आणि बँकिंग प्रणालींवर प्रभाव टाकत राहिला, ज्यामुळे प्रदेशाच्या आर्थिक पायाभूत सुविधांवर आणि आर्थिक विकासावर कायमचा प्रभाव पडला.

❋ ❋ ❋

सरावासाठी प्रश्न

प्र. १. दीर्घोत्तरी प्रश्न.

१) मराठाकालीन व्यापाराची केंद्रे सविस्तर स्पष्ट करा.

२) मराठाकालीन व्यापाराचे मार्ग स्पष्ट करा.

३) मराठाकालीन प्रमुख उद्योगांची थोडक्यात माहिती सांगा.

४) मराठाकालीन कापूस उद्योग आणि संबंधित व्यापाराचा आढावा घ्या.

५) मराठा कालखंडातील वस्त्रोद्योग आणि चर्मोद्योगाचे स्वरूप विशद करा.

६) मराठा काळातील लघुउद्योग स्पष्ट करा.

७) मराठाकालीन नाणी आणि टांकसाळ याबाबत माहिती सांगा.

८) मराठाकालीन अधिकोष व्यवस्थेबद्दल थोडक्यात माहिती सांगा.

९) मध्ययुगीन महाराष्ट्राच्या आर्थिक जीवनात अधिकोष व्यवस्थेची असणारी भूमिका विशद करा.

प्र. २. टिपा लिहा.

१) व्यापाराची केंद्रे.

२) व्यापाराचे मार्ग.

३) टांकसाळ.

४) नाणी.

५) अधिकोष व्यवस्था.

६) कसाबा.

७) बाजार.

❋❋❋

NOTES

www.ingramcontent.com/pod-product-compliance
Lightning Source LLC
LaVergne TN
LVHW082039051026
849532LV00011B/3418
9788119939299